ഗ്രീൻ ബുക്സ്

അലയുന്ന ജന്മങ്ങൾ

വി.വി. കനകലത

നോവലിസ്റ്റ്, വിവർത്തക.
1961-ൽ തിരുവനന്തപുരത്ത് ജനനം.
അഡലിൻ യെൻ മായുടെ 'ചൈനീസ് സിൻഡ്രെല്ല'
(ചൈനയിലെ സിൻഡ്രെല്ല),
പ്രണയലേഖനങ്ങൾ (വിവർത്തനം) എന്നിവ
ഗ്രീൻ ബുക്സ് പ്രസിദ്ധീകരിച്ചു.

നോവൽ

അലയുന്ന ജന്മങ്ങൾ

വി.വി. കനകലത

ഗ്രീൻ ബുക്സ്

green books private limited
gb building, civil lane road, ayyanthole,
thrissur- 680 003, kerala, ph: +91 487-2381066, 2381039
website: www.greenbooksindia.com
e-mail: info@greenbooksindia.com

branches:
thrissur 8589095302
thiruvananthapuram 8589095301
calicut 8589095307

malayalam
alayunna janmangal
novel
by
v v kanakalatha

published july 2024

cover design : s mahendra

printed in india
repro india ltd

isbn : 978-81-973342-2-1

₹ 190.00
GBPL/1371/2024

സമർപ്പണം

അമ്മയ്ക്ക്...

ഒന്ന്

കാലദേശങ്ങൾക്കപ്പുറം, ആഴികൾക്കപ്പുറം നിലയ്ക്കാത്ത മനുഷ്യ പ്രയാണങ്ങൾ... കുന്നും മലകളും താണ്ടി നദികളും സമുദ്രവും കടന്ന് അഭയം ലഭിക്കാനായുള്ള പ്രയാണങ്ങൾ.

തല ചായ്ക്കാനിടം തേടി ഭക്ഷണത്തിനും വസ്ത്രത്തിനും വേണ്ടി അലഞ്ഞുതിരിഞ്ഞ്, ഒരു ദേശത്തുനിന്നും മറ്റൊരു ദേശത്തേക്കുള്ള അനന്തമായ പ്രയാണങ്ങൾ...

മനുഷ്യമനസ്സിൽ ജനിക്കുന്നു അതിരുകൾ, വേർതിരിവുകൾ. കാരുണ്യത്തിനായി, ജീവിതത്തിനായി, കൈ നീട്ടി യാചിക്കുന്ന മനുഷ്യർ. ഇന്ന് ലോകത്തിനുമുന്നിലെ വലിയ ചോദ്യചിഹ്നവും തലവേദനയും ഈ അഭയാർത്ഥികളല്ലേ?

ആ അർദ്ധരാത്രിയിലും അലയൊതുങ്ങാത്ത കടൽപോലെ കരുണയുടെ മനസ്സും ചിന്തകളും ഉണർന്നുതന്നെയിരുന്നു. ഈ നാട്ടിൽ അഭയം തേടിയെത്തിയിരിക്കുന്ന ആ മനുഷ്യൻ അവളെ കുറച്ചൊന്നുമല്ല അലട്ടിയത്.

അയാളുടെ പേര്...? അവൾ ഓർക്കാൻ ശ്രമിച്ചു.

അരുൺകുമാർ. അതെ, അതുതന്നെയാണ് അയാളുടെ പേര്. ഒരു മാസംമുമ്പ് താൻ സ്റ്റെഫാനിക്കൊപ്പമിരുന്ന് അയാളുമായുള്ള ഒരു അഭിമുഖത്തിൽ പങ്കെടുത്തിരുന്നു. ഇന്ന് വഴിയോരത്തും ആ റസ്റ്റോറന്റിലും അയാളെ കണ്ടുമുട്ടിയത് ഒരു നടുക്കമായി ഇപ്പോഴും മനസ്സിലുണ്ട്.

അയാൾ ഹോങ്കാങിലേക്ക് അഭയംതേടി എത്തിയതായിരുന്നു. ഹോങ്കോങിലെ യുണൈറ്റഡ് നേഷൻസിന്റെ മനുഷ്യാവകാശ കമ്മീഷൻ ഓഫീസിലേക്ക് ഒരു ദ്വിഭാഷിയായി, താൽക്കാലികജോലിക്കായി എത്തിയ തന്നെ സ്വീകരിച്ചത് അവിടുത്തെ സ്റ്റാഫായ മിസ് സ്റ്റെഫാനിയായിരുന്നു. അവളുമായി ഫോണിലൂടെയുള്ള പരിചയമേ

ഉണ്ടായിരുന്നുള്ളൂ. താൻ ഒന്ന് പരിഭ്രമിച്ചിരുന്നു. ആദ്യമായാണ് അത്തരമൊരു ജോലിക്കായി വലിയ ഒരു ഓഫീസിൽ എത്തുന്നത്.

'നൈസ് റ്റു മീറ്റ് യു', സന്ദർശകമുറിയിലേക്ക് വന്ന സ്റ്റെഫാനി ഹസ്തദാനം ചെയ്തുകൊണ്ടു പറഞ്ഞു. 'യു ആർ ഓൺ ടൈം' എന്ന് അവൾ കൂട്ടിച്ചേർത്തപ്പോൾ പുഞ്ചിരിച്ചുകൊണ്ട് നന്ദി പറഞ്ഞു.

തന്റെ താമസസ്ഥലമായ തുങ്ചുങിൽനിന്നും ഈ യു.എൻ. ഓഫീസിലേക്കുള്ള യാത്ര ഒന്നര മണിക്കൂറായിരുന്നു. എം.ടി. ആറി(Mass Transit Railway)ലും നടന്നുമാണ് താൻ കൃത്യസമയത്തുതന്നെ ഓഫീസിൽ എത്തിയത്. ഈ നാടുതന്നെയാണ് തന്നെയും കൃത്യനിഷ്ഠ പഠിപ്പിച്ചത്. എന്നും രാവിലെ അച്ഛനും ചേട്ടനും താനുമൊക്കെ ധൃതിയിലാവും. രാവിലെ ഒമ്പതുമണിക്ക് ആരംഭിക്കുന്ന ഓഫീസിലെത്താൻ, ആ സമയത്തോ ചിലപ്പോൾ അതിനു മുൻപോ തുടങ്ങുന്ന യൂണിവേഴ്സിറ്റികളിൽ കൃത്യസമയത്തുതന്നെ എത്താനാണ് ഈ തിരക്ക്. ഓടുന്നപോലെ നടന്നാണ് മിക്കവാറും യൂണിവേഴ്സിറ്റിയിൽ എത്താറ്.

സമയം പിടിതരാത്ത ഒരു വികൃതിയാണ്, അമൂല്യവുമാണ്. അത് ഓടിക്കൊണ്ടേയിരിക്കും. അത് നഷ്ടപ്പെടുത്താതെ നന്നായി ഉപയോഗിക്കുക എന്നതാണ് അച്ഛന്റെ ഉപദേശം. ഇന്നും അത് അനുസരിക്കാനാണ് ഇഷ്ടം.

"കരുണ, ദയവായി വരൂ." സ്റ്റെഫാനി അകത്തെ ഒരു മുറിയിലേക്ക് ക്ഷണിച്ചു.

അവളോടൊപ്പം മുറിയിലേക്ക് ചെന്നു. ചെറിയ ഒരു മുറിയായിരുന്നു അത്. അവിടെ രണ്ടു കസേരകൾ ഇട്ടിട്ടുണ്ടായിരുന്നു. അവിടെ ഇട്ടിരുന്ന ഒരു മേശയുടെ മദ്ധ്യഭാഗത്തുള്ള വലിയ ഒരു ചില്ലുഗ്ലാസ് കൊണ്ട് ആ മുറിയെ രണ്ടായി വിഭജിച്ചിരിക്കുന്നു. അപ്പുറത്ത് ഒരു കസേര ഇട്ടിട്ടുണ്ട്.

സ്റ്റെഫാനി ഇരിക്കാൻ പറഞ്ഞു. അവളും അരികിലായി ഇരുന്നു. മഞ്ഞനിറം കലർന്ന വെളുത്ത നിറമുള്ള ഒരു ഹോങ്കോങ്ങുകാരി. അവൾ നന്നായി ഇംഗ്ലീഷ് സംസാരിക്കുന്നുണ്ട്. സ്റ്റെഫാനി പറഞ്ഞു, "അഭിമുഖം ചെയ്യേണ്ട സമയം വൈകി. അയാൾ ഇവിടേക്ക് എത്തുന്നതേയുള്ളൂ. കാത്തിരിക്കണം."

സമയത്തിന്റെ വിലയറിയാത്തവൻ എന്നാണ് കേട്ട ഉടനെ തോന്നിയത്. എന്നാൽ സ്റ്റെഫാനി പറഞ്ഞു, "പൊലീസിന്റെ ചോദ്യം ചെയ്യൽ കഴിഞ്ഞാവും അയാൾ വരിക. പൊലീസ് അകമ്പടിയുണ്ടാവും. വരാൻ വൈകുന്നതിന്റെ കാരണം അതാകാം."

കാത്തിരുന്നു. ഇത്തരമൊരു ജോലിക്കാണ് വരിക എന്ന പൂർണ്ണ ബോധ്യമുണ്ടായിരുന്നുവെങ്കിലും താൻ വിഭാവനം ചെയ്തതിൽ നിന്നൊക്കെ വ്യത്യസ്തമായിരുന്നു ആ ചുറ്റുപാടുകൾ. തികച്ചും അപരിചിതമായ സ്ഥലത്ത് സ്റ്റെഫാനിയോടൊപ്പം അഭിമുഖം ചെയ്യേണ്ട ആളെയും പ്രതീക്ഷിച്ച് ഇരുന്നു.

ഒടുവിൽ, തങ്ങൾ ഇരുന്നതിന്റെ എതിർവശത്തെ വഴിയിലൂടെ അയാൾ എത്തി. തങ്ങൾക്ക് എതിരായി മേശയ്ക്ക് അപ്പുറത്ത് അയാൾ ഇരുന്നു. അരുൺകുമാർ എന്ന മലയാളി യുവാവ്. തങ്ങൾക്കു നടുവിൽ ആ ചില്ലുഭിത്തി. ഇംഗ്ലീഷ് സംസാരിക്കാൻ വശമില്ല. അതിനാൽ ദ്വിഭാഷിയുടെ സേവനം കൂടിയേ തീരൂ. ഒരു ദ്വിഭാഷിയുടെ റോൾ ചെയ്യുന്നത് ആദ്യമായിരുന്നതിനാൽ, വളരെ ശ്രദ്ധയോടെ സ്റ്റെഫാനി സംസാരിക്കുന്നതും കാത്ത് അടുത്തിരുന്നു. സ്റ്റെഫാനി പരിചയപ്പെടുത്തി.

"ഞാൻ സ്റ്റെഫാനി. ഓഫീസറാണ്. നിങ്ങളുടെ അഭിമുഖം ചെയ്യുന്നത് ഞാനാണ്."

സ്റ്റെഫാനി തന്റെ നേരെ നോക്കി. ഇത് വിവർത്തനം ചെയ്യണമെന്നവൾ പറഞ്ഞു. സ്റ്റെഫാനി പറഞ്ഞത് ഓരോ വാചകമായി അയാൾക്ക് മലയാളത്തിൽ പറഞ്ഞുകൊടുത്തു. പിന്നീടാണ് തന്നെ അയാൾക്ക് പരിചയപ്പെടുത്തിയത്. അപ്പോൾ അയാളെ ശ്രദ്ധിച്ചു. ഒരു മലയാളി മുഖം. മീശയും താടിയും വളർന്നിട്ടുണ്ട്. ക്ഷീണിച്ച കണ്ണുകളിൽ ആകാംക്ഷയോ വിഷാദമോ മുറ്റിനിന്നിരുന്നു. തന്നെ പരിചയപ്പെടുത്തിയപ്പോൾ അയാളൊന്ന് പുഞ്ചിരിച്ചു.

"എന്തിനാണ് നിങ്ങൾ ഹോങ്കോങ്ങിൽ എത്തിയത്?" സ്റ്റെഫാനി ചോദിച്ചു.

താനത് മലയാളത്തിലാക്കി അയാളോട് ചോദിച്ചു. അയാൾ തന്റെ അനുഭവങ്ങൾ പതുക്കെപ്പതുക്കെ വിവരിച്ചു. മലയാളത്തിൽ വിവരിക്കപ്പെട്ട അയാളുടെ അനുഭവങ്ങൾ താൻ ഇംഗ്ലീഷിൽ തർജ്ജമ ചെയ്ത് സ്റ്റെഫാനിയെ അപ്പോൾത്തന്നെ പറഞ്ഞുകേൾപ്പിച്ചു. അവളത് കേൾക്കുന്നതിനൊപ്പം ടൈപ്പും ചെയ്യുകയും സംസാരം റെക്കോർഡ് ചെയ്യുകയും ചെയ്തു.

സ്റ്റെഫാനി വലിയൊരു അഭിമുഖം തന്നെയാണ് തയ്യാറാക്കിയിരുന്നത്. അരുൺകുമാറിനോട് എല്ലാം അവൾക്ക് ചോദിച്ചറിയണമായിരുന്നു. തർജ്ജമ ചെയ്തുകൊണ്ടിരുന്നപ്പോൾ, അരുൺകുമാർ ഏതോ പ്രത്യാശയിൽ ഇടയ്ക്കിടെ തന്നെത്തന്നെ നോക്കിയിരിക്കുന്നുണ്ടായിരുന്നു.

* * *

“കേരളത്തിന്റെ മധ്യഭാഗത്തുള്ള ജില്ലയിലെ ഒരു സാധാരണ ഗ്രാമത്തിൽ ജനിച്ചു. അച്ഛനും അമ്മയും സഹോദരങ്ങളുമടങ്ങുന്ന കുടുംബം. പ്രീഡിഗ്രി വരെ പഠിച്ചു. തുടർന്ന് പഠിക്കാൻ സാമ്പത്തികമായ കഴിവില്ലാതിരുന്നതിനാൽ, മരപ്പണിക്കും കെട്ടിടംപണികൾക്കും പോയി. അതിനിടയിൽ രാഷ്ട്രീയക്കാരുടെ കളരിയിൽ ചെന്നുപെട്ടു. പിന്നീട് അക്രമികളെ വളർത്താനറിയുന്ന രാഷ്ട്രീയക്കാർക്കൊപ്പം ഒരു ചേരിയിൽനിന്ന് മറുചേരിയുമായി വഴക്ക്, മൽപ്പിടിത്തം, കത്തിക്കുത്ത്... അങ്ങനെ എല്ലാം നടത്തി. എന്നാൽ താൻ അതിലൊന്നും ഉൾപ്പെട്ടിരുന്നില്ലെങ്കിലും ഒരു കത്തിക്കുത്തു കേസ്സിൽ എതിർചേരിക്കാർ തന്റെ പേരും ഉൾപ്പെടുത്തി. അവരത് പൊലീസിന് കൈമാറി.

പൊലീസിനെ ഭയന്ന് കുറേനാൾ ഒളിച്ചു നടന്നു. പിന്നീട് ചെന്നൈയിലേക്ക് വണ്ടി കയറി. അവിടെയും ആക്രമിക്കാൻ തക്കം പാർത്തിരിക്കുന്ന രാഷ്ട്രീയഗുണ്ടകളുണ്ട് എന്ന് അറിഞ്ഞു. വീണ്ടും വേവലാതിയായി. ഏതുനേരവും പൊലീസിന്റെ പിടിയിലാവുകയോ ഗുണ്ട ആക്രമണത്തിനിരയാവുകയോ ചെയ്യും. എന്ത് ചെയ്യണമെന്നറിയാതെ ആശങ്കയോടെ നടന്ന നാളുകൾ. ഒരു സുഹൃത്തിന്റെ സഹായത്തോടെ ഒരു വ്യാജ പാസ്പോർട്ട് സംഘടിപ്പിച്ച് ചെന്നൈയിൽനിന്ന് ഹോങ്കോങ്ങിലേക്ക് വരികയായിരുന്നു. ഇവിടെ എത്തിയ ശേഷം ചെറിയ ഒരു ഹോട്ടലിൽ മുറിയെടുത്തു. ഒന്നും ചെയ്യാനില്ലായിരുന്നു, ജോലി അന്വേഷിച്ചു നടക്കുകയല്ലാതെ. പതിന്നാലു ദിവസത്തെ വിസ തീർന്ന് രണ്ടുമൂന്നു ദിവസം കഴിഞ്ഞപ്പോൾ വഴിയിലൂടെ നടക്കുകയായിരുന്ന തന്നെ പൊലീസു പിടിച്ച് അഭയാർത്ഥി ക്യാമ്പിലാക്കി. ഇപ്പോൾ അഭയാർത്ഥിക്കായുള്ള അപേക്ഷ നൽകിയിരിക്കുകയാണ്. അതു ലഭിക്കാനുള്ള അഭിമുഖത്തിനായാണ് ഇവിടെ വന്നിരിക്കുന്നത്.”

അയാൾ പറഞ്ഞുനിർത്തി. കരുണ ശരിക്കും ഞെട്ടിയിരുന്നു. കാരണം ഒരു പാവം പോലിരിക്കുന്ന ഈ ചെറുപ്പക്കാരന് വ്യാജ പാസ്പോർട്ടും മറ്റും സംഘടിപ്പിക്കാൻ അറിയാമായിരുന്നോ? അയാളുടെ മുഖത്ത് ജാള്യവും പരിഭ്രമവുമുണ്ടായിരുന്നു. വാക്കുകൾ ഇടറുകയും വാചകങ്ങൾ മുറിയുകയും ചെയ്തു. അപ്പോഴൊക്കെ പരിഭാഷയ്ക്കായി താൻ അല്പം ബുദ്ധിമുട്ടി. എങ്കിലും ഒരു വാക്കും വിട്ടുപോകാതെ സ്റ്റെഫാനിയെ ഇംഗ്ലീഷിൽ എല്ലാം പറഞ്ഞു കേൾപ്പിച്ചു.

സ്റ്റെഫാനി പെട്ടെന്ന് അയാളോട് ചോദിച്ചു, “കേരളത്തിൽ എത്ര രാഷ്ട്രീയപാർട്ടികളുണ്ട്?”

അത് അയാളോട് താൻ ചോദിച്ചു.

അയാൾ പേരുകൾ പറഞ്ഞു. "കോൺഗ്രസ്, കമ്മ്യൂണിസ്റ്റ്, ബി.ജെ.പി., ആർ.എസ്.എസ്., മുസ്ലീം ലീഗ്... അങ്ങനെ. പാർട്ടി പ്രവർത്തനത്തോടൊപ്പം അക്രമം തൊഴിലാക്കിയ രാഷ്ട്രീയക്കാരാണ് താനെന്ന അഭയാർത്ഥിയെ സൃഷ്ടിച്ചത്." അയാളുടെ ആ വാദം സ്റ്റെഫാനി കുറിച്ചെടുത്തു.

അപ്പോൾ തന്റെയുള്ളിൽ നുരയിട്ട സംശയങ്ങളെ കരുണ മനസ്സിൽത്തന്നെ ഒളിപ്പിച്ചു. എന്നിട്ടും മനസ്സിൽ ദഹിക്കാതെ എന്തോ പൊന്തിവന്നുകൊണ്ടിരുന്നു. രാഷ്ട്രീയപ്രേരിതമായ അക്രമങ്ങൾക്ക് തന്റെ ജന്മസ്ഥലമായ കേരളം ഒട്ടും മോശമല്ലെന്ന് അച്ഛൻ പറഞ്ഞു കേട്ടിട്ടുണ്ട്. വീട്ടിൽ കമ്പ്യൂട്ടറിൽ മലയാളം ന്യൂസ് പേപ്പറുകൾ വായിച്ചാണ് അച്ഛനുമമ്മയും രാഷ്ട്രീയകാര്യങ്ങൾ ചർച്ച ചെയ്യാറ്. താനും അതൊക്കെ കേട്ടിരിക്കും. നാട്ടിൽനിന്ന് നാലാംക്ലാസ്സുവരെ മലയാളം പഠിച്ചിട്ടുള്ള താനും തപ്പിത്തടഞ്ഞ് വായിക്കും. അതിനാൽ മലയാളം പത്രവായന തുടരുന്നു. അങ്ങനെ കേരളവാർത്തകൾ മനസ്സിലാകും. എന്നാൽ ഇയാൾ പറയുംപോലെ അയാളെ ആക്രമിക്കുവാൻ തക്കംപാർത്തു നടക്കുന്ന ഗുണ്ടകൾ ചെന്നൈയിലും ഉണ്ടായിരുന്നോ? അതൊരു കള്ളംപറച്ചിലല്ലേ? അങ്ങനെയൊക്കെ മനസ്സിൽ തോന്നി. ഇന്റർവ്യൂ കഴിഞ്ഞ് അയാൾ പോയി. അല്പനേരം കൂടി സ്റ്റെഫാനിയോടൊപ്പം ഇരുന്ന് താനും തിരികെപ്പോന്നു.

പിന്നീട് കുറേ ദിവസങ്ങളോളം അയാൾ പറഞ്ഞ കാര്യങ്ങൾ എന്തുകൊണ്ടോ അലട്ടിക്കൊണ്ടിരുന്നു. ഒരു മലയാളി ഇങ്ങനെയൊക്കെ പ്രവർത്തിക്കുമോ? തിരിച്ചും മറിച്ചും ചിന്തിച്ചുനോക്കി. അയാളുടെ നിസ്സഹായാവസ്ഥയും നിവൃത്തികേടുംകൊണ്ട് സംഭവിച്ചതാവാം. വ്യാജപാസ്പോർട്ട് സംഘടിപ്പിച്ചത് അതുകൊണ്ടാവാം. ഗൾഫ് രാജ്യങ്ങൾപോലെ മലയാളിക്ക് പോകാൻ പറ്റിയ ഇടമാണെന്ന് തോന്നിയിട്ടുണ്ടാവാം. താനൊരു കമ്മ്യൂണിസ്റ്റല്ല എന്ന് അയാൾ പറഞ്ഞിരുന്നു. അതിനാൽ ഒരു കമ്മ്യൂണിസ്റ്റുകാരന്റെ മനോഭാവവുമായി ചൈനയുടെ ഭാഗമായ ഹോങ്കോങ്ങിൽ എത്താനും വഴിയില്ല. ഫ്രീവിസ എന്ന ഹോങ്കോങ് പോളിസിയിൽ ആകൃഷ്ടനായതാവാം ചിലപ്പോൾ. എന്നാൽ വിസ കാലാവധി തീർന്നാലോ എന്ന ചിന്ത പിന്നീടാവും ഉദിച്ചിരിക്കുക. ഏതായാലും തന്റെ ഭാഗ്യം പരീക്ഷിച്ചുകളയാമെന്നു കരുതി ഹോങ്കോങിലേക്ക് വന്നതാവും അയാൾ എന്നവൾക്കു മനസ്സിലായി. അയാളെ ഓർത്ത് അവൾക്ക് പലപ്പോഴും സഹതാപം തോന്നി. ഹോങ്കോങിലെ നിയമങ്ങൾ ഒന്നും അറിയാത്തതിനാലാവണം തന്നെ രക്ഷിക്കണേ, തനിക്കു

വേണ്ടി ഒന്ന് ശുപാർശ ചെയ്യണേ എന്ന മട്ടിൽ അയാൾ പോകുമ്പോൾ തന്നെ ദയനീയമായി നോക്കിയിരുന്നത്.

കുറച്ചു ദിവസങ്ങൾകൂടി കഴിഞ്ഞപ്പോൾ ക്രമേണ അയാൾ തന്റെ മനസ്സിൽ നിന്നു മാഞ്ഞു. ആ കാര്യങ്ങൾ ഓർക്കാതെയായി. അങ്ങനെയിരിക്കേയാണ് ഇന്ന് ഷിംഷാഷൊായിലെ തിരക്കുള്ള നിരത്തുകളിൽ ഒരാളായി തിരക്കിട്ടു നടന്നുനീങ്ങിക്കൊണ്ടിരിക്കേ തനിക്കു നേരെയെതിരെ ഒരുവശത്തുനിന്നും പരിചിതമായ ആ രൂപം കടന്നുവന്നു. താൻ അയാളെയും അയാൾ തന്നെയും കണ്ടു. തിരക്കിനിടയിലൂടെ അയാൾ വേഗം തന്റെ മുന്നിൽ വന്നുനിന്നു.

അരുൺകുമാർ എന്ന അയാൾ! അയാളോട് ചിരിക്കണോ വേണ്ടയോ എന്ന് സംശയമായി. മുന്നിൽ അയാൾ കൈകൂപ്പി നിന്ന് പുഞ്ചിരിച്ചു. തിരിച്ച് ചിരിച്ചുവെന്നുവരുത്തി. മര്യാദ പാലിക്കണമല്ലോ. അഭയാർത്ഥിക്കുള്ള അപേക്ഷ യു.എൻ. ഓഫീസിൽ കൊടുത്തിരിക്കുന്നതിനാൽ, അയാളുമായി പരിചയം പുതുക്കുകയോ സംസാരിക്കുകയോ ചെയ്യാൻ പാടുള്ളതല്ല. തൽക്കാലം അയാൾക്കുവേണ്ടി ദ്വിഭാഷിയായി പ്രവർത്തിച്ച താൻ യു.എൻ. ഓഫീസിലെ നിയമങ്ങൾ അനുസരിച്ചേ മതിയാവൂ. അതിനാൽത്തന്നെ ചിരിച്ചുകൊണ്ട് ഒഴിഞ്ഞുമാറിപ്പോകാൻ തുനിഞ്ഞു.

"ചേച്ചീ, എന്റെ കേസിന്റെ കാര്യത്തെപ്പറ്റി വല്ലതും അറിയാമോ? അത് എന്തായി? അയാൾ പതിഞ്ഞ ശബ്ദത്തിൽ ചോദിച്ചു. കൈകൾ കൂപ്പിത്തന്നെ പിടിച്ചിരുന്നു.

"അയ്യോ, എനിക്ക് ഒന്നുംതന്നെ അറിയില്ല. ഞാൻ ഒരു ദ്വിഭാഷി മാത്രമായിരുന്നല്ലോ."

താൻ പതുക്കെ മുന്നോട്ട് നീങ്ങി. അയാളുടെ കണ്ണുകൾ തന്നെ പിന്തുടരുന്നത് അറിഞ്ഞിട്ടും തിരിഞ്ഞു നോക്കാതെ വേഗം നടന്നു.

ബ്രാൻഡോ എന്ന റെസ്റ്റോറന്റിൽ തന്റെ സുഹൃത്ത് ന്യൂസിലാന്റുകാരി പെട്രീഷ്യ ഇരിക്കുന്നുണ്ടായിരുന്നു. സൗമ്യതയുടെയും സൗഹൃദത്തിന്റെയും പ്രതീകമായിരുന്നു പെട്രീഷ്യ. യൂണിവേഴ്സിറ്റിയിൽനിന്നുള്ള സൗഹൃദമാണ്.

ബ്രാൻഡോയിലെത്തിയതും അവളെ കണ്ട് 'ഹായ് പെട്രീഷ്യ' എന്ന് അഭിവാദ്യം ചെയ്തു. 'ഹായ് കരുണ' അവൾ തിരിച്ച് ഹസ്തദാനം നൽകി. അവളുടെ അടുത്തായി കസേരയിൽ ഇരുന്നു. ദക്ഷിണേന്ത്യൻ വിഭവങ്ങൾ കഴിക്കാൻ ഇഷ്ടമുള്ള ഒരു സുഹൃത്തായിരുന്നു അവൾ.

ദഹിവടയുടെ സ്വാദ് നുണഞ്ഞുകൊണ്ട് ഇരിക്കുമ്പോഴായിരുന്നു പെട്ടെന്ന് അയാൾ വീണ്ടും കൺമുന്നിലെത്തിയത്. റെസ്റ്റോറന്റിൽ

ഏതാനും മേശകളേ നിറഞ്ഞിരുന്നുള്ളൂ. ഒഴിഞ്ഞുകിടന്നിരുന്ന മേശകൾക്കിടയിലൂടെ നിലംതുടച്ചുകൊണ്ട് അരുൺകുമാർ നടന്നു നീങ്ങുന്നു!

അന്ധാളിച്ചുപോയി. അല്പം മുമ്പല്ലേ അയാളെ നിരത്തിൽവെച്ചു കണ്ടത്? അയാൾ തന്നെ പിന്തുടർന്ന് ഇവിടെ എത്തിയതാവുമോ? ഒന്നാലോചിച്ചപ്പോൾ അങ്ങനെയാവാൻ വഴിയില്ലല്ലോ എന്നു തോന്നി. തന്നെ ശ്രദ്ധിക്കാതെ നടന്നുനീങ്ങുന്നതു കണ്ടപ്പോൾ മനസ്സിലായി അവിചാരിതമായി അയാളെ വീണ്ടും കണ്ടുമുട്ടിയതാണെന്ന്.

പെട്ടെന്ന് കൈയിലെ ദഹിവട പ്ലേറ്റിൽത്തന്നെവെച്ച് പെട്രീഷ്യയോട് ഇപ്പോൾ വരാം എന്നും പറഞ്ഞ് അയാളുടെ മുന്നിൽ പോയി നിന്നു. അയാൾ മുഖമുയർത്തിയപ്പോൾ അതിശയത്തോടെയാണ് തന്നെ നോക്കിയത്.

“ഓ, ചേച്ചി ഇങ്ങോട്ടാണ് വന്നത് അല്ലേ?”

“അരുൺകുമാർ, നിങ്ങൾക്ക് യു.എൻ. ഓഫീസിലെ നിയമങ്ങളൊന്നും ആരും പറഞ്ഞുതന്നിട്ടില്ലേ? അഭയാർത്ഥിക്കുള്ള അപേക്ഷ നൽകി കാത്തിരിക്കുന്ന നിങ്ങൾക്ക് പുറത്തുപോയി ജോലിയൊന്നും ചെയ്യാൻ പാടില്ലല്ലോ.”

“എല്ലാമറിയാം ചേച്ചീ. പറഞ്ഞുതന്നിട്ടുണ്ട്. തൽക്കാലം പണത്തിനുവേണ്ടി പൊലീസിന്റെ കണ്ണുവെട്ടിച്ച് ഞാനിവിടെ ജോലി ചെയ്യുകയാണ്. പാർട്ട് ടൈം ജോലിയാണ്.” അയാൾ മടിച്ചു മടിച്ച് പറഞ്ഞു.

“ചേച്ചീ, ഇവിടുന്ന് കിട്ടുന്ന തുച്ഛമായ വരുമാനംകൊണ്ട് ജീവിച്ചു പോകുന്നു. ഗവണ്മെന്റ് നൽകുന്ന ചെറിയ തുകകൊണ്ടൊന്നും ഇവിടെ ജീവിക്കാനാവില്ല.”

ഇത് പറയുമ്പോൾ അയാൾ തലയുടെ പുറകുവശം ചൊറിഞ്ഞുകൊണ്ടിരുന്നു.

അയാൾ പറഞ്ഞതു കേട്ടപ്പോൾ അമ്പരപ്പും ഭയവുമാണ് തോന്നിയത് എന്നു മാത്രമല്ല, നല്ല ചങ്കൂറ്റമുണ്ടല്ലോ എന്നു വിചാരിക്കുകയും ചെയ്തു. വിസയുടെ സമയം കഴിഞ്ഞും ഹോങ്കോങിൽ തങ്ങിയ അയാൾ ജയിൽമോചിതനായശേഷം അഭയാർത്ഥിക്കായുള്ള അപേക്ഷ നൽകി വിചാരണ നേരിട്ടുകൊണ്ടിരിക്കുകയായിരുന്നല്ലോ. ഗവണ്മെന്റ് നൽകുന്ന പരിമിതമായ ജീവിത സൗകര്യങ്ങൾകൊണ്ട് ജീവിക്കുവാനേ അയാൾക്ക് അനുവാദമുള്ളൂ. പുറത്തു നടക്കുമ്പോൾ പൊലീസ് എപ്പോൾ വേണമെങ്കിലും പിടിച്ചു നിർത്തി ചോദ്യം ചെയ്തേക്കാം. പാസ്പോർട്ടും വിസയും മറ്റും

ചോദിച്ചേക്കാം എന്നതിനാൽ അയാൾ പൊലീസിന്റെ കണ്ണിൽപ്പെടാതെ എല്ലാം സൂക്ഷിച്ചു ചെയ്യുകയാണ്.

തന്നെ നോക്കി കൈകൂപ്പി അയാൾ പറഞ്ഞു, "ചേച്ചീ, ആ ഓഫീസിൽ എന്റെ കാര്യമൊന്നു പറയണേ."

"അവിടെ ആർക്കെങ്കിലും വേണ്ടി ശുപാർശ ചെയ്യുവാനുള്ള അധികാരമൊന്നും എനിക്കില്ല. ഞാൻ അവിടെ ഒരു താൽക്കാലിക ജോലിക്കാരിയാണ് ഇപ്പോൾ. എനിക്ക് നിങ്ങൾ പറഞ്ഞതൊന്നും ചെയ്യാൻ കഴിയില്ല."

"ചേച്ചീ, ഞാനിവിടെ ജോലി ചെയ്യുന്ന കാര്യം ആ ഓഫീസിൽ ആരോടും പറയല്ലേ." അയാൾ പുറകിൽനിന്നും വിളിച്ചു പറഞ്ഞു.

മറുപടിയൊന്നും പറയാതെ തിരികെ സീറ്റിൽ വന്നിരുന്ന് പെട്രീഷ്യയോടൊപ്പം ഭക്ഷണം കഴിച്ചു.

* * *

കരുണ കിടക്കയിൽ തിരിഞ്ഞും മറിഞ്ഞും കിടന്നു. അയാൾ തന്നെ പിൻതുടർന്നതായിരിക്കുമോ എന്ന ചിന്തപോലും അവളെ ഭയപ്പെടുത്തി. ഉടനെ മറിച്ചും ചിന്തിച്ചു. ഏയ്, അങ്ങനെയായിരുന്നിരിക്കില്ല.

പുറത്ത് ശാന്തമായ കടൽ നിലാവെളിച്ചത്തിൽ മിന്നി. കരുണ വീണ്ടും ചിന്തിച്ചു, മനുഷ്യനുണ്ടായ കാലംമുതൽ തുടങ്ങിയതായിരിക്കണം മനുഷ്യപ്രയാണങ്ങളും. അനേകായിരം വർഷങ്ങൾക്കു മുമ്പ് ഫലഭൂയിഷ്ഠമായ പ്രദേശങ്ങൾ തേടിയലഞ്ഞ് മനുഷ്യൻ സ്വന്തം വാസസ്ഥലങ്ങൾ കണ്ടെത്തി അവിടെ പാർപ്പിടങ്ങളുണ്ടാക്കി താമസിച്ചിരുന്നു. കാറ്റിനോടും വെയിലിനോടും മഴയോടും മഞ്ഞിനോടും പ്രകൃതിക്ഷോഭങ്ങളോടും പടപൊരുതി എത്തിച്ചേർന്ന മണ്ണിൽ ജീവിതം ഉറപ്പിച്ചു. അന്ന് മനുഷ്യർ സ്വതന്ത്രരായിരുന്നു. ഒരു തടസ്സവും അവരുടെ പ്രയാണങ്ങൾക്കോ ജീവിതങ്ങൾ കരുപ്പിടിപ്പിക്കുന്നതിനോ ഉണ്ടായിരുന്നില്ല. എന്നാൽ കാലംകഴിയവേ മനുഷ്യമനസ്സിൽ വേലികൾ ഉയർന്നു. അതിർത്തികൾ വരയ്ക്കപ്പെട്ടു. വന്മതിലുകൾ മനുഷ്യരെ തമ്മിലകറ്റി. സ്വന്തം മണ്ണുവിട്ട് മറ്റൊരിടത്തെ മണ്ണിൽ കാലുകുത്താൻ നിയമങ്ങൾ തടസ്സമായി. സ്വാർത്ഥതയിൽ ക്രമേണ മനുഷ്യർ സ്വന്തം സാമ്രാജ്യങ്ങൾ പടുത്തുയർത്തി. തമ്മിൽ യുദ്ധം ചെയ്ത് മനുഷ്യൻ മനുഷ്യനിൽ നിന്ന് അകന്നു. അതിർത്തികൾ നിർമ്മിച്ച് പ്രവേശനാനുമതി നിഷേധിച്ചു. ഇന്ന് അഭയംതേടി പരക്കംപായുന്ന മനുഷ്യരുടെ സംഖ്യ ഉയർന്നുയർന്നു

വരികയാണ്. എങ്കിലും കേരളത്തിൽനിന്ന് ഒരാൾ അവിടുത്തെ രാഷ്ട്രീയപരമായ ബുദ്ധിമുട്ടുകൾ കാരണം ഹോങ്കോങിൽ അഭയാർത്ഥിയായി എത്തിയതാലോചിക്കുമ്പോൾ വല്ലാത്ത ഒരു വയ്യായ്ക തോന്നി. ആദ്യമായി തനിക്ക് ദ്വിഭാഷിയാകേണ്ടി വന്നത് അത്തരത്തിലൊരാൾക്കുവേണ്ടിയും.

അവൾ കണ്ണടച്ചു.

പിറ്റേദിവസം അവളുടെ ഇ-മെയിൽ അഡ്രസ്സിലേക്ക് യു.എൻ. ഓഫീസിൽനിന്നും ഒരു ഇ-മെയിൽ വന്നു. അരുൺകുമാർ എഴുതിക്കൊടുത്ത അയാളുടെ വിഷമങ്ങൾ വിശദീകരിച്ചുകൊണ്ടുള്ള ഒരു കുറിപ്പായിരുന്നു അത്. സ്റ്റെഫാനി സ്കാൻ ചെയ്ത് അയച്ചതായിരുന്നു. അതൊന്ന് തർജ്ജമ ചെയ്ത് തിരിച്ചയയ്ക്കാൻ സ്റ്റെഫാനി എഴുതിയിരുന്നു. അവൾ അത് ബുദ്ധിമുട്ടി ഇരുന്ന് വായിച്ചു മനസ്സിലാക്കി. ഇടയ്ക്ക് അമ്മ ലളിതയുടെ സഹായവും തേടി. മലയാളം നന്നായി സംസാരിക്കാൻ അവൾക്ക് കഴിഞ്ഞിരുന്നു. അതിനാൽ ദ്വിഭാഷിയുടെ ജോലി അവൾക്ക് ചെയ്യാൻ കഴിഞ്ഞു. മലയാളം വായിക്കുമെങ്കിലും അല്പം ബുദ്ധിമുട്ടിയേ അത് സാധ്യമാകാറുള്ളൂ. വായിച്ചു മനസ്സിലാക്കിയശേഷം ശ്രദ്ധയോടെ അവൾ അത് ഇംഗ്ലീഷിലേക്ക് തർജ്ജമ ചെയ്ത് ഇ-മെയിലിൽത്തന്നെ സ്കാൻ ചെയ്ത് തിരിച്ചയച്ചു. അതിനായി അവൾ അച്ഛൻ മുകുന്ദൻമേനോന്റെ സഹായവും തേടി.

നിയമങ്ങൾ കർശനമാണ് ഹോങ്കോങിൽ. അഭയാർത്ഥിപ്രശ്നങ്ങൾ വളരെ ഗൗരവമായിക്കാണുന്ന ഗവണ്മെന്റാണ് ഇവിടെയുള്ളത് എന്ന് അവളോർത്തു. കോടതിയിലേക്ക് പോകാൻ അർഹതയുള്ള പ്രശ്നങ്ങളുണ്ടെങ്കിൽ മാത്രമേ അഭയാർത്ഥിയുടെ കേസും പരിഗണിക്കൂ. അഡ്വക്കേറ്റുമാരുടെ ഒരു സംഘം പരിശോധിച്ചശേഷം അർഹതയുള്ളവ കോടതിയിലേക്ക് റഫർ ചെയ്യുകയാണത്രെ പതിവ്. അരുൺകുമാറിന്റെ കാര്യത്തിലും അങ്ങനെയേ നടക്കൂ. അയാൾ ആവശ്യമില്ലാതെ മരക്കുരിശു ചുമക്കുകയാണെന്ന് അവൾക്കു തോന്നി.

* * *

ഒരാഴ്ച കഴിഞ്ഞ് ഒരു ദിവസം സ്റ്റെഫാനിയുടെ കോൾ വന്നപ്പോൾ, അവൾ തന്റെ പഠിപ്പിന്റെ ഭാഗമായ ഒരു പ്രോജക്ട് വർക്ക് ചെയ്യുകയായിരുന്നു. ആ വർഷത്തെ അവസാനത്തെ പ്രോജക്ട് വർക്ക്.

“കരുണ, നിനക്ക് ഒഴിവുണ്ടെങ്കിൽ നാളെ എന്റെ കൂടെ ഇവിടുത്ത് ജയിൽ വരെ ഒന്ന് വരാമോ? അവിടെയുള്ള ഒരു മലയാളിക്ക് നമ്മുടെ സേവനം ആവശ്യമുണ്ട്.” സ്റ്റെഫാനി പറഞ്ഞു.

"സ്റ്റെഫാനീ, ഞാൻ ഒരല്പം തിരക്കിലാണ്. എങ്കിലും വരാൻ ശ്രമിക്കും. അല്പം കഴിഞ്ഞ് തിരികെ വിളിക്കാം."

പ്രോജക്ട് തീർത്ത് അന്നു രാത്രി പന്ത്രണ്ടു മണിക്ക് മുമ്പായി കോളേജ് പ്രൊഫസറുടെ ഇ-മെയിലിലേക്ക് അയയ്ക്കണം. അതോടെ അത് തീരും. പിറ്റേദിവസം യൂണിവേഴ്സിറ്റിയിലേക്ക് പോകണം. എന്നാൽ സിക്ക് ലീവെടുക്കാം എന്ന് അവളുറപ്പിച്ചു.

പിറ്റേദിവസം സ്റ്റെഫാനിക്കൊപ്പം കരുണ ടുൻമുൻ ജയിലിലേക്ക് ടാക്സിയിൽ യാത്ര ചെയ്തു. സ്റ്റെഫാനിക്ക് പ്രത്യേക പാസും അകത്തു കടക്കാൻ അനുമതിയുമുണ്ടായിരുന്നു. സെക്യൂരിറ്റി ഗാർഡ് സ്റ്റെഫാനിയോടൊപ്പം കരുണയെയും കടത്തിവിട്ടു. ലോകത്ത് എവിടെയുമെന്നപോലെ ഇവിടുത്തെ ജയിലിനു മുന്നിലും വളരെ ഉയരമുള്ള വലിയ മതിലും ഗേറ്റുമുണ്ടായിരുന്നു. നിഗൂഢതയുടെ പര്യായംപോലെ കുറ്റവാളിക്ക് പെട്ടെന്നൊന്നും രക്ഷപ്പെടാൻ സാധ്യ മല്ലാത്തയത്ര ഉയരത്തിൽ ഗേറ്റ് കറുത്തിരുണ്ട ചായത്തിൽ മുങ്ങി നിന്നു.

അവർ രണ്ടുപേരും ഉള്ളിൽ കടന്നയുടനെ പാറാവുകാരൻ വലിയ ആ ഗേറ്റടച്ചു. അവിടുന്ന് ലോബിയിലേക്ക് കയറുന്ന ഒരു വഴി ഉണ്ടായിരുന്നു. അരണ്ട വെളിച്ചമേ ഉണ്ടായിരുന്നുള്ളൂ. ലോബി യിൽവെച്ച് വീണ്ടും സ്റ്റെഫാനിയുടെ പാസും അനുമതി പത്രവു മൊക്കെ പരിശോധിക്കപ്പെട്ടു. അതിനുശേഷം അവിടെ നിന്നിരുന്ന ഒരു പൊലീസുകാരൻ, അവരോട് തലകുനിച്ച് സൗഹാർദ്ദപരമായി പുഞ്ചിരിച്ച് അകത്തേക്ക് കടക്കാൻ അനുമതി നൽകി.

സ്റ്റെഫാനിയുടെ പിന്നിലായി കരുണ നടന്നു. നിരനിരയായി ജയിൽമുറികൾ കണ്ടു. കനത്ത ഇരുമ്പഴികൾ പിടിപ്പിച്ച വാതിലു കൾ ആ മുറികൾക്ക് മുന്നിൽ ഉണ്ടായിരുന്നു. പല മുറികളിലും ആരും ഉണ്ടായിരുന്നില്ല. പതിനൊന്നാം നമ്പർ മുറിക്ക് മുന്നിൽ സ്റ്റെഫാ നിയും കരുണയും നിന്നു. മുറിക്കുള്ളിൽ ഒരു പുരുഷന്റെ രൂപം കണ്ടു. തല കുനിച്ചിരിക്കുന്നു. പിന്നെ മനസ്സിലായി അയാൾ കാൽ മുട്ടിൽ തലയും കുനിച്ചുപിടിച്ച് ഇരിക്കുകയാണെന്ന്.

"മിസ്റ്റർ ലോപ്പസ്." സ്റ്റെഫാനി വിളിച്ചു.

അയാൾ മുഖമുയർത്തി. തളർന്ന്, വല്ലാത്ത അവശത തോന്നി ക്കുന്ന മുഖം.

"അഭിമുഖത്തിന് സമയമായി. വരൂ." സ്റ്റെഫാനി അയാളോട് പറഞ്ഞു.

അയാൾ ശ്രദ്ധിച്ചു. സ്റ്റെഫാനി തിരിഞ്ഞ് ഒരു ഭാഗത്തേക്ക് നടന്നു. കരുണ അനുഗമിച്ചു. അവിടെ ഒരു മുറിയിലേക്ക് സ്റ്റെഫാനി

കയറി, കരുണയും. അല്പനേരത്തിനുള്ളിൽ ഒരു പൊലീസുകാരൻ വന്ന് അയാളെ ഇറക്കിക്കൊണ്ടുവന്നു. ലോപ്പസ് മുറിയിലേക്ക് കടന്നു വന്നു. ആ മുറിയിലും മേശയ്ക്കു നടുവിലായി സുതാര്യമായ ഒരു ചില്ലുമറയുണ്ടായിരുന്നു. അപ്പുറത്ത് ലോപ്പസ് വന്നിരുന്നു. ഇപ്പുറത്ത് സ്റ്റെഫാനിയും താനും. അയാളുടെ മുഖം കവിളൊട്ടി, കൺകുഴിഞ്ഞ്, കുറ്റിരോമങ്ങൾ നിറഞ്ഞതായിരുന്നു. കണ്ണുകൾ കരഞ്ഞു തളർന്നതുപോലെയായിരുന്നു.

"അഭിമുഖം തുടങ്ങുകയാണ്." സ്റ്റെഫാനി പറഞ്ഞു. താനത് അയാൾക്ക് തർജ്ജമ ചെയ്തുകൊടുത്തു. സ്റ്റെഫാനി സ്വയം പരിചയപ്പെടുത്തി. അതുകഴിഞ്ഞ് അവളും. അയാൾ ഹോങ്കോങിൽ എത്തിപ്പെടാനുള്ള സാഹചര്യങ്ങൾ വിവരിക്കാൻ സ്റ്റെഫാനി അയാളോട് ആവശ്യപ്പെട്ടു. അയാൾ സംസാരിക്കാൻ അല്പസമയമെടുത്തു. പതുക്കെപ്പതുക്കെ അയാൾ തന്റെ കഥ പറഞ്ഞു.

"എന്റെ പേര് ലോപ്പസ്. ഞാനൊരു മുക്കുവനാണ്. നാട്ടിലെ തുറയിലെ സാധാരണക്കാരനായ മീൻപിടുത്തക്കാരൻ. കുടുംബ പ്രാരബ്ധങ്ങൾ എന്നെ വലച്ചിരുന്നു. ഒരിക്കൽ കടലിൽ തോണി ഇറക്കുന്നതിനെച്ചൊല്ലിയുണ്ടായ വാക്കുതർക്കം ഒടുവിൽ വലിയ വഴക്കിലെത്തിച്ചു. ആളുകൾ ഇരുചേരികളായി പിരിഞ്ഞ് തമ്മിൽ തല്ലി. കടൽപ്പുറമാകെ വല്ലാത്ത സംഘർഷം നിറഞ്ഞുനിന്നു. ആരും കടലിൽ തോണിയിറക്കാൻ ധൈര്യപ്പെട്ടില്ല. തുറയിലെ വീടുകൾ പട്ടിണിയിലായി. വയറൊട്ടി കണ്ണു കുഴിഞ്ഞ സഹോദരങ്ങളും അപ്പനും അമ്മയുമൊക്കെ എന്നെ വല്ലാതെ വേദനിപ്പിച്ചു.

ഒരു ദിവസം ഞാനും സുഹൃത്തുക്കളും ചേർന്ന് ധൈര്യപൂർവ്വം കടലിൽ തോണിയിറക്കി മീൻ പിടിച്ചുകൊണ്ടുവന്നു. എന്നാൽ വിൽക്കാൻ സാധിച്ചില്ല. ഞാൻ വഴക്കിൽ ഉൾപ്പെട്ടിരുന്നില്ലെങ്കിലും ഞാൻ ഒരു വിഭാഗത്തിനെ തുണച്ചിരുന്നു. എന്നാൽ എതിർചേരിക്കാർ ശക്തരായ ഒരു രാഷ്ട്രീയപാർട്ടിയുടെ പിൻബലമുള്ളവരായിരുന്നു. അവർ ഞങ്ങൾ പിടിച്ച മീനൊന്നും വിൽക്കാൻ സമ്മതിക്കാതെ തടഞ്ഞുവെച്ചു. വീണ്ടും അടിപിടി നടന്നു. എനിക്ക് മേലാസകലം മുറിവേറ്റു. കുറേ നാൾ മുറിവുമായി നടന്നു. അല്ല, കിടപ്പായി. ഇത്തിരി ഭേദമായപ്പോൾ, അവിടെ ഇനി ജീവിക്കുന്നത് ശരിയാവില്ലെന്നു തോന്നിയപ്പോൾ, ഒരു സുഹൃത്തിന്റെ സഹായത്തോടെ നാടുവിട്ടു. ട്രെയിനിൽ മുംബൈയിലെത്തി. ജീവിക്കാനായി പല ജോലികളും മാറിമാറി ചെയ്തു. ഒടുവിൽ ഒരു പാസ്പോർട്ട് സംഘടിപ്പിച്ച് ഹോങ്കോങിൽ എത്തുകയായിരുന്നു. സംശയകരമായി തന്നെക്കണ്ട എയർപോർട്ടിലെ ഇമിഗ്രേഷൻ അധികൃതർ

ആദ്യം തടഞ്ഞ് മാറ്റിനിർത്തി. പിന്നീട് പതിന്നാലു ദിവസത്തെ വിസ നൽകി അകത്ത് കടത്തുകയായിരുന്നു. വിസ സമയം കഴിഞ്ഞിട്ടും ഒരു ജോലിക്കായി അലഞ്ഞുനടന്ന എന്നെ വഴിയിൽവെച്ച് പൊലീസ് അറസ്റ്റു ചെയ്യുകയായിരുന്നു. പിന്നീട് ജയിലിലായി. അഭയാർത്ഥിക്കുള്ള അപേക്ഷ നൽകിയിരിക്കുകയാണ്. പൊലീസ് എന്നെ ഇതുവരെ വിട്ടയച്ചിട്ടില്ല."

അയാൾ സംസാരം നിർത്തി. കണ്ണുകൾ നിറഞ്ഞൊഴുകി. തങ്ങളുടെ നേരെ കൈകൂപ്പി. പിന്നീട് കണ്ണുകൾ തുടച്ച് മൗനിയായി.

കരുണ അയാളുടെ ഓരോ വാചകവും പരിഭാഷപ്പെടുത്തിക്കൊണ്ടിരുന്നു. അയാളുടെ രൂപവും ഭാവവും അവളെ വേദനിപ്പിച്ചുകൊണ്ടിരുന്നു. അദ്ധ്വാനിച്ചു ജീവിച്ച് കുടുംബം പോറ്റിയിരുന്ന യുവാവ്.... പട്ടിണിക്കാരായ മാതാപിതാക്കളും സഹോദരങ്ങളും. തന്റെ ദരിദ്രകുടുംബത്തെ ഉപേക്ഷിച്ച് ജീവനിൽ കൊതിയോടെ നാടുവിട്ട് ഇവിടെ ഈ ജയിലിൽ ഉരുകിക്കഴിയുന്നു. തുറകളിലെ സംഘർഷങ്ങളെക്കുറിച്ചൊക്കെ ഏകദേശ ധാരണ അവൾക്ക് ഉണ്ടായിരുന്നു. പത്രവായനയിലൂടെ ലഭിച്ച അറിവായിരുന്നു. എങ്കിലും ആ സംഘർഷാവസ്ഥ അയാളെ ഹോങ്കോങ്ങിൽ എത്തിച്ചു എന്നതിൽ അതിശയം തോന്നി. ജീവിതം അങ്ങനെയാണ്. അവിശ്വസനീയമായി എന്തും എപ്പോൾ വേണമെങ്കിലും സംഭവിക്കാം.

സംഘർഷാവസ്ഥ നിലനിന്ന ആ തുറയിലെ വിവരങ്ങൾ, പ്രധാന വ്യക്തികളുടെ പേരുകൾ എന്നിവ സ്റ്റെഫാനി അയാളോട് ചോദിച്ചറിഞ്ഞു. സ്ഥലപ്പേരും വ്യക്തികളുടെ പേരുവിവരങ്ങളും ചില രാഷ്ട്രീയപാർട്ടികളുടെ പേരുമൊക്കെ അയാൾ പറഞ്ഞു. എല്ലാം പരിഭാഷപ്പെടുത്തിക്കൊടുത്തു. ഒടുവിൽ ആ അഭിമുഖം അവസാനിച്ചു. അയാൾ പൊലീസ് അകമ്പടിയോടെ തടവറയിലേക്ക് തിരിച്ചുപോയി. ടേപ്പ് റെക്കോർഡറും മറ്റും ബാഗിൽ ഒതുക്കി സ്റ്റെഫാനി അവളോടൊപ്പം പുറത്തു കടന്നു.

ജയിലിൽനിന്ന് പുറത്തിറങ്ങി, പടുകൂറ്റൻ ഗേറ്റു കടന്നതും കരുണ തിരിഞ്ഞുനോക്കി. മനുഷ്യഹൃദയങ്ങളുടെ രക്തമൊലിക്കുന്ന രഹസ്യനിലവറകളായി തടവറകളെ അവൾക്കു തോന്നി. ഒരു ഉൾക്കിടിലം അന്നു മുഴുവൻ അവളെ ചൂഴ്ന്നുനിന്നു.

* * *

രാധാകൃഷ്ണൻ എന്ന മരപ്പണിക്കാരൻ ഹോങ്കോങ്ങിലെത്തി അധികനാൾ കഴിയുംമുമ്പുതന്നെ സ്റ്റെഫാനി കരുണയെ വിളിച്ചു.

"കരുണ, എനിക്ക് നിന്റെ സഹായം വീണ്ടും ആവശ്യമാണ്. വന്നു സഹായിക്കൂ."

“ശരി. സമയം പറയൂ. എന്നാൽ എനിക്കെന്റെ യൂണിവേഴ്സിറ്റി ക്ലാസുകൾ അഡ്ജസ്റ്റ് ചെയ്തുവരാൻ സാധിക്കും.”

“ഓകെ. നാളെക്കാലത്ത് ഒമ്പതുമണിക്കായാലോ?”

“ശരി. വരാം.” അവൾ പറഞ്ഞു. ഒപ്പം നാളത്തെ ക്ലാസ് കട്ട് ചെയ്യുന്നതിനെക്കുറിച്ച് ഓർക്കുകയും ചെയ്തു. എബിതയോട് പറഞ്ഞു, നാളത്തെ ക്ലാസ്നോട്ടുകൾ തനിക്കുകൂടി തരണേ എന്ന്. അവൾ സമ്മതിച്ചു.

പിറ്റേന്ന് സ്റ്റെഫാനിയെ കണ്ടു. അവൾ സ്വീകരണമുറിയിലെത്തി തന്നെ കാണുകയായിരുന്നു.

“വരൂ. അകത്തേക്കു പോകാം. നമ്മുടെ കക്ഷി വന്നുകഴിഞ്ഞിരിക്കുന്നു.”

ചില്ലുമറയ്ക്കപ്പുറത്ത് രാധാകൃഷ്ണൻ എന്നു പേരുള്ള മലയാളി. പതിവുപോലെ അഭിമുഖം ആരംഭിച്ചു.

“ഞാൻ രാധാകൃഷ്ണൻ. വയസ്സ് മുപ്പത്തിയെട്ട്. മരപ്പണിയാണ് ജോലി. വീട്ടിൽ അച്ഛനും അമ്മയും രണ്ട് അനുജത്തിമാരും ഭാര്യയും ഉണ്ട്. കുട്ടികൾ ഇല്ല.” സ്റ്റെഫാനിയുടെ ചോദ്യങ്ങൾക്ക് അയാൾ കൃത്യമായ മറുപടികൾ നൽകി.

രാധാകൃഷ്ണൻ അഭയാർത്ഥിയായിട്ട് ഹോങ്കോങ്ങിൽ എത്തിയിരിക്കുന്നു. സ്റ്റെഫാനിയും അവളും സശ്രദ്ധം അയാളുടെ കഥയിലേക്കു കടന്നു. അതിന്റെ വിശ്വസനീയതയെക്കുറിച്ചൊന്നും അവൾ ചിന്തിച്ചില്ല. അയാൾ പറഞ്ഞത് വള്ളിപുള്ളി വിടാതെ സ്റ്റെഫാനിയെ പറഞ്ഞു കേൾപ്പിച്ചു. സ്റ്റെഫാനി അവ റെക്കോർഡ് ചെയ്യുകയും എഴുതിയെടുക്കുകയും ചെയ്തു.

ആശാരിമാരുടെ അസോസിയേഷന്റെ സംസ്ഥാന പ്രസിഡണ്ടായിരുന്നു രാധാകൃഷ്ണൻ. കോൺഗ്രസ് അനുഭാവി. നല്ലൊരു പ്രവർത്തകനും ആയിരുന്നു. ഒരിക്കൽ ഭാര്യയേയുംകൊണ്ട് ചികിത്സാർത്ഥം ആശുപത്രിയിൽ പോയി നടന്നുവരവേ വഴിവക്കിൽനിന്ന് അരിവാൾകൊണ്ടൊരു വെട്ടേറ്റു. തോളിനാണ് വെട്ടുകൊണ്ടത്. എതിർപാർട്ടിക്കാരിലൊരാൾ ചെയ്തതായിരുന്നു. വീണുപോയി.

“ഇത്ര പകയുണ്ടാകാൻ നിങ്ങളാ പാർട്ടിക്കാരോട് എന്തു തെറ്റാണ് ചെയ്തത്?” സ്റ്റെഫാനി ചോദിച്ചു. അവൾ പരിഭാഷപ്പെടുത്തി.

“ഞങ്ങളുടെ നാട്ടിൽ രാഷ്ട്രീയപരമായ ചെറിയ തർക്കങ്ങൾ മതി അത് കത്തിക്കുത്തിലവസാനിക്കാൻ. ചിലപ്പോൾ അതിലൊരാളെയോ രണ്ടുപേരെയുമോ മരണത്തിലും എത്തിക്കും.” രാധാകൃഷ്ണൻ പറഞ്ഞു. അയാൾ തുടർന്നു.

"ഞാൻ ആശുപത്രിയിൽ കിടന്നപ്പോൾ എന്റെ വീട് പട്ടിണിയിലായി. സഹോദരിമാർ പഠിപ്പു നിർത്തി കൂലിപ്പണിക്ക് പോകാൻ തുടങ്ങി. എന്നെ അതു വേദനിപ്പിച്ചു. ഭാര്യ അടുത്ത വീട്ടിൽ മാസ ശമ്പളത്തിൽ അടുക്കളപ്പണിക്ക് സഹായിയായി പോയതോടെ വേദന അധികമായി. എന്റെ മുറിവുകൾ കരിഞ്ഞപ്പോൾ എങ്ങനെയെങ്കിലും നന്നായി ജീവിച്ചേ പറ്റൂ എന്ന് മനസ്സിലുറപ്പിച്ച്, അതിനായി പല വഴികളും ചിന്തിച്ചു തുടങ്ങി. അങ്ങനെ ഞാൻ ചെന്നൈയിലേക്ക് തീവണ്ടി കയറി. കൈയിൽ ഗൾഫിൽ പോകണമെന്നു കരുതി എടുത്തുവെച്ചിരുന്ന പാസ്പോർട്ട് ഉണ്ടായിരുന്നു. ചെന്നൈയിലെ കോൺഗ്രസ് പാർട്ടി ഓഫീസിൽ കുറേനാൾ താമസിച്ചു. ഒടുവിൽ പാർട്ടിക്കാർതന്നെ തിരിച്ചു പോകാൻ നിർബന്ധിച്ചപ്പോൾ, അവരിൽനിന്ന് കുറച്ചു കാശ് കടം മേടിച്ച് ഹോങ്കോങ്ങിലേക്ക് ടിക്കറ്റ് എടുക്കുകയായിരുന്നു. ഹോങ്കോങ് എന്ന നാടിനെക്കുറിച്ച് മുൻപ് ഞാൻ കേട്ടിരുന്നു." അയാൾ പറഞ്ഞു നിർത്തി.

കരുണ അറിയാതെ അയ്യോ എന്നു പറഞ്ഞുപോയി. അവൾ തലയിൽ കൈവെച്ചില്ലെന്നേയുള്ളൂ. കേരളത്തിൽ പാർട്ടി പ്രശ്നങ്ങൾ ഉണ്ടായാൽ ഇന്ത്യയിൽത്തന്നെ മറ്റ് എത്രയോ സ്ഥലങ്ങളുണ്ട്. ഒളിക്കുവാനോ പുതുജീവിതം കരുപ്പിടിപ്പിക്കുവാനോ ഒക്കെയായി എന്നൊക്കെ അവൾ ചിന്തിച്ചുവെങ്കിലും അവളുടെ ഉള്ളിൽ എപ്പോഴത്തെയുംപോലെ സഹതാപവും പൊട്ടിമുളച്ചു.

ഉള്ളിൽ നിറഞ്ഞ ചോദ്യങ്ങൾ അടക്കി അവൾ എല്ലാം സ്റ്റെഫാനിക്ക് പരിഭാഷപ്പെടുത്തിക്കൊടുത്തു. അഭിമുഖം അവസാനിക്കും മുമ്പ് ചില ചോദ്യങ്ങൾ സ്റ്റെഫാനി അയാളോട് വീണ്ടും ചോദിച്ചു. ചിലതിനൊക്കെ ഉത്തരം പറയാൻ അയാൾ ബുദ്ധിമുട്ടി. അഭിമുഖം അവസാനിച്ചു.

രാധാകൃഷ്ണൻ പോയി. ആ മുറിക്കുള്ളിൽ ഇരുന്നുതന്നെ താൻ എഴുതിയെടുത്തതെല്ലാം ഒന്നുകൂടി വായിച്ചുകേൾപ്പിച്ചശേഷം സ്റ്റെഫാനി പറഞ്ഞു.

"ഒരു സഹായംകൂടി ചോദിക്കുന്നു. രാധാകൃഷ്ണൻ തന്റെ കഥ വിവരിച്ച് പൊലീസുകാർക്ക് എന്തൊക്കെയോ പേപ്പറിൽ എഴുതിക്കൊടുത്തിട്ടുണ്ട്. അതുകൂടി ഒന്ന് പരിഭാഷപ്പെടുത്തണം. ഒരു പേജേ ഉള്ളൂ."

"ഇത് ഞാൻ നാളെ സ്കാൻ ചെയ്ത് അയച്ചാൽ മതിയോ?" കരുണ സ്റ്റെഫാനിയോട് ചോദിച്ചു.

"തീർച്ചയായും. നാളെ മതി." സ്റ്റെഫാനി പറഞ്ഞു.

അവളോട് യാത്ര പറഞ്ഞുകൊണ്ട് കരുണയും നടന്നു. മലയാളം വായിച്ചു മനസ്സിലാക്കാൻ സാധിക്കുമെങ്കിലും അമ്മയോടുംകൂടി വായിച്ചു നോക്കാൻ പറഞ്ഞശേഷം ഇംഗ്ലീഷ് പരിഭാഷ സ്റ്റെഫാനിക്കയച്ചുകൊടുക്കാമെന്നവൾ കരുതി. ഒരു തെറ്റുപോലും വരുത്തരുതല്ലോ.

ആഴ്ചകൾക്കുശേഷം രാധാകൃഷ്ണനുമായി വീണ്ടും അഭിമുഖം നടന്നു. സ്റ്റെഫാനി ഒരുപാട് ചോദ്യങ്ങൾ തിരിച്ചും മറിച്ചും ചോദിച്ചിട്ടും ഹോങ്കോങ്ങിലേക്ക് വരാൻ കാരണമെന്ത് എന്ന ചോദ്യത്തിന് ഒരൊറ്റ ഉത്തരമേ അയാൾക്ക് പറയാനുണ്ടായുള്ളൂ. മുൻപ് പറഞ്ഞ അതേ ഉത്തരംതന്നെ. ഒരു കാര്യം കരുണയ്ക്ക് ഉള്ളിൽ സ്പഷ്ടമായിത്തോന്നി. അതായത് പുരോഗതിയുടെ പാതയിലേക്ക് നടന്നുകയറുന്ന ഇന്ത്യയെപ്പോലെ ഒരു രാജ്യത്തുനിന്നും നിസ്സാര കാരണങ്ങളാൽ അഭയാർത്ഥിയായി എത്തിയാൽ തീർച്ചയായും അഭയാർത്ഥിത്വം കിട്ടുവാൻ പ്രയാസം തന്നെയാവും എന്ന്. വെറും രാഷ്ട്രീയ പകപോക്കൽ ഒരു മറയാക്കി ഹോങ്കോങ്ങിലെത്തിയാൽ സഹതാപത്തിന്റെ തരിപോലും കിട്ടണമെന്നില്ല. യുദ്ധമോ പട്ടിണിയോ മൂലം ദുരിതപ്പെടുന്ന രാജ്യങ്ങളിൽനിന്നാണെങ്കിൽ അഭയം ലഭിച്ചുകൂടെന്നില്ല.

രാധാകൃഷ്ണന്റെ മുഖം ഇരുണ്ടിരുന്നു. അയാൾ ഒരുപാട് സഹിക്കുന്നുണ്ട്, തീർച്ച. തന്റെ നേർക്ക് നീളുന്ന പ്രതീക്ഷയുടെ നയനങ്ങളിലേക്ക് കരുണ നോക്കിയില്ല.

“ചേച്ചീ, എന്നെ സഹായിക്കാൻ കഴിയുമോ?” അയാൾ ഇടയ്ക്കെപ്പോഴോ പെട്ടെന്ന് അങ്ങനെ ചോദിച്ചപ്പോൾ കരുണ ഞെട്ടി.

രാധാകൃഷ്ണൻ എന്താണ് പറഞ്ഞത് എന്നർത്ഥത്തിൽ സ്റ്റെഫാനി ചോദ്യഭാവത്തോടെ അവളെ നോക്കി. എന്താണെന്ന് പറയാതിരിക്കാനാവില്ലായിരുന്നു. അത് നിയമലംഘനവുമായേക്കും. അതിനാൽ അവൾ അയാളുടെ ചോദ്യം ഇംഗ്ലീഷിൽ ആക്കി സ്റ്റെഫാനിയെ കേൾപ്പിച്ചു. സ്റ്റെഫാനി ഒന്നു ചിരിച്ചു. ആ ചോദിച്ചത് ശരിയായില്ല എന്നൊരു ഭാവവും ആ ചിരിയിൽ ഉള്ളതായി അവൾക്കു തോന്നി. പെട്ടെന്ന് സ്റ്റെഫാനിയുടെ മുഖം ഗൗരവതരമായി.

“ഈ സഹോദരിയോ ഞാനോ ഒന്നുമല്ല നിങ്ങളെ രക്ഷിക്കുക, ഇവിടുത്തെ നിയമങ്ങളാണ്. നിങ്ങളെ അഭയാർത്ഥിയാക്കുവാനോ അല്ലാതെ തിരിച്ചയയ്ക്കുവാനോ ഉള്ള അധികാരം ഇവിടുത്തെ നിയമങ്ങൾക്കാണ്.” സ്റ്റെഫാനി പറഞ്ഞു.

പിന്നീട് രാധാകൃഷ്ണൻ ഒന്നും ചോദിച്ചില്ല.

വിചാരിച്ചപോലെ രാധാകൃഷ്ണനും ഒരു അടഞ്ഞ അദ്ധ്യായമാവുകയായിരുന്നു. സ്റ്റെഫാനി അവിചാരിതമായാണ് അതേപ്പറ്റി പറഞ്ഞത്. എന്നാൽ അരുൺകുമാറിനും ലോപ്പസിനും എന്താവും സംഭവിച്ചിരിക്കുക എന്ന തന്റെ ആകാംക്ഷയെ അവൾ അടക്കി. അവർക്ക് ഹോങ്കോങ്ങിൽ അഭയാർത്ഥിത്വം കിട്ടിക്കാണുമോ? രാധാകൃഷ്ണന്റെ വിധിതന്നെ അവർക്കും ആയിരിക്കാനല്ലേ സാധ്യത?

അഭയാർത്ഥികൾ... ലോകം മുഴുവൻ അഭയാർത്ഥികളുണ്ട്. സ്വന്തം രാജ്യത്തുനിന്നും വിവിധ കാരണങ്ങളാൽ അവർ പലായനം ചെയ്യുന്നു. അതിൽ ഭീരുത്വവും സ്വാർത്ഥതയുമുണ്ടാവാം. യുദ്ധം ഭീതി വിതയ്ക്കുന്ന രാജ്യങ്ങളിൽനിന്നും വികസിതരാജ്യങ്ങളിലേക്ക് അഭയം തേടിച്ചെല്ലുന്നവർ, മതപീഡനങ്ങളിൽ നിന്നും രക്ഷതേടി സുരക്ഷിതരാജ്യങ്ങളിലേക്ക് ഓടിയെത്തുന്നവർ, ദാരിദ്ര്യം ദുരിതം വിതയ്ക്കുന്ന രാജ്യങ്ങളിൽനിന്നും സമ്പന്നരാജ്യങ്ങളിലേക്ക് അഭയം തേടിയെത്തുന്നവർ... അവരെല്ലാം പലായനം ചെയ്യുന്നു. അവരെല്ലാം സംരക്ഷിക്കപ്പെടുന്നുണ്ടോ? അല്ലെങ്കിൽത്തന്നെ, അവൾ ചിന്തിച്ചു. പലായനം ചെയ്യുന്ന മനുഷ്യരുടെ അവകാശങ്ങൾ എവിടെയാണ് ശരിയായി സംരക്ഷിക്കപ്പെട്ടിട്ടുള്ളത്? അഭയം ലഭിച്ചാലും അത് സുഖകരമാവണമെന്നില്ലല്ലോ.

രണ്ട്

'ആളിക്കത്തിക്കൊണ്ടിരുന്ന കാറിന്റെ വാതിൽ തുറന്ന് രണ്ടു തീ രൂപങ്ങൾ ഇറങ്ങി നിരത്തിൽനിന്ന് വാവിട്ടു നിലവിളിക്കുന്ന രണ്ടു കുട്ടികളെയുമെടുത്ത് തിരികെ കാറിലേക്കുതന്നെ കയറിപ്പോയി. (ശ്രീലങ്കൻ കവി)'

ഹൊ! വായിച്ച് ആകെ പൊള്ളിപ്പോയി അവൾക്ക്. രണ്ട് തീ രൂപങ്ങൾ കാറിൽ നിന്നിറങ്ങി നിരത്തിലെ കരയുന്ന കുഞ്ഞുങ്ങളെയുമെടുത്ത് വീണ്ടും തീക്കുള്ളിലേക്ക്...

അഭയാർത്ഥികളുടെ, പലായനങ്ങളുടെ കഥകൾ പറയുന്ന ശ്രീലങ്ക. ജാനക വീട്ടിലെത്തുമ്പോഴൊക്കെ ഭീതിയുടെ കഥകൾ മാത്രം പറയുന്ന ആ നാട്ടിലെ ഉഴലുന്ന ജനതയെ കരുണ ഓർത്തു. ജാനകയുടെ കനലെരിയുന്ന കണ്ണുകൾ. അവിടവിടെ നരച്ച മുടി ചുമലിൽനിന്ന് റബ്ബർ ബാന്റിട്ട് കെട്ടിവെച്ചിട്ടുണ്ടാവും. ചിരിക്കുമ്പോഴും കരയുന്ന മുഖമായിരുന്നു ജാനകയ്ക്ക്.

ഉളിയും അളവുകോലുകൾ നിറച്ച ബാഗുമായി വീട്ടിൽ പണിക്കു വരുമ്പോൾ അച്ഛൻ പറയും, "ജാനക, നിങ്ങൾ നല്ലൊരു പണിക്കാരനാണ്. നിറയെ സമ്പാദിക്കാൻ കഴിയും. അത്ര പണിമിടുക്കുണ്ട് നിങ്ങൾക്ക്."

കരുണയുടെ പുതുതായി വാങ്ങിച്ച വീടിനുള്ളിലെ ഫർണീച്ചറുകളിൽ ചിലത് ജാനകയാണ് പണിതു നൽകിയത്.

അതു കേൾക്കുമ്പോൾ അയാൾ വെളുത്ത, നിരയൊത്ത പല്ലുകൾ കാട്ടി ചിരിച്ചെന്നു വരുത്തി പണി തുടങ്ങും. സന്തോഷിക്കുവാനോ പൊട്ടിച്ചിരിക്കുവാനോ അയാൾക്കറിയില്ല എന്ന് കരുണയ്ക്ക് അയാളെ കാണുമ്പോഴൊക്കെ തോന്നാറുണ്ട്. ഒരു യന്ത്രംപോലെയാണ് അയാൾ പ്രയത്നിക്കുന്നത്. 'ഉള്ളിൽ വേദനയായി വസിക്കുന്ന ശൂന്യത' എന്ന് കവയിത്രി കമലാദാസ് എഴുതിയത് ജാനകയ്ക്ക് ചേരുമെന്ന് തോന്നി. (കമലാദാസ് എന്ന എഴുത്തുകാരിയെ

പരിചയപ്പെടുത്തിയപ്പോൾ അവരുടെ ഈ വാചകം അച്ഛൻ പറഞ്ഞു തന്നത് അവളോർത്തു). അയാളുടെ ഉള്ളിലെ ശൂന്യതതന്നെയാണ് അയാളുടെ വേദന.

നിസ്സഹായതയാണ് അയാളുടെ മുഖമുദ്ര എന്ന് തോന്നാറുണ്ട്. വീട്ടിൽ മരപ്പണികൾ ചെയ്യുമ്പോഴും അയാളുടെ മനസ്സ് ജാഫ്നയുടെ ഉൾഭാഗത്തുള്ള ട്രെൻകൊമാലിയിലായിരിക്കും. അവിടെ ഓടുമേഞ്ഞ, ചെറിയൊരു വീട്ടിൽ ചെറുപ്പം വിടാത്ത ഭാര്യയും പത്തു വയസ്സുള്ള മകളും ആറു വയസ്സുകാരൻ മകനും. താൻ കണ്ടിട്ടില്ലാത്ത തന്റെ മകൻ ക്രിക്കറ്റ് ബാറ്റുമെടുത്ത് ചേച്ചിയോടൊപ്പം ക്രിക്കറ്റ് കളിക്കുന്നത് ജാനക ഭാവനയിൽ കാണാറുണ്ട്.

തന്റെ ഭാര്യ കുമാരി ഗർഭിണിയായിരുന്നപ്പോൾ..., തമിഴ് പുലികൾ തങ്ങളുടെ സംഘടനയിലേക്ക് അംഗങ്ങളെ ചേർക്കാനായി ചെറുപ്പക്കാരെ തേടി ഇറങ്ങിയപ്പോൾ, ജാനകയ്ക്ക് ഒളിച്ചിരിക്കേണ്ടി വന്നു. മലകൾക്കിടയിലും ഇടതൂർന്ന വനാന്തർഭാഗങ്ങളിലുമൊക്കെ. ഒളിച്ചിരുന്ന് മടുത്തപ്പോൾ, തന്റെ നാട് തനിക്ക് സമാധാനം തരില്ലെന്ന് ഉറപ്പായപ്പോൾ, ആ നാളുകളൊന്നിൽ കുമാരിയുടെ വിഷാദം നിറഞ്ഞ കണ്ണുകളിൽ ചുംബിച്ച്, അയൽക്കാരന്റെ പാസ്പോർട്ടും മോഷ്ടിച്ച് ജാനക ഹോങ്കോങ്ങിലേക്ക് കടന്നു. ഇവിടെയെത്തി തെണ്ടിത്തിരിഞ്ഞു നടന്നു കുറേനാൾ. എന്തു ചെയ്യണമെന്നറിഞ്ഞില്ല. ജോലി തേടുകയായിരുന്നു ലക്ഷ്യം. അതിനായി ആരെ, എങ്ങനെ സമീപിക്കണമെന്നും അറിഞ്ഞില്ല. ഒരു ദിവസം പൊലീസിന്റെ കൈയിൽ അകപ്പെട്ടു. ചോദ്യം ചെയ്തപ്പോൾ തുറന്നു സമ്മതിച്ചു, താൻ അഭയാർത്ഥിയാകാൻ എത്തിയതാണെന്ന്. ജോലി തേടുകയാണ് ലക്ഷ്യം എന്നും അവരെ അറിയിച്ചു.

അഭയാർത്ഥികൾക്കായുള്ള ക്യാമ്പിൽ താമസം. ഒരു വർഷം കാത്തിരിക്കേണ്ടി വന്നു, ഹോങ്കോങ് ഗവണ്മെന്റിൽനിന്നും അഭയാർത്ഥി എന്ന മുദ്രകുത്തിക്കിട്ടാൻ. അഭയാർത്ഥിയായിത്തീർന്ന ജാനകയ്ക്ക് അന്നു മുതൽ ഗവണ്മെന്റ് തുച്ഛമായ ഒരു തുക മാസം നൽകുന്നു, ജീവിക്കാനായി. താമസം സൗജന്യമാണ്. മറ്റു തൊഴിലുകൾ എന്തെങ്കിലും ചെയ്ത് പണമുണ്ടാകാൻ നിയമപരമായി സാധ്യമല്ല. എന്നാൽ കുറേനാൾ കഴിഞ്ഞപ്പോൾ ജാനക അല്പം പണമുണ്ടാക്കാൻ തന്നെ തീരുമാനിച്ചു. അറിയാവുന്ന മരപ്പണി ചെയ്യുവാനായി ആവശ്യമുള്ള സാധനങ്ങൾ സംഘടിപ്പിച്ച് തന്റെ മുറിയിൽ ഒളിപ്പിച്ചുവെച്ചിട്ടുണ്ട് അയാൾ.

കരുണയുടെ അച്ഛൻ മുകുന്ദൻമേനോനെപ്പോലെ അറിയാവുന്നവർ വല്ലവരും വിളിച്ചാൽ ജാനക മരപ്പണിക്കായി അവിടെ ചെല്ലുന്നു.

ഒളിച്ചുംപതുങ്ങിയും പൊലീസിന്റെ കണ്ണിൽപ്പെടാതെയാണ് സഞ്ചരിക്കുക. പൊലീസ് പിടിച്ചാൽ... അയാൾക്കത് ഓർക്കാനേ വയ്യ. പൊലീസിനെ വല്ലാത്ത ഭയമായതിനാൽ, അവർ ഉണ്ടെന്ന് ഉറപ്പുള്ള വഴികളിലൂടെയൊന്നും അയാൾ നടക്കില്ല. ദൂരെനിന്നെങ്ങാൻ കണ്ടാൽ ഉടൻ മറ്റേതെങ്കിലും വഴിയിലേക്ക് തിരിയും. ഭയം ഞെരുക്കുന്ന ഒരു ജീവിതം! ഇങ്ങനെ ഒളിച്ചുംപതുങ്ങിയുമൊക്കെ ചെയ്യുന്ന ആശാരിപ്പണിയിൽനിന്നും അയാൾക്ക് വരുമാനം ലഭിക്കുന്നുണ്ട്. അതിനാൽത്തന്നെ നാട്ടിലേക്ക് പണമയയ്ക്കാനും കഴിയുന്നു. ആരെങ്കിലുംവഴി ശ്രീലങ്കയിലേക്ക് കൊടുത്തയയ്ക്കലാവും അധികവും ചെയ്യുക. കിട്ടുന്ന പണം നാട്ടിലേക്കയയ്ക്കാനൊന്നും അയാൾക്ക് സ്വാതന്ത്ര്യമില്ല. അഭയാർത്ഥിത്വവുമായി ഹോങ്കോങ്ങിൽ കഴിയാമെന്നുമാത്രം.

പണം സ്വരൂപിക്കലും കൊടുത്തയയ്ക്കലുമൊക്കെ രഹസ്യമായിട്ടാണ്. സ്വന്തം നാടായ ശ്രീലങ്കയിലേക്ക് ഇനിയൊരിക്കലും അയാൾക്ക് മടങ്ങാനുമാവില്ല. അതാലോചിക്കുമ്പോൾ ഉള്ളിൽ വലിയൊരു വേദന വിങ്ങും. സ്ഥിരമായി ശ്രീലങ്കയിലേക്ക് പോകാമെന്നുവെച്ചാലുള്ള തടസ്സമാകട്ടെ, താൻ മോഷ്ടിച്ചു കൊണ്ടുവന്ന കള്ള പാസ്പോർട്ടാണ്. ഇപ്പോൾ അത് കള്ളമാണെന്ന് കണ്ടുപിടിച്ചു കൂടെന്നില്ല. ഇനി ശ്രീലങ്കയിൽ എത്തിയാലും അവിടെ ജീവിതത്തിന് എന്താണ് ഒരു ഉറപ്പ്?

അയാൾ ആഴ്ചയിലൊരിക്കൽ തന്റെ വീട്ടിലേക്ക് ഫോൺ ചെയ്യാറുണ്ട്. മകൾ അവന്തിക വലുതാവുകയാണ്. പരീക്ഷകൾ മുഴുവൻ പാസ്സായാൽ അവളെ സ്കൂൾ അവധിക്കാലത്ത് ഹോങ്കോങ്ങിലേക്ക് ആരുടെയെങ്കിലുംകൂടെ കൊണ്ടുവരാമെന്ന് ഏറ്റിരിക്കുകയാണ്. അങ്ങനെയെങ്കിലും അവളെ ഒന്നു കാണാമല്ലോ. അയാൾ അവളുടെ നാലു വയസ്സിൽ അവളെ കണ്ടതാണ്. താൻ നാടുവിടുമ്പോൾ തന്റെ മകൻ കുമാരിയുടെ വയറ്റിലായിരുന്നു. അവനെയും കാണണം. സാധിച്ചാൽ, അതെ, കുമാരിയെയും. അതോർക്കുമ്പോൾ തന്റെ ശരീരവും മനസ്സും ഒരുപോലെ തരിക്കുന്നത് അയാൾക്ക് അനുഭവിക്കാനാവുന്നു.

തന്റെ കൈയിൽ തൂങ്ങി നടന്നിരുന്ന അവന്തികയുടെ കുഞ്ഞുമുഖം അയാൾ ഓർമ്മിക്കാൻ ശ്രമിക്കാറുണ്ട്. മകൾ അവന്തികയുടെ മുഖവും മകൻ ജയസിംഹയുടെ മുഖവും അയാൾ ഭാവനയിൽ കാണാൻ ശ്രമിക്കാറുണ്ട്. എന്നാൽ തെളിയുന്നില്ല. കുഞ്ഞ് അവന്തികയുടെ കൊച്ചുമുഖം അയാളുടെ ഉള്ളിൽ ഇടയ്ക്ക് തെളിമയോടെ വരാറുണ്ട്. അത് അയാൾ അവളെ പിരിയുമ്പോൾ കണ്ട മുഖമാണ്.

വളർന്ന മകളുടെ മുഖം എങ്ങനെയിരിക്കും? മകന്റെയോ? ചില പ്പോളയാൾ ചിന്തയിലാണ്ട് മുങ്ങും.

“അവന്തിക ഹോങ്കോങ്ങിലേക്ക് വരുമ്പോൾ കൊടുക്കാൻ എന്താ കരുതിയിരിക്കുന്നത്?” ഒരു ദിവസം ജാനക വീട്ടിൽ വന്നപ്പോൾ കരുണ ചോദിച്ചു.

അയാൾ വെളുത്ത നിരയൊത്ത പല്ലുകൾ കാണിച്ച് ചിരിച്ചു.

“ഒന്നുമില്ല. ഇനി ഉണ്ടാക്കണം.”

“അത്യാവശ്യം കഴിഞ്ഞുള്ള പണമെല്ലാം സൂക്ഷിച്ചുവെയ്ക്കണം. മകൾ വരുമ്പോൾ സ്വർണ്ണാഭരണമോ മറ്റോ വാങ്ങിക്കൊടുക്കാ മല്ലോ.” കരുണയുടെ അച്ഛൻ മുകുന്ദൻ മേനോൻ അയാളോട് പറഞ്ഞു.

അതിനും ചിരി മാത്രം മറുപടിയായി ലഭിച്ചു.

ജാനകയുടെ ഭാര്യ കുമാരിയോട് കരുണയ്ക്ക് നിറഞ്ഞ സഹ താപമായിരുന്നു. മറ്റൊരു നാട്ടിൽ അഭയാർത്ഥിയായ, ശ്രീലങ്കയി ലേക്ക് മടങ്ങിയെത്താൻ സാധിക്കാത്ത, ഭർത്താവ്. അയാളുടെ ശബ്ദം മാത്രം കേട്ടുകൊണ്ട് തൃപ്തിയടയേണ്ടിവരുന്ന ഭാര്യ. പട്ടിണിയില്ലാതെ കഴിയാൻ സാധിക്കുന്നു എന്നതു മാത്രമാണ് ഒരാ ശ്വാസം.

കലാപങ്ങൾമൂലം സമാധാനം നശിച്ച സംഘർഷഭരിതമായ ഒരു നാട്. തന്റെ മകൻ ജയസിംഹയെ കുമാരി നിധിപോലെ കാത്തു സൂക്ഷിക്കുകയാണ്. അവൻ വലുതാവുംതോറും അവളുടെ ഉള്ളിൽ ഭയം തിങ്ങിനിറയുകയാണ്. പകലിനെ, ഇരുട്ടിനെ ഒക്കെ പേടി യാണ്. കുട്ടിയെ സ്കൂളിൽ വിട്ടാൽ തിരിച്ചെത്തി നേരിൽ കാണും വരെ സമാധാനമില്ല. ഇതെല്ലാം പങ്കിടാൻ, സമാധാനിപ്പിക്കാൻ, ആരു മില്ല. വയസ്സായ മാതാപിതാക്കൾ അടുത്ത വീട്ടിൽ ഉണ്ട്. അവർക്ക് വേദനകൾ വേണ്ടതിലധികം ഉള്ളതുകൊണ്ട് അവരോട് തന്റെ ഭയം കൂടി പങ്കിടാനാവില്ല. അവരും എപ്പോഴും ഭയപ്പെടുത്തുന്ന എന്തി നെയോ കാത്തിരിക്കുന്നു.

ജാനകയെ കാണുമ്പോഴൊക്കെ കരുണ കുമാരിയെ ഓർത്ത് വേദനിക്കാറുണ്ട്. നേരിൽ കാണുവാൻ കഴിയാത്ത അവരോട് അവൾക്ക് എന്തോ ഒരു അടുപ്പവും തോന്നാറുണ്ട്.

ഹോങ്കോങ്ങിൽ ശ്രീലങ്കൻ അസ്സോസിയേഷനുണ്ട്. അവരുടെ വക കലാപരിപാടികളും മറ്റും ഹോങ്കോങ്ങിലെ പലയിടത്തുമായി നടക്കാറുണ്ട്. ജാനക വീട്ടിൽ വരുമ്പോഴൊക്കെ അച്ഛനോട് പറയു ന്നതു കേൾക്കാം, “സാർ, ഞങ്ങളുടെ അസോസിയേഷന്റെ പരി പാടികൾ ഒന്നു പോയി കാണണം. നന്നായിരിക്കും.”

ജാനക പോകാറില്ലത്രെ. സ്വതന്ത്രമായി പുറത്തിറങ്ങുന്നതും കൂട്ടു കൂടുന്നതുമൊന്നും അയാൾക്ക് വിധിച്ചിട്ടില്ലെന്നാണ് അയാൾ പറ യുക. പൊലീസിനെ അയാൾ വല്ലാതെ ഭയക്കുന്നു.

"അയൽക്കാരന്റെ പാസ്പോർട്ട് മോഷ്ടിക്കുവാനും അതും കൊണ്ട് ഹോങ്കോങിലേക്കെത്തുവാനും നിങ്ങൾക്കെങ്ങനെ കഴിഞ്ഞു? എങ്ങനെ ധൈര്യമുണ്ടായി?" ഒരുനാൾ മുകുന്ദൻ മേനോൻ ജാനകയോട് ചോദിച്ചു.

"എങ്ങനെയോ ധൈര്യമുണ്ടായതാണ് സാർ. ഞങ്ങളുടെ നാട്ടിലെ അവസ്ഥ അത്ര ഭീകരമായിരുന്നു. ഇന്നും അതെ. എവിടെയെങ്കിലും പോയി രക്ഷപ്പെടുക, ഒപ്പം കുടുംബത്തെയും രക്ഷപ്പെടുത്തുക എന്നതുമാത്രമേ അന്ന് മനസ്സിലുണ്ടായിരുന്നുള്ളൂ."

ജാനക പണി നിറുത്തിക്കൊണ്ട് ഉത്തരം പറഞ്ഞു. അയാളുടെ മുഖത്ത്, വാക്കുകളിൽ നിസ്സഹായത കലർന്ന ഒരു ജാള്യത.

"എന്റെ പാസ്പോർട്ട് വ്യാജമാണെന്ന് ഹോങ്കോങിലെ ഇമി ഗ്രേഷൻകാരോ പൊലീസുകാരോ ഇതുവരെ അറിഞ്ഞിട്ടില്ല. വിസ യുടെ കാലാവധി കഴിഞ്ഞപ്പോഴാണ് ഞാൻ പൊലീസ് പിടിയിലാ യത്. അതിനുശേഷം യു.എൻ. ഓഫീസിന്റെ ഇടപെടലുണ്ടായി. ഒരു വർഷത്തിനുശേഷം എനിക്കെന്റെ പാസ്പോർട്ടിൽ അഭ യാർത്ഥിയെന്ന മുദ്ര പതിച്ചുകിട്ടി. ചൈനക്കാരായ ഉദ്യോഗസ്ഥർക്ക് ഇന്ത്യ, ശ്രീലങ്ക, പാക്കിസ്ഥാൻ, ബംഗ്ലാദേശ് എന്നിവിടങ്ങളിലെ ആളുകളെ പെട്ടെന്ന് തിരിച്ചറിയാൻ കഴിയില്ല. അങ്ങനെ ഞാൻ രക്ഷപ്പെടുകയായിരുന്നു. അതിനാൽത്തന്നെ എന്റെ പാസ്പോർട്ട് വ്യാജമാണെന്ന് എനിക്കു മാത്രമേ അറിയാവൂ. ഇപ്പോഴിതാ താങ്കൾക്കും." ജാനക പറഞ്ഞു നിർത്തി.

"ഓഹോ... അങ്ങനെയാണല്ലേ? എന്തു ചെയ്യാം. ഓരോ സാഹ ചര്യങ്ങൾ മനുഷ്യനെക്കൊണ്ട് ഓരോന്നൊക്കെ ചെയ്യിക്കുകയാണ്. ഏതായാലും നിങ്ങൾ തൽക്കാലം ഇവിടെ സുരക്ഷിതനാണല്ലോ." മുകുന്ദൻമേനോൻ പറഞ്ഞു. "ആട്ടെ, നിങ്ങളുടെ കുടുംബത്തെക്കൂടി ഇതേ കാരണം പറഞ്ഞ് ഇവിടേക്ക് വരുത്താൻ കഴിയുമോ?" മുകു ന്ദൻമേനോൻ പിന്നെയും ചോദിച്ചു.

ജാനക ഒന്ന് പുഞ്ചിരിച്ചു. കൈയിലെ പണിയായുധം താഴെ വെച്ച് അയാൾ മുഖമൊന്നു തുടച്ചുകൊണ്ടു പറഞ്ഞു.

"കുടുംബത്തോട് ഹോങ്കോങിലേക്ക് വരാൻ പറയാനാകും. പക്ഷേ വേണ്ട സാർ. എനിക്കുതന്നെ ഇവിടെ കഴിയാൻ പല ബുദ്ധി മുട്ടുകളും സഹിക്കേണ്ടി വരുന്നു. ഇനി എന്റെ കുടുംബത്തിലെ

ആരും ഇവിടെ വന്ന് ബുദ്ധിമുട്ടരുത്. ഇനി അങ്ങനെ പറയാൻ ഒരു ധൈര്യവും എനിക്കുണ്ടാവില്ല.”

ജീവിതത്തിന് മുന്നിൽ പകച്ചുനിന്നപ്പോൾ ജാനകയ്ക്ക് തനിയെ കൈവന്നതാവണം ഈ ധൈര്യം എന്ന് കരുണയ്ക്ക് മനസ്സിലായി. ജാനകയെ കാണുമ്പോഴൊക്കെ അവളുടെ അമ്മ ലളിത മുകുന്ദൻ പറയും, “പാവം, നല്ലൊരു മനുഷ്യൻ.” അയാളുടെ ഉള്ളിലെരിയുന്ന നെരിപ്പോടിനെപ്പറ്റി അച്ഛനും തനിക്കും അറിയുമ്പോലെ അമ്മയ്ക്കും അറിയാമായിരുന്നു.

ദിവസവും വന്നുകൊണ്ടിരുന്ന ശ്രീലങ്കൻവാർത്തകളിൽ മുഴുവൻ മരണം മണത്തിരുന്നു. എൽ.ടി.ടി.ഇക്കെതിരായി ശ്രീലങ്കൻ ഗവണ്മെന്റ് പോരാട്ടം നടത്തിത്തുടങ്ങിയിരുന്നു. അതിശക്തമായ പോരാട്ടം തന്നെയായിരുന്നു. ആയിരക്കണക്കിന് പാവങ്ങളും എൽ, ടി.ടി.ഇക്കാരോടൊപ്പം മരിച്ചുവീണുകൊണ്ടിരുന്നു. എൽ.ടി.ടി.ഇ.ക്കാരുടെ നാശത്തിൽ ജാനക സന്തോഷിച്ചിരുന്നു. അവരൊന്ന് നശിച്ചു കണ്ടാൽ മതിയായിരുന്നു അയാൾക്ക്. അയാളുടെ സ്വപ്നം പൂവണിയുമോ, ശ്രീലങ്ക എൽ.ടി.ടി.ഇ. വിമുക്തമാകുമോ എന്നൊക്കെ കരുണ ചിന്തിച്ചു. ഈ യുദ്ധംവഴി എത്ര അഭയാർത്ഥികൾ സൃഷ്ടിക്കപ്പെടും?

അന്യനാട്ടിൽ കുടിയേറിപ്പാർത്ത് പിന്നീട് ആ ഭൂമിയുടെ അവകാശികൾക്കെതിരെ സമരം സംഘടിപ്പിച്ച തന്റേടത്തിന് എന്തു പേരാണ് പറയുക? അവരെ അനുകൂലിക്കാൻ കഴിയുമോ? താൻ വസിക്കുന്ന ഈ ഭൂമി നേരിനേക്കാൾ നെറികേടിന്റെ പര്യായമായി മാറിക്കൊണ്ടിരിക്കുകയാണ് എന്നവൾക്ക് അറിയാം, നേരും നെറികേടും. രണ്ടും മനുഷ്യമനസ്സിന്റെ വിവിധവശങ്ങൾ. സ്വാർത്ഥതാല്പര്യങ്ങൾ യുദ്ധങ്ങളെയും അതുവഴി അഭയാർത്ഥികളെയും സൃഷ്ടിച്ചുകൊണ്ടിരിക്കുന്നു. യഥാർത്ഥ മനുഷ്യാവകാശങ്ങൾ പലപ്പോഴും തച്ചുടയ്ക്കപ്പെടുന്നു.

ഏതു ശരി? ഏതു തെറ്റ്? എല്ലാറ്റിന്റെയും നിർവ്വചനങ്ങൾ മാറിമറിയുകയാണ്.

ജാനകയുടെ ചിന്തകളിൽ നിറയുന്നതെന്താവാം എന്ന് പലപ്പോഴും കരുണ ഓർത്തുനോക്കിയിട്ടുണ്ട്. ഒരു അഭയാർത്ഥിയുടെ മനസ്സും ജീവിതവുമൊക്കെ അറിയുന്നതിപ്പോഴാണ്. അപ്രതീക്ഷിതമായി ലഭിച്ച യു.എൻ. ഓഫീസിലെ ഈ താൽക്കാലികജോലി അതെന്താണെന്ന് തനിക്കു കാണിച്ചുതന്നു. ജാനകയുടെ ഹോങ്കോങ്ങിലെ ജീവിതം ശരിക്കും ഒരു അഭയാർത്ഥിയുടെ വിജയം കൂടിയാണ്. ഭാവിയെക്കുറിച്ച് യാതൊരു ഉറപ്പുമില്ലാതെ ഒരു വിദേശ

രാജ്യത്തേക്ക് കടക്കുക, അവിടെ ഒരു വർഷത്തോളം നീണ്ട, നീതിയുടെയും നിയമത്തിന്റെ ജീവിതം, ഒടുവിൽ നിയമത്തിന്റെയും നീതിയുടെയും മുന്നിലെ വിജയം. എന്നാൽ ഒടുവിൽ അഭയം ലഭിച്ചപ്പോഴാകട്ടെ, സ്വന്തം ജീവിതം തന്നെ നഷ്ടപ്പെട്ടുകഴിഞ്ഞിരുന്നു. സ്വന്തം വികാരവിചാരങ്ങൾ ഒരു നെടുവീർപ്പിലൊതുക്കി വർത്തമാനമോ ഭാവിയോ തന്റെ ജീവിതത്തിൽ ഒരു മാറ്റവും ഉണ്ടാക്കുകയില്ലെന്ന അറിവിനുമേൽ അയാൾ ജീവിക്കുന്നു. ജാനക, സ്വന്തം ഭാര്യ കുമാരിയെ കാണണമെന്ന മോഹം ഉള്ളിലൊതുക്കി കഴിയുകയാണ്. ഇനിയും എത്രനാൾ?

ഒരിക്കൽ അവൾ വെറുതെ ചോദിച്ചു, "ജാനകയ്ക്ക് കുമാരിയെ കാണണമെന്ന് തോന്നാറില്ലേ?" പെട്ടെന്ന് അയാളൊന്നും പറഞ്ഞില്ല. അച്ഛൻ ഇടയ്ക്ക് ഇത്തരം ചോദ്യങ്ങൾ ചോദിക്കാറുണ്ട്. അമ്മ ചോദിക്കാറില്ല. താനും പതിവില്ലായിരുന്നു. എന്തിനാണ് വേദന നൽകുന്നത്? പക്ഷേ ഇപ്രാവശ്യം വേണമെന്നുവെച്ചുതന്നെ ചോദിച്ചതാണ്. അറിയാൻ അത്രയും ജിജ്ഞാസയായിരുന്നു. അയാൾ തങ്ങളുടെ വീട്ടിലേക്കുള്ള വലിയൊരു അലമാരി പണിയുന്ന തിരക്കിലായിരുന്നു. സ്റ്റോർ മുറിയിലേക്കുള്ള ഒരെണ്ണം. തന്റെ ചോദ്യം കേട്ടപ്പോൾ അയാൾ പണി ഒന്ന് നിർത്തി. അച്ഛനോ അമ്മയോ അടുത്തില്ലാതിരുന്ന സമയത്താണ് അതു ചോദിച്ചത്. സാധാരണ തന്റെ മുഖത്തേക്കയാൾ നോക്കാറില്ലായിരുന്നു. അഥവാ നോക്കിയാലും വേഗം നോട്ടം പിൻവലിക്കുമായിരുന്നു. എന്നാൽ ഇപ്രാവശ്യം അയാൾ തന്റെ മുഖത്തേക്ക് നോക്കി. നീണ്ട ആ കൺപീലികൾ എത്ര വേഗമാണ് നനഞ്ഞത്? അയാൾ പോക്കറ്റിൽ നിന്ന് ഒരു ടിഷ്യു എടുത്ത് കണ്ണുനീർ തുടച്ചുകളഞ്ഞു. എന്നിട്ട് പാന്റ്സിന്റെ പോക്കറ്റിൽനിന്ന് പേഴ്സെടുത്തു തുറന്ന് ഒരു ഫോട്ടോ കാണിച്ചുതന്നു.

"ഇതാണ് കുമാരി." അയാൾ പറഞ്ഞു.

ആദ്യമായി താൻ അവളെ കാണുകയായിരുന്നു. സാമാന്യം മുഖസൗന്ദര്യമുള്ള ഒരു ചെറുപ്പക്കാരി. അവളുടെ കണ്ണുകൾക്ക് തിളക്കമുണ്ടായിരുന്നു. അതിൽ നിറയെ സ്വപ്നങ്ങളുമുണ്ടായിരുന്നിരിക്കണം. അത് നോക്കി നോക്കി നിന്നുപോയി. ഒടുവിൽ അയാൾക്കത് തിരിച്ചുനൽകിയപ്പോൾ, ആ നനഞ്ഞ കൺപീലികളെ നേരിടാനായില്ല. നാഥൻ പിരിഞ്ഞുപോയ ഒരു കുടുംബം. ജാനകയോട് പിന്നീട് അവൾ അയാളുടെ കുടുംബകാര്യങ്ങൾ ചോദിക്കാൻ തന്നെ മടിച്ചു. വീട്ടിലെ അലമാരയുടെ പണി കഴിഞ്ഞപ്പോൾ അയാളുടെ വരവും നിലച്ചു. അച്ഛൻ താൻ വാങ്ങാൻ പോകുന്ന ഒരു പെയിന്റിംഗിന്റെ കാര്യം ജാനകയോട് പറഞ്ഞു. ചുമരിൽ അത്

തൂക്കാനായി അയാൾ എത്തിക്കോളാമെന്ന് അച്ഛനോട് പറയുകയും ചെയ്തു.

പിന്നീട് ഏതാനും മാസങ്ങൾ കഴിഞ്ഞപ്പോൾ ജാനക ഒരു പാർട്ട് ടൈം ജോലിക്കായി മംഗള എന്ന ശ്രീലങ്കക്കാരിയെ കൂട്ടി വീട്ടിലേക്കു വന്നു. താനപ്പോൾ വീട്ടിൽ ഉണ്ടായിരുന്നില്ല. തിരിച്ചെത്തിയപ്പോൾ അവർ രണ്ടുപേരും വീട്ടിൽ ഉണ്ടായിരുന്നു. കേരളത്തിലെ ഭക്ഷണരീതികൾ ഇഷ്ടമുള്ള ജാനക വീട്ടിൽ വന്നപ്പോൾ അമ്മ പതിവുപോലെ എന്തോ എരിവുള്ള ഭക്ഷണം ഉണ്ടാക്കുകയായിരുന്നു.

"മംഗള നാളെ മുതൽ ഇവിടെ പാർട്ട് ടൈം ജോലിക്ക് വരികയാണ്." അമ്മ കരുണയോട് പറഞ്ഞു. "മംഗള തുങ്ചുങിൽത്തന്നെയാണ് താമസിക്കുന്നത്." അമ്മ വീണ്ടും പറഞ്ഞു.

കറുത്ത് മെലിഞ്ഞൊരു പെൺകുട്ടിയായിരുന്നു മംഗള. കറുത്ത ഒരു ചരടിൽ കോർത്ത് കഴുത്തിലിട്ടിരുന്ന ഒരു ഫാഷനബിൾ ലോക്കറ്റ് അവളുടെ മുഖത്തേക്കാൾ വലുതായി കരുണയ്ക്ക് തോന്നി. അവൾ ചിരിച്ചപ്പോൾ കേരളത്തിലെ തീരപ്രദേശങ്ങളിൽ എവിടെയോ താൻ കണ്ടിട്ടുള്ള ഒരു പെൺകുട്ടിയുടെ ഛായയുള്ളതായി ലളിതയ്ക്കും തോന്നി.

ശ്രീലങ്കയും കേരളവും തമ്മിൽ ഒരുപാട് കാര്യങ്ങളിൽ സാമ്യമുണ്ട്. ജീവിതരീതികളും വിശ്വാസങ്ങളുമൊക്കെ സാമ്യമുള്ളതാണ്. എന്നാൽ സംസാരഭാഷയായ സിംഹളഭാഷ തങ്ങളുടെ ഭാഷയിൽ നിന്ന് വളരെ വ്യത്യസ്തമാണ്. അതിനാൽ സംസാരിക്കുവാൻ ഇംഗ്ലീഷ് തന്നെയായിരുന്നു ആശ്രയം. അവളുടേത് മുറി ഇംഗ്ലീഷായിരുന്നു എന്നു മാത്രം. വീട് വൃത്തിയാക്കുമ്പോഴും പാത്രങ്ങൾ കഴുകുമ്പോഴും മംഗള അടുത്തുനിൽക്കുന്ന ലളിതയോടോ കരുണയോടോ പല വിശേഷങ്ങളും പറയാറുണ്ടായിരുന്നു.

"ഞങ്ങൾ ശ്രീലങ്കയിൽ പൂജിക്കുന്ന അതേ ദൈവങ്ങളെത്തന്നെയാണ് നിങ്ങളും പൂജിക്കുന്നത്. എന്റെ അമ്മ നല്ലൊരു ഭക്തയാണ്." പൂജാമുറിയിലെ ഫോട്ടോകൾ നോക്കിക്കൊണ്ട് അവൾ പറഞ്ഞു.

"നിന്റെ വീട് ശ്രീലങ്കയിൽ എവിടെയാണ്?" ലളിത ചോദിച്ചു.

"ജാഫ്നയിൽ. ഉൾഭാഗത്താണ്. ഗ്രാമപ്രദേശമാണ്. ഭംഗിയുള്ള സ്ഥലമാണ്." സ്വന്തം നാടിനെ വളരെ സ്നേഹിക്കുന്ന ഒരാളാണ് മംഗളയെന്ന് അവർക്കു തോന്നി.

മംഗളയുടെ അമ്മയ്ക്ക് നാല് മക്കളാണ്. മൂന്ന് ആണും ഒരു പെണ്ണും. അവരുടെ മൂത്ത രണ്ട് ആൺമക്കളേയും ഒളിച്ചിരുന്ന്

എൽ.ടി.ടി.ഇ.ക്കാർ തട്ടിക്കൊണ്ടുപോയതോടെയാണ് അവരുടെ ദുഃഖകഥ തുടങ്ങുന്നത്. ആ അമ്മയുടെ ദുഃഖം ഇന്നും തോർന്നിട്ടില്ലത്രെ. മറ്റേ ആൺകുട്ടി മംഗളയുടെ താഴെയാണ്. മംഗള അയച്ചു കൊടുക്കുന്ന പണംകൊണ്ടാണ് അവളുടെ അമ്മയും അനുജനും കഴിയുന്നത്.

മംഗളയ്ക്ക് മണിക്കൂറിനാണ് കൂലി കൊടുക്കേണ്ടത്. ഒരു മണിക്കൂറിന് മുപ്പതു ഡോളറാണ് ലളിതാമുകുന്ദൻ പറഞ്ഞുവെച്ചിരിക്കുന്നത്. അത് കുറഞ്ഞുപോയോ എന്ന് കരുണയ്ക്ക് തോന്നി. അമ്മയോട് പറഞ്ഞ് കുറച്ചുകൂടി കൂട്ടിക്കൊടുപ്പിക്കണമെന്ന് അവൾ ചിന്തിച്ചു.

അങ്ങനെയിരിക്കെ ഒരു ദിവസം ശ്രീലങ്കയിൽ എൽ.ടി.ടി.ഇ. ക്കാരോട് യുദ്ധം പ്രഖ്യാപിച്ച്, ശ്രീലങ്കൻസൈന്യം അവരുടെയെല്ലാം ഒളിത്താവളങ്ങൾ വളഞ്ഞ ദിവസം മംഗള വീട്ടുജോലിക്കു വന്നില്ല.

"സുഖമില്ല. അതുകൊണ്ട് ഇന്നു വരുന്നില്ല. ഇന്നലെ ശരീരം മുഴുവൻ വേദനയുണ്ടായിരുന്നു. പനിയുണ്ടെന്ന് തോന്നി. ശ്രീലങ്കയിലെ സംഭവങ്ങൾ എന്റെ മനസ്സിന് സന്തോഷമേകുന്നു." അവൾ ഫോണിലൂടെ പറഞ്ഞു.

സിംഹളസൈന്യം എൽ.ടി.ടി.ഇ.ക്കാർക്കെതിരെ വ്യക്തമായ വിജയം നേടുകയായിരുന്നു. പിന്നീട് കണ്ടപ്പോൾ എൽ.ടി.ടി.ഇ. ക്കാർ തട്ടിക്കൊണ്ടുപോയ തന്റെ സഹോദരന്മാരെക്കുറിച്ച് അവൾ വാചാലയായി. അവൾക്ക് കണ്ട ഓർമ്മയില്ല. ചെറിയ കുട്ടിയായിരുന്നപ്പോഴേ അവരെ തട്ടിക്കൊണ്ടുപോയിരുന്നു. എന്നാൽ അമ്മ പറഞ്ഞ് കുറച്ച് അറിയാമായിരുന്നു. അവരുടെ ഫോട്ടോകൾ അമ്മയുടെ അടുത്തുണ്ടെന്ന് മംഗള പറഞ്ഞു. അവർ ജീവിച്ചിരിപ്പുണ്ടോ എന്നറിയാൻ വല്ലാത്ത ആകാംക്ഷയുണ്ടെന്നും കൂട്ടിച്ചേർത്തു. എന്നാൽ എങ്ങനെ അറിയാൻ? ഏതു രീതിയിൽ അറിയാൻ? അവർ എൽ.ടി.ടി.ഇ.ക്കാർക്കുവേണ്ടി യുദ്ധം ചെയ്യുന്നു എന്ന് ആലോചിക്കുന്നതുതന്നെ മംഗളയ്ക്ക് ദേഷ്യവും വേദനയുമായിരുന്നു.

"തമിഴ്പുലികൾ മുഴുവൻ നശിക്കുന്ന ദിവസം എന്റെ നാട്ടുകാരെപ്പോലെ എന്റെ മനസ്സിലും സന്തോഷം മാത്രമായിരിക്കും. ഭാവിയിൽ ശ്രീലങ്കയിൽ ഒരമ്മയ്ക്കും സഹോദരിക്കും സ്വന്തം മക്കളെയും സഹോദരങ്ങളെയുമോർത്ത് ഇങ്ങനെ വേദനിക്കേണ്ടിവരരുത്. എന്റെ മോഹം അതാണ്. എന്നാൽ എൽ.ടി.ടി.ഇക്കാർക്കു വേണ്ടി പോരാടി എന്റെ സഹോദരന്മാർ കൊല്ലപ്പെടുമോ എന്ന ഭയവും ഉണ്ട്." മംഗള പറഞ്ഞു. തന്റെ സഹോദരന്മാർ ജീവിച്ചിരിപ്പുണ്ടാകുമോ, ഉണ്ടെങ്കിൽ ശ്രീലങ്കൻ യുദ്ധത്തിൽ അവർ കൊല്ലപ്പെടുമോ എന്ന ഭയമാണ് അവളെ ഗ്രസിച്ചിരുന്നത്.

എവിടെപ്പോയി ഒളിച്ചാൽ സുരക്ഷിതരാകുമെന്ന് ശ്രീലങ്കയിൽ വലിയ ഒരു വിഭാഗം ജനത്തിനും അറിയില്ലായിരുന്നു. പകച്ചു നിൽക്കുന്ന ഒരു ജനസമൂഹത്തെ കരുണ മനസ്സിൽ കണ്ടു. എൽ.ടി.ടി.ഇ.ക്കാരും ശ്രീലങ്കൻ സൈന്യവും തമ്മിലുള്ള പോരാട്ടം രൂക്ഷ മായി തുടർന്നുകൊണ്ടിരുന്നു.

ഒരു ദിവസം മംഗള അവൾ അഭയാർത്ഥിയാകാൻ പോയ കഥ വിവരിച്ചു. ഒരു ഞെട്ടലോടെയാണ് കരുണ അത് കേട്ടത്.

“രണ്ടു കൊല്ലം മുമ്പ് അമ്മയും ഞാനും അനുജനും മറ്റു ചില സിംഹളർക്കൊപ്പം ആസ്ട്രേലിയയിലേക്ക് ഒരു പായ്ക്കപ്പലിൽ യാത്ര തിരിച്ചു. നല്ലൊരു ജീവിതം ആഗ്രഹിച്ച്, ചില നല്ല മനുഷ്യർ ക്കൊപ്പമായിരുന്നു യാത്ര. കുറച്ചുനാൾ യാത്ര ചെയ്ത് ആസ്ട്രേ ലിയൻ തീരമടുക്കാറായപ്പോൾ ആസ്ട്രേലിയൻ നാവികസേന ഞങ്ങളുടെ പായ്ക്കപ്പൽ വളഞ്ഞു. ഞങ്ങൾ അഭയം അർത്ഥിച്ച് എത്തിയവരാണെന്നു പറഞ്ഞപ്പോൾ, അവർ ഞങ്ങളെ കരയ്ക്കടു പ്പിച്ചില്ല. ഞങ്ങൾ, സ്ത്രീകളും കുട്ടികളും പുരുഷന്മാരും അടങ്ങുന്ന ഇരുപതുപേരുടെ ഒരു സംഘം നാവികസേനയുടെ അനുകൂല മറു പടിയും കാത്ത് കരയ്ക്കിറങ്ങാൻ ആഗ്രഹിച്ച്, ആ പായ്ക്കപ്പലിൽ ത്തന്നെ ഇരുന്നു. ഒടുങ്ങാത്ത കാത്തിരിപ്പായിരുന്നു അത്. ശരിയായ ഭക്ഷണമില്ലായിരുന്നു, നിത്യവൃത്തിക്കുപോലും വഴിയില്ലാതെ അടക്കിപ്പിടിക്കേണ്ടി വന്നു. മൂന്നാംദിവസം ആസ്ട്രേലിയൻ നാവിക സേനയുടെ ഒരു കപ്പൽ പൊലീസ് സംഘത്തെയുംകൊണ്ട് അവിടെ എത്തിച്ചേർന്നു. നാവികസേനയുടെ പ്രതിനിധികളും പൊലീസും പല ചോദ്യങ്ങളും ഞങ്ങളോടു ചോദിച്ചു. ഒരു ഉത്തരവും അവരെ തൃപ്തിപ്പെടുത്തിയില്ല. ഞങ്ങൾ ദയയ്ക്കായി യാചിച്ചു. വിശ ന്നൊട്ടിയ വയറുകൾ കാളുന്നുണ്ടായിരുന്നു. എല്ലാം കേട്ടിട്ടും ഒന്നും മിണ്ടാതെ അവർ തിരിച്ചുപോയി.

വീണ്ടും ഞങ്ങളെല്ലാവരും പായ്ക്കപ്പലിൽ തങ്ങി. അപ്പോഴേക്കും പലർക്കും തളർച്ച ബാധിച്ചിരുന്നു. ഓരോ പദ്ധതികൾ ആലോചിച്ചു കൊണ്ടിരുന്ന പുരുഷന്മാരിൽ ചിലരുടെ മുഖത്ത് പെട്ടെന്ന് ഒരു വെളിച്ചം വന്നു. “നമ്മുടെ കപ്പലിന് ആസ്ട്രേലിയൻ പതാകയുണ്ട്. ഇനി നമ്മളെ പരിരക്ഷിക്കേണ്ടുന്ന ചുമതല ആസ്ട്രേലിയൻ ഗവ ൺമെന്റിനുണ്ട്. അതാണല്ലോ നിയമം.” അവർ സന്തോഷത്തോടെ പറഞ്ഞു. എന്നാൽ ആരും ഞങ്ങളെ തിരിഞ്ഞുനോക്കിയില്ല.

പിറ്റേദിവസം ഞങ്ങളുടെ പായ്ക്കപ്പലിനരികിൽ ഒരു ചെറിയ കപ്പൽ വന്നു നിന്നു. ആസ്ട്രേലിയൻ നാവികസേനക്കാർ തന്നെ യായിരുന്നു അതിലുണ്ടായിരുന്നത്. അവർ ഞങ്ങളോട് ആ കപ്പലി ലേക്ക് കയറാൻ പറഞ്ഞു. അതിനുള്ളിൽ കയറിയ ഞങ്ങൾ തിങ്ങി

ഞെരുങ്ങി ഇരുന്നു. വിശന്നു തളർന്നിരുന്ന ഞങ്ങൾക്ക് അവർ അമൃതുപോലെ റൊട്ടിക്കഷണങ്ങളും വെള്ളവും തന്നു. ഞങ്ങൾക്ക് ലഭിച്ച അമൃതുതന്നെയായിരുന്നു അവ." പറഞ്ഞുകൊണ്ടിരുന്നപ്പോൾ മംഗളയുടെ കണ്ണു നിറഞ്ഞു. കരുണയുടെയും ലളിതാമുകുന്ദന്റെയും ഉള്ളും വിങ്ങി.

മംഗള തുടർന്നു, "നിങ്ങളെ തിരികെ നാട്ടിലേക്ക് പറഞ്ഞുവിടാൻ ആസ്ട്രേലിയൻ ഗവണ്മെന്റ് ഉത്തരവായിരിക്കുകയാണ്. ഇവിടെ കരയ്ക്കിറങ്ങാൻ നിങ്ങൾക്ക് അനുവാദമില്ല. നിങ്ങളുടെ അഭയാർത്ഥി അഭ്യർത്ഥന ഞങ്ങൾ നിരസിക്കുകയാണ്." നാവികസേന ഞങ്ങളെ അറിയിച്ചു. ഞങ്ങളെല്ലാവരും ഞെട്ടിപ്പോയി. പ്രതീക്ഷയുടെ പൊൻതിരികളായിരുന്നു അതുവരെയും ഞങ്ങളുടെ മനസ്സിൽ. എല്ലാം നിമിഷങ്ങൾക്കകം പൊലിഞ്ഞു.

മടക്കയാത്ര... യുദ്ധംകൊണ്ട് പൊറുതിമുട്ടിയ ശ്രീലങ്കയിലേക്ക് തിരികെ മടക്കം. നാവികസേന തന്ന ഭക്ഷണവും വെള്ളവുമൊന്നും പിന്നീട് ഞങ്ങളുടെ നീറുന്ന മനസ്സിന് ആശ്വാസമായില്ല. വീണ്ടും ദിവസങ്ങളോളം യാത്ര ചെയ്തു. പലരും രോഗം പിടിപെട്ട് വലഞ്ഞു. കപ്പലിൽ വെച്ച് ഒരമ്മയ്ക്ക് തന്റെ രണ്ട് കുട്ടികളെ നഷ്ടമായി. വയറിളക്കവും ഛർദ്ദിയും ബാധിച്ച് ആ കുട്ടികളുൾപ്പെടെ ആറുപേർ കപ്പലിൽവെച്ച്തന്നെ മരിച്ചു. നാവികസേനക്കാർ തന്നുവിട്ടിരുന്ന റൊട്ടിക്കഷണങ്ങളും വെള്ളവുംകൊണ്ട് ഒന്നുമായില്ല. വിശപ്പും ഭക്ഷണത്തോടുള്ള ആർത്തിയും കാരണം ആളുകൾ കപ്പലിൽനിന്ന് പച്ചമീനുകളെ പിടിച്ചു തിന്നു. അങ്ങനെയാണ് അവർ മരിച്ചത്. ദുഃഖം ഞങ്ങളെ കൂടുതൽ തളർത്തി, അവശരാക്കി. യാത്ര ചെയ്തുചെയ്ത് ഞങ്ങൾ ഒരുനാൾ ശ്രീലങ്കൻ തീരത്ത് തിരിച്ചെത്തി.

ശ്രീലങ്കൻ തീരമണഞ്ഞ ഞങ്ങളുടെ കപ്പലിന് ആദ്യം പ്രവേശനാനുമതി നിഷേധിക്കപ്പെട്ടു. ആരും കാണാതെ അവിടെനിന്ന് ഒളിച്ചുകടന്നതല്ലേ? അതും അഭയാർത്ഥിത്വം ആഗ്രഹിച്ചിട്ട്. അധികാരികളുടെ കാലുപിടിച്ച് കെഞ്ചിക്കരഞ്ഞിട്ടാണ് അവർ ഞങ്ങളെ കരയ്ക്കിറങ്ങാൻ അനുവദിച്ചത്. മരിച്ച ആറുപേരെയും സംസ്കരിക്കാൻ അനുവദിച്ചില്ല. കരഞ്ഞും കെഞ്ചിയും കാത്തിരുന്ന ഞങ്ങൾ അഴുകിത്തുടങ്ങിയ ജഡങ്ങൾക്ക് കാവലിരുന്നു. സംസ്കാരത്തിന് മുൻപുള്ള ഒരാചാരങ്ങൾക്കും സമ്മതിക്കാതെ വന്നപ്പോൾ ഞങ്ങൾക്ക് അവയെ നേരിട്ട് കുഴിമാടങ്ങളിൽ ഇറക്കേണ്ടിവന്നു. തിരികെ വീടുകളിൽ എത്തിയ ഞങ്ങളെ അടുത്ത വീട്ടുകാർപോലും തിരിഞ്ഞുനോക്കിയില്ല. ഭാഗ്യത്തിന് ഞങ്ങളോട് പക പോക്കാൻ ഗവണ്മെന്റ് തുനിഞ്ഞില്ല. അത് മാത്രമായിരുന്നു ഏക സമാധാനം. കഷ്ടപ്പാടും ദുരിതവും തീരാതെ കരഞ്ഞ് വിഷമിച്ച നാളുകൾ നീണ്ടു

കൊണ്ടിരുന്നു. അങ്ങനെ സ്വന്തം മണ്ണിൽ കൊടിയ ദുരിതമനുഭവിച്ചു കൊണ്ടുതന്നെ ഞങ്ങൾ ജീവിച്ചു. ഞാനൊരു ജോലി തേടിക്കൊണ്ടിരുന്നു. ഒടുവിൽ ഒരു ഏജന്റ് വഴി ഞാനിതാ ഹോങ്കോങിൽ എത്തി." മംഗള പറഞ്ഞുനിർത്തി.

"നീ ഇത്തരത്തിലെങ്കിലും രക്ഷപ്പെട്ടല്ലോ." ഞെട്ടൽ മാറാതെ കരുണ മംഗളയോട് പറഞ്ഞു.

മംഗളയെ സ്പോൺസർ ചെയ്തിരുന്നത് പണക്കാരായ ഒരു ശ്രീലങ്കൻ കുടുംബമായിരുന്നു. ഫിലിപ്പിനോ ജോലിക്കാരെ അപേക്ഷിച്ച് ശ്രീലങ്കൻ വീട്ടുജോലിക്കാർക്ക് ഹോങ്കോങിൽ ശമ്പളം കുറവാണ്. എന്നാൽ ഇത്രയെങ്കിലുമൊക്കെ സമ്പാദിക്കാൻ കഴിയുന്നുണ്ടല്ലോ എന്ന ആശ്വാസമായിരുന്നു മംഗളയ്ക്ക്.

"ഞാൻ പാർട്ട് ടൈം ജോലിക്കായി ഇവിടെ വരുന്നത് അവർക്ക് അറിയില്ല." മംഗള പറഞ്ഞു. അവളുടെ ബോസും ഭാര്യയും ജോലിക്ക് പോയിക്കഴിഞ്ഞാൽ, അതിനു മുമ്പായി അവരുടെ കുട്ടികളെ സ്കൂൾ ബസ്സിൽ കയറ്റിവിട്ടാൽ, അവൾ കരുണയുടെ വീട്ടിൽ എത്തി ഒന്നര മണിക്കൂർ ജോലി ചെയ്തു മടങ്ങുന്നു. ആർക്കും ഒരു ബുദ്ധിമുട്ടുമില്ലാത്ത ഒരു കാര്യമായതിനാലാണ് ലളിതാമുകുന്ദൻ മംഗളയെ ജോലിക്കായി തിരഞ്ഞെടുത്തത്.

"മംഗളയ്ക്ക് കുറച്ചു ഡോളർകൂടി കൂട്ടിക്കൊടുത്തുകൂടെ?" കരുണ അമ്മയോട് ഒരു ദിവസം ചോദിച്ചു.

"നമ്മൾ കൊടുക്കുന്നത് മോശമല്ലാത്ത ഒരു കൂലിനിരക്കാണല്ലോ. ഇനി ഇതിലും കൂടുതൽ കൊടുക്കാനാവില്ല." ലളിതാമുകുന്ദൻ പറഞ്ഞു.

കരുണയ്ക്ക് അമ്മയോട് തർക്കിക്കാൻ കഴിഞ്ഞില്ല. എന്നാൽ അടുത്തമാസം മുതൽ അഞ്ചു ഡോളർ കൂടി കൂട്ടിക്കൊടുക്കുമെന്ന് അമ്മ പറഞ്ഞപ്പോൾ കരുണ സന്തോഷിച്ചു.

ദിവസങ്ങൾ ചെല്ലുംതോറും ശ്രീലങ്കയിൽ പോരാട്ടം രൂക്ഷമായിക്കൊണ്ടിരുന്നു. എന്നാൽ അമ്മയും അനുജനുമുൾപ്പെടെ തന്റെ ബന്ധുക്കൾ സുരക്ഷിതരാണെന്നറിഞ്ഞ് മംഗള സന്തോഷിച്ചു. എന്നാൽ ഹോങ്കോങിലുള്ള അവളുടെ സുഹൃത്തായ ഒരു ശ്രീലങ്കക്കാരിക്ക് ബന്ധുക്കളെപ്പറ്റി ഒരു വിവരവും കിട്ടുന്നില്ലെന്ന് അവൾ മംഗളയോട് പറഞ്ഞു കരഞ്ഞു. അത് തങ്ങളോട് പറയുമ്പോൾ മംഗളയുടെ കണ്ണുകളിൽ നീർ നിറയുന്നത് കരുണ കണ്ടു. അവളുടെ മനസ്സും വിങ്ങി.

"ഞങ്ങൾ കുറച്ചു ദിവസമായി അവരുമായി ഫോണിൽ ബന്ധപ്പെടാൻ ശ്രമിച്ചുകൊണ്ടിരിക്കുകയാണ്. കിട്ടുന്നില്ല. എന്തുചെയ്യണമെന്നും അറിയുന്നില്ല." മംഗള പറഞ്ഞു. അവൾ കണ്ണുനീർ തുടച്ചു.

അന്യരാജ്യത്തുപോയി സ്വന്തം നാട് സ്ഥാപിക്കാനൊരുങ്ങിയ തമിഴ്മോഹത്തിന് ലഭിച്ച തിരിച്ചടി! എത്രയായിരം അഭയാർത്ഥി കളെയാവും ശ്രീലങ്ക സൃഷ്ടിച്ചിരിക്കുക! അവിടെ മനുഷ്യൻ മനു ഷ്യനെ തകർത്തു മുന്നേറുന്ന വാർത്തകൾ ദിനംപ്രതി ടെലിവിഷനി ലൂടെയും പത്രങ്ങളിലൂടെയും ലഭിച്ചുകൊണ്ടിരുന്നു.

ഒരു ദിവസം മംഗള വന്നപ്പോൾ അവൾ വല്ലാതെ വിളറി ഇരിക്കും പോലെ ലളിതയ്ക്ക് തോന്നി.

"എന്താ മംഗള, നിന്റെ മുഖം വല്ലാതെയുണ്ടല്ലോ?"

മംഗള ആദ്യം ഒന്നും പറഞ്ഞില്ല. പിന്നീട് വീണ്ടും ചോദിച്ച പ്പോൾ അവൾ പറഞ്ഞു.

"ഞാൻ ഇന്ന് ഒന്നും കഴിച്ചിട്ടില്ല. അതാണ്."

"അതെന്താ, ഇന്ന് നിന്റെ ബോസിന്റെ വീട്ടിൽ ഒന്നും ഉണ്ടാക്കി യില്ലേ?"

"ഇന്ന് ഞാൻ എഴുന്നേൽക്കാൻ അല്പം വൈകി. അപ്പോൾ അവർ എന്നോട് ഭക്ഷണം ഉണ്ടാക്കണ്ട, അവരെല്ലാം പുറത്തു പോയി കഴിക്കുകയാണെന്ന് പറഞ്ഞു. എനിക്ക് ദിവസവും മൂന്ന് ചപ്പാത്തിയാണ് കണക്ക്. രാവിലെയും ഉച്ചയ്ക്കും വൈകുന്നേരവും ഓരോന്ന്. ഇന്നെനിക്ക് ചപ്പാത്തി ഉണ്ടാക്കാനുള്ള ഗോതമ്പുമാവ് അവർ എടുത്തുതന്നില്ല. തനിയെ എടുക്കുവാനുള്ള സ്വാതന്ത്ര്യവും എനിക്കില്ല. അതുകൊണ്ട് ഞാൻ ഒന്നും കഴിച്ചിട്ടില്ല."

മംഗള കരഞ്ഞു. അതു മാത്രമല്ല, ആ വീട്ടുകാരുടെ ധാർഷ്ട്യം നിറഞ്ഞ പെരുമാറ്റവും അവളെ വേദനിപ്പിക്കുന്നു. അതു പറയു മ്പോൾ അവളുടെ ഒഴിഞ്ഞ കഴുത്ത് ഉയരുകയും താഴുകയും ചെയ്തു. ആദ്യമൊക്കെ അവർ നല്ല രീതിയിൽ പെരുമാറിയിരുന്നു വത്രെ. എന്നാൽ പിന്നീടത് വളരെ മോശമായി. അവരെ എത്ര സന്തോഷിപ്പിക്കാൻ ശ്രമിച്ചിട്ടും ഒരു കാര്യവുമില്ല എന്നതിൽ അവൾക്ക് വല്ലാത്ത ദുഃഖമുണ്ട്. എന്നാൽ ഇന്നവർ തനിക്ക് ഒന്നും തരാത്തത് അവളെ ദുഃഖിപ്പിക്കുകയും അവശയാക്കുകയും ചെയ്തി രിക്കുകയാണ്.

"ഛെ, എന്തൊരു മനുഷ്യർ." ലളിതാമുകുന്ദൻ പറഞ്ഞു.

ലളിതാമുകുന്ദൻ മംഗളയ്ക്ക് ഭക്ഷണം കൊടുത്തു. പല പ്രാവശ്യം കണ്ണുനീർ തുടച്ചുകൊണ്ട് അവളത് മുഴുവനും കഴിച്ചു. പിന്നീട് അവൾ തന്റെ പൊള്ളിയ വിരലുകൾ ലളിതയെ മടിച്ചുമടിച്ച് കാണിച്ചു. അബദ്ധത്തിൽ ചൂടുള്ള ചീനച്ചട്ടിയിൽ പിടിച്ചപ്പോൾ പൊള്ളിയതാണ്. അത് പറഞ്ഞിട്ടും തനിക്കല്പം മരുന്നുതരാൻ

പോലും ബോസിന്റെ ഭാര്യ കൂട്ടാക്കിയില്ല എന്നതു വേദനയോടെ പറഞ്ഞു. അവഗണനയും അവഹേളനവുമൊക്കെ സഹിച്ചുകൊണ്ട് കഴിയുന്നു. സുഹൃത്തുക്കളോട് മാത്രം വിഷമങ്ങൾ പങ്കിടും.

താൻ കണ്ടിട്ടില്ലാത്ത മംഗളയുടെ ബോസിനെയും ഭാര്യയെയും ലളിതാമുകുന്ദൻ അന്ന് കേട്ടറിഞ്ഞു. പട്ടിണി മാറ്റാനെത്തി പട്ടിണി യിലായ മംഗളയെക്കുറിച്ച് ആധിയോടെയാണ് അന്ന് ലളിതാമുകു ന്ദൻ ആലോചിച്ചത്.

* * *

ദിവസങ്ങൾ മാസങ്ങൾക്ക് വഴിമാറി. ജാനക ഒരിക്കൽകൂടി അവ രുടെ വീട്ടിലെത്തി. മുകുന്ദൻമേനോൻ വാങ്ങിയ ചില പെയിന്റിംഗു കൾ ചുവരുകളിൽ തൂക്കാനാണയാൾ വന്നത്. മംഗളയെപ്പറ്റി പിന്നീട് അറിഞ്ഞതും ജാനകയിൽനിന്നാണ്. വിഷമത്തോടെ അയാൾ പറഞ്ഞു,

"മംഗള തിരികെ ശ്രീലങ്കയിലേക്കുതന്നെ പോയി. രണ്ടു വർഷത്തെ വിസയുടെ കാലാവധി കഴിഞ്ഞപ്പോൾ ബോസ് വീണ്ടും അവൾക്ക് വിസ പുതുക്കി നൽകാമെന്നു പറഞ്ഞുവത്രെ. എന്നാൽ തനിക്ക് ജോലി വേണ്ട, നാട്ടിലേക്ക് പോകണം എന്ന് ധൈര്യപൂർവ്വം പറഞ്ഞ് അവൾ തിരികെ ശ്രീലങ്കയിലേക്ക് തിരിച്ചുപോയി. ഹോങ്കോങ്ങിലെ മറ്റൊരു വീട്ടിലേക്ക് രണ്ടുമാസം കഴിഞ്ഞാൽ അവളെത്തിയേക്കും. അവൾക്ക് നല്ലൊരു വീട് കണ്ടെത്താൻ ഞാനും കൂടി ശ്രമിക്കുന്നു." ജാനക പറഞ്ഞു. അയാളുടെ കണ്ണുകൾ വിദൂര തയിലേക്ക് നീണ്ടു.

"ഇപ്പോൾ ശരിയാകാൻ പോകുന്ന ജോലി ഹോങ്കോങ് ദ്വീപി ലാണ്. വിസ ശരിയാകുമെന്നുതന്നെ കരുതുന്നു." അയാൾ പിന്നീട് മുകുന്ദൻമേനോനെ നോക്കി പറഞ്ഞു.

അങ്ങനെ മംഗള തന്റെ താൽക്കാലിക വിഷമങ്ങളിൽനിന്നും മോചിതയായി തിരികെ സ്വന്തം നാട്ടിലെത്തി. ശപിക്കപ്പെട്ട ഒരു നാടിന്റെ ദുഃഖപുത്രിയായി വീണ്ടും അവിടേക്കുതന്നെ.

"ഇവിടെ അഭയാർത്ഥികൾക്കായുള്ള നിയമങ്ങൾ കടുകട്ടി ആവു കയാണല്ലോ." മുകുന്ദൻമേനോൻ ജാനകയോട് പറഞ്ഞു.

"അതെ. ഞങ്ങൾ അഭയാർത്ഥികൾക്ക് ഒന്നും എളുപ്പമല്ല. ആവു കയുമില്ല. ഗവൺമെന്റ് തരുന്ന തുച്ഛമായ തുകകൊണ്ട് ജീവിക്കാനും കുടുംബം നോക്കാനുംകൂടി തികയില്ല. അതുകൊണ്ടാണ് ഇങ്ങനെ ഒളിച്ചും പതുങ്ങിയുമൊക്കെ ജോലിക്കുവരുന്നത്. പുതിയ നിയമ ങ്ങളൊക്കെ വന്നാൽ തീരെ സ്വാതന്ത്ര്യമില്ലാതെ വരും." ജാനക പറഞ്ഞു.

ജാനക പോയപ്പോൾ മുകുന്ദൻമേനോൻ വീടിനു പിന്നിൽ കാണുന്ന അതിബൃഹത്തായ ലാന്താവ്മലയിലേക്കും നോക്കി നിന്നു. അവിടെ പലയിടങ്ങളിലും മനുഷ്യനിർമ്മിതങ്ങളായ നടപ്പാതകളുണ്ട്. പണ്ട്, കഴിഞ്ഞ നൂറ്റാണ്ടിനും മുമ്പ് ബ്രിട്ടീഷുകാർ ഈ ദ്വീപ് പിടിച്ചടക്കുന്നതിനുംമുമ്പ് ആ മലയിൽ താമസിച്ചിരുന്ന മനുഷ്യരുടെ കാല്പാടുകൾ പതിഞ്ഞ നടപ്പാതകൾ. അവർ കാടും, മലയും, കടലും കടന്ന് ഹോങ്കോങിൽ എത്തിയവരാകാം. മുക്കുവരായിരുന്ന അവരെ ഭരിക്കുവാൻ ബ്രിട്ടീഷുകാരെത്തിയപ്പോൾ അവരൊക്കെ അഭയാർത്ഥികളെപ്പോലെ ആയിട്ടുണ്ടാകാം. കേമന്മാരായ യജമാനന്മാരുടെ കീഴിൽ അടിമപ്പണി എടുത്തുകൊണ്ടിരിക്കുമ്പോൾ ഈ മലയേയും കടലിനേയുമൊക്കെ നോക്കി നെടുവീർപ്പിട്ടിരിക്കണം. പിന്നീട് വർഷങ്ങൾ പലതു കഴിഞ്ഞു. പല മാറ്റങ്ങളുമായി ഹോങ്കോങ് തന്റെ മുഖം മിനുക്കാൻ തുടങ്ങി. അടിമകളായിരുന്ന മുക്കുവർ സാക്ഷരരാകാൻ തുടങ്ങി. അവർ ക്രമേണ നേടിയ വിദ്യാഭ്യാസവും ജീവിതസൗകര്യങ്ങളും അവരെ പരിഷ്കൃത സമൂഹമാക്കി ഉയർത്തി. വികസനം ഹോങ്കോങിനെ മാറ്റിമറിച്ചു. തൊണ്ണൂറ്റിയൊമ്പത് വർഷങ്ങൾക്കുശേഷം ബ്രിട്ടീഷുകാർ ഹോങ്കോങിനെ ചൈനയ്ക്ക് നൽകി ഹോങ്കോങ് വിട്ടു. ഒരു നാടിനെ ലോകരാജ്യങ്ങൾക്കൊപ്പം തലയുയർത്തി നിൽക്കാറാക്കിയിട്ടാണ് ഇവിടെനിന്നും ബ്രിട്ടീഷുകാർ വിടവാങ്ങിയത്. അഭയാർത്ഥികളായിരുന്ന മുക്കുവസമൂഹം ഇന്ന് നാടിന്റെ അധിപരാണ്.

പിന്നീട് മറുനാടുകളിൽനിന്നും ഈ നാട്ടിലേക്ക് അഭയാർത്ഥിപ്രവാഹം ആരംഭിച്ചു. അത് ഇന്നും തുടർന്നുകൊണ്ടേയിരിക്കുന്നു.

മൂന്ന്

അഭയാർത്ഥികളുമായി സംസാരിക്കുമ്പോഴും അമ്പുപോലെ തറയ്ക്കുന്ന ചോദ്യങ്ങൾ അവർക്കു നേരെ തൊടുക്കുമ്പോഴുമൊക്കെ സ്റ്റെഫാനിക്കും തന്നെപ്പോലെ അവരോട് വല്ലാത്ത കാരുണ്യമുണ്ടോ എന്നു തോന്നിയിരുന്നു. അഭയം ചോദിച്ചുവരുന്ന അഭയാർത്ഥികൾക്കെല്ലാം ഹോങ്കോങ്ങിൽ അഭയം ലഭിക്കണമെന്ന ചിന്താഗതിയുള്ളവൾ. അതെ, അവൾ അവരോട് അനുഭാവമുള്ളവളായിരുന്നു. ഒപ്പംതന്നെ യു.എൻ. നിയമങ്ങൾ കർശനമായി പാലിക്കുന്നവളുമായിരുന്നു. അതിനാൽത്തന്നെ നിയമം വിട്ട് ഒരിക്കലും ചരിക്കാനവൾക്ക് താല്പര്യമില്ലായിരുന്നു. അവൾ വീണ്ടും തന്നെ വിളിച്ചു. ഒരിക്കൽകൂടി അരുൺകുമാറിനെ അഭിമുഖം ചെയ്യണമത്രെ. കരുണ യൂണിവേഴ്സിറ്റിയിൽ ഒരു സുഹൃത്തിനെ കാണുവാൻ പോകാനിരിക്കുകയായിരുന്നു. അവൾക്ക് അന്ന് ക്ലാസില്ലായിരുന്നു. സുഹൃത്തിനെ കാണാൻ വേണ്ടി മാത്രം പോകാനിരിക്കുകയായിരുന്നു. എന്നാൽ തലേദിവസം സ്റ്റെഫാനി ഫോണിൽ വിളിച്ച് വരാൻ സൗകര്യമുണ്ടോ എന്നു ചോദിച്ചപ്പോൾ "ഉണ്ട്, വരാം" എന്ന മറുപടിയാണ് കൊടുത്തത്. ഈ ഇന്റർവ്യൂ വഴി ഒന്നുകിൽ അയാൾ അഭയാർത്ഥിപ്പട്ടം നേടിയെടുക്കും. അല്ലെങ്കിൽ വന്നയിടത്തേക്കു തന്നെ തിരിച്ചു ചെല്ലും.

ട്രെയിനിൽനിന്നിറങ്ങി നടക്കുമ്പോൾ മെട്രോ സ്റ്റേഷനു പുറത്ത് ഫാലൻ ഗോങുകാർ ബാനറുകളും കൈയിലെന്തി നിലത്ത് ഇരിക്കുന്നുണ്ടായിരുന്നു. ചൈനയിൽ ഉടലെടുത്ത ഫാലൻ ഗോങ് എന്ന സംഘടനയുടെ അടിസ്ഥാനം മതമായിരുന്നു. താവോ മതത്തിൽനിന്നും ബുദ്ധമതത്തിൽനിന്നുമൊക്കെ പ്രചോദനമുൾക്കൊണ്ട് തുടങ്ങിയതാണ്. ധ്യാനത്തിലൂടെയും തായ്ചി തുടങ്ങിയ വ്യായാമമുറകളിലൂടെയും മനുഷ്യനെ നന്മയിലേക്കും ആത്മീയതയിലേക്കും ഉയർത്തുക എന്ന ലക്ഷ്യമാണ് ഈ സംഘടനയ്ക്കുള്ളത്. സദാചാര

മൂല്യങ്ങൾക്ക് അവർ വളരെയേറെ പ്രാധാന്യം കൽപ്പിക്കുന്നു. 1990കൾ മുതൽ ചൈനയിൽ പ്രവർത്തിച്ചുവരുന്ന ഈ സംഘടനയെ തുടക്കത്തിൽ ചൈനീസ് അധികൃതർ അനുകൂലിച്ചിരുന്നു. എന്നാൽ പെട്ടെന്നുതന്നെ വളർന്ന് ലക്ഷക്കണക്കിന് അനുയായികൾ ഉണ്ടായപ്പോൾ, ചൈനയിലെ ഭരണാധികാരികൾ അതിനെ തള്ളിപ്പറയാൻ തുടങ്ങി. ചൈനയിൽ മതം വളർത്തുന്നുവെന്ന് ആരോപിച്ച് ഫാലൻഗോങ്ങുകാരെ തടവിലിടാനും ഉപദ്രവിക്കാനും തുടങ്ങി. രണ്ടായിരത്തോളം ഫാലൻഗോങ്ങുകൾ ഇത്തരത്തിൽ മരിച്ചതായി പറയപ്പെടുന്നു. ഇന്ന് ഫാലൻഗോങ്ങിന് ചൈനയിൽ നിലനില്പില്ല എന്നുതന്നെ പറയാം. 1999ൽ ചൈന ഈ സംഘടനയെ നിരോധിച്ചു. ഹോങ്കോങ്ങിൽ ഈ സംഘടനയ്ക്ക് അനുയായികളുണ്ട്. അവർ നിശ്ശബ്ദരായി ബാനറുകളും കൈയിലേന്തി തങ്ങളുടെ പ്രതിഷേധം അറിയിച്ചുകൊണ്ടിരിക്കുന്നു. ഒപ്പം അവരുടെ രീതിയായ ധ്യാനവും തായ്ചിയുമൊക്കെ അവർ ചെയ്യുകയും ചെയ്യുന്നു. തങ്ങളുടെ വിശ്വാസസ്വാതന്ത്ര്യത്തിനെതിരെയുള്ള ചൈന, ഹോങ്കോങ് ഭരണകൂടങ്ങളുടെ പ്രവർത്തനങ്ങൾക്കെതിരെയാണ് അവരുടെ പ്രതിഷേധം. അതിന്റെ ഭാഗമായി ഷിംഷാഷൊയ് ഫെറിപിയർ പോലുള്ള സ്ഥലങ്ങൾക്കടുത്തുചെന്ന് അവർ തായ്ചിയും ധ്യാനവും നടത്തുന്നു. പ്രതിഷേധ കാർഡുകളും ബാനറുകളുമൊക്കെ കൈയിലേന്തി നിലത്ത് നിശ്ശബ്ദരായി ഇരിക്കുകയും ചെയ്യുന്നു.

അവരുടേത് അതിരുകവിഞ്ഞ മതഭ്രാന്തായിരുന്നുവോ? കരുണ ചിന്തിച്ചു. ആവാൻ വഴിയില്ല. സമാധാനമുറകളിൽ വിശ്വസിക്കുന്ന ഒരു സംഘടനയായിട്ടാണ് ഫാലൻ ഗോങ്ങിനെപ്പറ്റി താൻ അറിഞ്ഞിരിക്കുന്നത്. ചൈനയിൽ കമ്യൂണിസം മാത്രമാണ് വിശ്വസനീയമായ സംഹിത എന്നിരിക്കേ ഇരുപതാംനൂറ്റാണ്ടിന്റെ അന്ത്യകാലത്ത് തുടങ്ങിയ ഒരു മതസംഘടനയ്ക്ക് നിലനില്പുണ്ടാകുമോ? ഇല്ല എന്നുതന്നെ പറയേണ്ടിവരും.

മതഭ്രാന്തുകാരണം രാജ്യങ്ങളുടെ നിലനില്പുതന്നെ അപകടകരമാംവിധം വർദ്ധിക്കുന്ന അവസ്ഥയും എത്രയോ ഭീകരമാണ്. രൂക്ഷമായ പോരാട്ടങ്ങളും പലായനങ്ങളുമാണ് അതിന്റെ ഫലം. ചരിത്രം പറയുന്നത് ഈ മതവിശ്വാസികളുടെ ദൈവങ്ങളും പലായനം ചെയ്തവരാണ് എന്നാണ്. കൃഷ്ണന്റെ ജനനം കാരാഗൃഹത്തിലായിരുന്നുവല്ലോ. പിന്നീട് വസുദേവരുടെ തലച്ചുമടായി സാഗരത്തിലൂടെ പലായനം. മക്കയിൽനിന്ന് മദീനയിലേക്ക് നബിയും നസ്രേത്തിൽനിന്ന് ജറുസലേമിലേക്ക് യേശുവും. ശാന്തിയോടെയും സമാധാനത്തോടെയും ദൈവങ്ങൾപോലും ഭൂമിയിൽ ജീവിച്ചിട്ടില്ല.

കരുണ ഇങ്ങനെ പലതും ആലോചിച്ചുകൊണ്ട് വേഗത്തിൽ നിരത്തിലൂടെ നടന്നു. കൃത്യസമയത്തുതന്നെ സ്റ്റെഫാനിയെ കണ്ടു. അവൾ തിരക്കിലായിരുന്നു.

"അരുൺകുമാർ എത്തുന്നതേയുള്ളൂ." അവൾ പറഞ്ഞു.

കരുണ കാത്തിരുന്നു. ഒരു ഇംഗ്ലീഷ് മാഗസിനും വായിച്ച് സ്വീകരണമുറിയിലെ സോഫയിൽ ചാരി അവൾ ഇരുന്നു. നേരം പൊയ്ക്കൊണ്ടിരുന്നു. താൻ എത്തിയിട്ട് ഒരു മണിക്കൂർ ആവുന്നു. സാധാരണ ഇത്ര വൈകുക പതിവില്ല. അവൾ കാത്തിരിപ്പ് തുടർന്നു.

യു.എൻ. ഓഫീസിൽ വിവിധ ഭാഷകളിൽ അഭിമുഖങ്ങൾ നടക്കുന്നു. ഓഫീസർമാരും ദ്വിഭാഷികളും ചേർന്നാണ് അഭയാർത്ഥിത്വം ആഗ്രഹിച്ചു വരുന്നവരെ അഭിമുഖം ചെയ്യുന്നത്. ഇന്ത്യൻ ഭാഷകളിൽ ഹിന്ദിയും പഞ്ചാബിയും ഉറുദുവുമൊക്കെ മാതൃഭാഷയായിട്ടുള്ളവരാണ് യു.എൻ. ഓഫീസിൽ എത്തുന്ന അഭയാർത്ഥികളിൽ അധികവും എന്നാണ് അറിഞ്ഞത്. പെട്ടെന്ന് ഒരു ഇന്ത്യൻ സ്ത്രീ അവൾക്കു നേരെ നടന്നുവരുന്നതായി കണ്ടു. അവർ അകത്തെ ഒരു മുറിയിൽനിന്നാണ് പുറത്തുവന്നത്.

"ഹലോ..." അവർ അടുത്തു വന്നുനിന്ന് ചിരിച്ചു കൈ നീട്ടി.

"ഹലോ..." കരുണ എഴുന്നേറ്റ് അവർക്ക് ഹസ്തദാനം ചെയ്തു.

"മുൻപ് ഇവിടെ കണ്ടിട്ടുണ്ട്." അവർ പറഞ്ഞു. "ഉവ്വ്. താനും അവരെ മുൻപ് കണ്ടിട്ടുണ്ട്."

"ഞാനും കണ്ടതുപോലെ തോന്നുന്നു. ഇവിടെത്തന്നെ വെച്ചാവും."

"അതെയതെ" എന്നു പറഞ്ഞുകൊണ്ട് തനിക്കെതിരെ സോഫയിൽ അവർ ഇരുന്നു

"നിങ്ങൾ കേരളത്തിൽ നിന്നാണോ?" അവർ ചോദിച്ചപ്പോൾ കരുണ അതിശയിച്ചു.

"നിങ്ങളുടെ ചുരുണ്ട മുടി കണ്ടപ്പോൾ സംശയം തോന്നി ചോദിച്ചതാണ്. ഞാൻ കേരളം സന്ദർശിച്ചിട്ടുണ്ട്." അവർ പറഞ്ഞു.

"അതെ. ഞാൻ കേരളത്തിൽനിന്നാണ്." അവൾ പറഞ്ഞു. സ്വന്തം മുടിയിഴകൾ താൻ ഇന്ത്യയിൽ എവിടെയാണെന്നു കണ്ടുപിടിക്കാൻ സഹായകമായതിൽ ശരിക്കും അവൾ അതിശയിച്ചു.

"ഞാൻ തമിഴ്നാട്ടിൽനിന്നും ഹോങ്കോങ്ങിലെത്തിയതാണ്. എന്നെ നിങ്ങൾക്ക് തിരിച്ചറിയാൻ കഴിഞ്ഞോ?" അവർ ചോദിച്ചു. ഒരു നേർത്ത ചിരി അവരുടെ ചുണ്ടുകളിൽ തത്തിയിരുന്നു.

“ഇല്ല. എനിക്ക് മനസ്സിലാക്കാൻ സാധിച്ചില്ല.” അവൾ പറഞ്ഞു.

അവർ ഇരുണ്ടിട്ടായിരുന്നു. വലിയ കണ്ണുകളും സുന്ദരമായ ചിരിയും അവർക്കുണ്ടായിരുന്നു. എന്നാൽ എന്തടിസ്ഥാനത്തിലാണ് ഇന്ത്യയിൽ ഏത് സംസ്ഥാനത്തിലുള്ളതാണെന്ന് കണ്ടുപിടിക്കാൻ കഴിയുക എന്ന് അവൾക്ക് മനസ്സിലായില്ല. തന്റെ അമ്മയ്ക്ക് ചില പ്പോൾ കഴിഞ്ഞേക്കും എന്നവൾ ചിന്തിച്ചു.

“ഞാൻ രാധിക. എന്റെ വീട് വാഞ്ചായിലാണ്.” അവർ പരി ചയപ്പെടുത്തി.

“ഞാൻ കരുണ. തുങ്ചുങിൽ താമസിക്കുന്നു.” കരുണ പറഞ്ഞു.

“ഇന്ത്യയിൽനിന്നു വരുന്ന അപൂർവ്വം തമിഴ് അഭയാർത്ഥികളു ടെയും ശ്രീലങ്കയിൽനിന്ന് ധാരാളമായി വരുന്ന തമിഴ് അഭയാർത്ഥി കളുടെയുമൊക്കെ തമിഴ് ദ്വിഭാഷിയാണ് ഞാൻ ഇവിടെ. എനിക്ക് ഹിന്ദിയും അറിയാമെന്നതിനാൽ, ഹിന്ദി സംസാരിക്കുന്നവർക്കു കൂടി ഞാൻ ദ്വിഭാഷിയാണ്.” അവൾ കൂട്ടിച്ചേർത്തു.

“ഓഹോ. അപ്പോൾ നിങ്ങൾക്ക് ഇവിടെ എപ്പോഴും തിരക്കാ യിരിക്കുമല്ലോ.” കരുണ ചോദിച്ചു.

“അതെ. തിരക്കാണ്.”

“അഭയാർത്ഥികളോട് സംസാരിക്കുമ്പോൾ പ്രത്യേകമായി എന്തെങ്കിലും വികാരം, അതായത് അനുകമ്പപോലെ എന്തെങ്കിലും തോന്നാറുണ്ടോ?” കരുണ രാധികയോട് ചോദിച്ചു.

“പിന്നെ... തോന്നാറുണ്ട്. പക്ഷേ നാം നമ്മുടെ വികാരങ്ങ ളൊന്നും പ്രകടിപ്പിക്കരുതല്ലോ. അതിനാൽ നിർവ്വികാരയായി ഇരി ക്കാറാണ് പതിവ്.”

“ധാരാളം അഭയാർത്ഥികൾ എത്തിയിരുന്ന ഇന്ത്യയിൽ നിന്നല്ലേ നമ്മൾ വരുന്നത്? ബംഗ്ലാദേശ് അഭയാർത്ഥികളെപ്പറ്റി കരുണ കേട്ടു കാണും.” അവർ പറഞ്ഞു.

“ഇന്ത്യ-പാക്കിസ്ഥാൻ യുദ്ധകാലത്ത് ബംഗ്ലാദേശ് എന്ന പ്രത്യേക രാജ്യമായി കിഴക്കൻ പാക്കിസ്ഥാൻ മാറിയപ്പോൾ ഉണ്ടായ ഒരു അഭയാർത്ഥിപ്രവാഹത്തെക്കുറിച്ച് ഞാൻ കേട്ടറിഞ്ഞിട്ടുണ്ട്. അച്ഛൻ പറഞ്ഞുതന്നിരുന്നു എന്നാണ് ഓർമ്മ.” കരുണ പറഞ്ഞു.

“അതെ, അതുതന്നെ. അഭയാർത്ഥികളോടുള്ള ഇടപഴകൽ കൊണ്ട് മനസ്സ് എപ്പോഴും അവരുടെ കൂടെ ഉണ്ടാവാറാണ് പതിവ്. എന്നാൽ പലപ്പോഴും അഭയാർത്ഥിത്വത്തിന് പലരും അർഹരായി രിക്കില്ല. അവരോടൊക്കെ സഹതാപവും തോന്നാറുണ്ട്.” രാധിക എന്തോ ചിന്തിക്കുംപോലെ ഇരുന്നു.

കരുണ വാച്ച് നോക്കി. വർത്തമാനം പറഞ്ഞിരുന്നിട്ട് സമയം പോയതറിഞ്ഞില്ല. വന്നിട്ട് ഒരു മണിക്കൂർ ആകുന്നു.

“ഞാൻ ആലോചിക്കുകയാണ്, മനുഷ്യാവകാശമെന്നത് എത്രയോ വിപുലമാണ്. വർണ്ണവിവേചനങ്ങളിൽനിന്നുള്ള മുക്തിയും മറ്റു സ്വാതന്ത്ര്യങ്ങൾ അനുഭവിക്കലുമാണ് അത്. മനുഷ്യന്റെ എല്ലാ അവകാശങ്ങളും സംരക്ഷിക്കപ്പെടുന്നില്ലെങ്കിൽ രാഷ്ട്രീയ സ്വാതന്ത്ര്യത്തിന്റെ പ്രാധാന്യം തന്നെ ഇല്ലാതാവുകയാണ് അല്ലേ?”

“അതെ, തീർച്ചയായും. മനുഷ്യഹൃദയത്തിൽനിന്നുതന്നെയാണ് മനുഷ്യന്റെ സ്വാതന്ത്ര്യവും പാരതന്ത്ര്യവുമൊക്കെ ഉത്ഭവിക്കുന്നത്. സാമൂഹ്യ, സാമ്പത്തിക സ്വാതന്ത്ര്യവും മനുഷ്യാവകാശമാണ്. ഇതെല്ലാം നിഷേധിക്കപ്പെടുമ്പോഴാണ് അഭയാർത്ഥികൾ സൃഷ്ടിക്കപ്പെടുന്നത്, ശരിയല്ലേ?” കരുണ ചോദിച്ചു.

“ശരിയാണ്. സാമൂഹികമായ സ്വാതന്ത്ര്യംപോലെ പ്രധാനമാണ് സാമ്പത്തിക സ്വാതന്ത്ര്യവും. പണമുണ്ടാക്കലും അതു സംരക്ഷിക്കലുമൊക്കെയാണല്ലോ സാമ്പത്തിക സ്വാതന്ത്ര്യംകൊണ്ട് ഉദ്ദേശിക്കുന്നത്. മനുഷ്യാവകാശവുമാണത്.” അവർ ഒരു അദ്ധ്യാപികയുടെ ഭാവചേഷ്ടകളോടെ സംസാരിച്ചു.

“ശരി. കണ്ടുമുട്ടിയതിൽ സന്തോഷം. ഇന്നത്തെ എന്റെ ജോലി തീർന്നിരിക്കുകയാണ്. ഇനി എപ്പോഴെങ്കിലും കാണാം.” രാധിക പറഞ്ഞു. അവൾക്ക് ഹസ്തദാനം നൽകി രാധിക പോയി.

പിന്നീട് ഇരുന്നു മുഷിഞ്ഞപ്പോൾ കരുണ എഴുന്നേറ്റു. അവൾ സ്റ്റെഫാനിയുടെ മുറിയിലേക്ക് നടന്നു. സ്റ്റെഫാനിയുടെ മുറിയിൽ അവൾക്കു ചുറ്റും ചില വിദേശീയർ ഇരിക്കുന്നുണ്ടായിരുന്നു. കരുണയെ കണ്ടപ്പോൾ സ്റ്റെഫാനി എഴുന്നേറ്റു വന്നു.

“എന്താ ഇരുന്ന് മടുത്തോ?” സ്റ്റെഫാനി ചോദിച്ചു.

“ഇല്ല. പക്ഷേ ഇരുന്ന് മടുത്തു.” അവൾ ചിരിച്ചു.

“ഒരു മിനിറ്റ്. ഞാനിതാ വരുന്നു” എന്നും പറഞ്ഞ് സ്റ്റെഫാനി മുറിയുടെ പുറത്തേക്ക് തിരിഞ്ഞ് നടന്നുപോയി. മിനിറ്റുകൾക്കുള്ളിൽ അവൾ തിരിച്ചെത്തി.

“എക്സ്ട്രീമിലി സോറി കരുണ, അരുൺകുമാർ യു.എൻ. ഓഫീസിലേക്ക് വരുംവഴി പൊലീസിന്റെ കൈയിൽ അകപ്പെട്ടുവത്രെ. അയാൾ അഭയാർത്ഥി ക്യാമ്പിലായിരുന്നു. അയാളെക്കുറിച്ചുള്ള സത്യാവസ്ഥ അറിയാൻ പൊലീസ് യു.എൻ. ഓഫീസിൽ വിളിച്ച് അന്വേഷിച്ചുവത്രെ. പൊലീസ് അയാളെ ചോദ്യം ചെയ്യുകയാണ്. ബന്ധപ്പെട്ട ഉദ്യോഗസ്ഥൻ അതെന്നെ അറിയിക്കാൻ വിട്ടുപോയതാണ്.” സ്റ്റെഫാനി പറഞ്ഞു.

ആ ഓഫീസിൽ എല്ലാവരും നല്ല തിരക്കിലാണ് എപ്പോഴും. ഒരു പകുതി ദിവസം അങ്ങനെ നഷ്ടമായി. സുഹൃത്തായ മേരിയെ കാണലും നടന്നില്ല.

"എന്നാൽ ഞാൻ പൊയ്ക്കോട്ടെ? ഇനി എപ്പോഴാണെന്നുവെച്ചാൽ അറിയിച്ചോളൂ. ഞാൻ വരാം." കരുണ ബാഗ് തോളിലിട്ടു.

"എനിക്കുവേണ്ടി അല്പനേരം കാത്തിരിക്കാമോ? ഉച്ചഭക്ഷണ സമയത്ത് നമുക്കൊന്നിച്ച് പുറത്തു പോകാം. ഒരു ദിവസം പുറത്തു നിന്നാവാം ഭക്ഷണം." സ്റ്റെഫാനി ചോദിച്ചു. അവൾ സമ്മതിച്ചു. ഇന്ന് ചൈനീസ് വെജിറ്റേറിയൻ തന്നെയാവാം.

സാധാരണ ചൈനീസ് റെസ്റ്റോറന്റുകളിൽ വെജിറ്റേറിയൻ ആഹാരം കിട്ടുവാൻ ബുദ്ധിമുട്ടാണ്. ചോറിൽ വേവിച്ച് ഉലർത്തിയിട്ടുള്ള മാംസക്കഷണങ്ങൾ അല്ലെങ്കിൽ മീൻ അതിൽ നിന്നെടുത്തു മാറ്റിയാൽ വെജിറ്റേറിയൻ ഭക്ഷണമായി എന്നു കരുതുന്നവരാണ് സാധാരണക്കാരായ ചൈനീസ് റെസ്റ്റോറന്റിലെ ജോലിക്കാരിൽ അധികവും.

ഏതായാലും സ്റ്റെഫാനിയോടൊപ്പമാവാം ഈ ഉച്ച. അവൾ രണ്ടു പ്രാവശ്യം സ്റ്റെഫാനിയോടൊപ്പം ഭക്ഷണം കഴിക്കാൻ പോയിട്ടുണ്ട്. അന്ന് തങ്ങൾ കുറേ നേരം സംസാരിച്ചിരുന്നു. ഇന്ത്യയിലെ ദാരിദ്ര്യവും ദാരിദ്ര്യനിർമ്മാർജ്ജനത്തിനായി അതതുകാലത്തെ ഭരണാധികാരികൾ നടത്തുന്ന പ്രയത്നങ്ങളും സംസാരവിഷയമായി.

"ജനസംഖ്യാ നിയന്ത്രണം തന്നെയാണ് ഇന്ത്യയിൽ അത്യാവശ്യമായി ചെയ്യേണ്ടിയിരുന്ന ഒരു കർത്തവ്യം. അതൊരു പരിധിവരെ നിറവേറ്റാൻ ഭരണകൂടങ്ങൾക്ക് കഴിഞ്ഞിട്ടുണ്ടെന്ന് കാണാം. ഞാനൊക്കെ ജനിക്കുംമുമ്പുതന്നെ അത്തരം പ്രയത്നങ്ങൾ ഇന്ത്യയിൽ നടന്നുവന്നിരുന്നു. സമൂഹത്തിലെ താഴ്ന്ന തട്ടിലുള്ളവരെ കൈപിടിച്ചുയർത്താനും ഭരണകൂടങ്ങൾ ശ്രമിച്ചുവരുന്നു." താനന്ന് പറഞ്ഞു.

സ്റ്റെഫാനിക്ക് ഇന്ത്യയെക്കുറിച്ചറിയാൻ വളരെ ഇഷ്ടമായിരുന്നു.

"ഒരുപാട് മതങ്ങളുള്ള ഒരുപാട് വിശ്വാസങ്ങളും ആരാധനാരീതികളുമൊക്കെ വെച്ചുപുലർത്തുന്ന വലിയ ഒരു വിഭാഗം ജനസംഖ്യയുള്ള ഒരു നാട്ടിൽ ഒന്നും എളുപ്പമാവില്ല അല്ലേ?"

"അതെ, എല്ലാം നടത്തിയെടുക്കാൻ അല്പം ബുദ്ധിമുട്ടുതന്നെയാണ്. എങ്കിലും രാഷ്ട്രീയസ്വാധീനം വഴി എന്തും നേടിയെടുക്കാം എന്നൊരു രീതിയുണ്ട് ഞങ്ങളുടെ നാട്ടിൽ." കരുണ പറഞ്ഞു.

"അഴിമതി ഇല്ലായ്മ ചെയ്യലും ദാരിദ്ര്യനിർമ്മാർജ്ജനവുമൊക്കെ രാഷ്ട്രീയ അജണ്ടകളിൽ പ്രധാനമാണ്, എവിടെയും." സ്റ്റെഫാനി പറഞ്ഞു.

“ഇന്ത്യയിലും അപ്രകാരം തന്നെ. അതെല്ലാം വിജയകരമായി നടപ്പാക്കാൻ കഴിഞ്ഞാൽ വലിയ നേട്ടം തന്നെയാവും അത്. എന്നാൽ അജണ്ടയിലെ ഒരിനമായി മാത്രം അത് തരംതാഴലാവും പലപ്പോഴും നടക്കുക. എങ്കിലും അതിനൊക്കെയാണ് പ്രാധാന്യം എന്ന് രാഷ്ട്രീയ പാർട്ടികൾ ഘോഷിക്കുന്നതുതന്നെ ഒരു വലിയ കാര്യമായി ഞാൻ കരുതുന്നു.” കരുണ പറഞ്ഞു. ദി ഹിന്ദുവും ഒരു മലയാളം പത്രവും പതിവായി കമ്പ്യൂട്ടറിലൂടെ വായിക്കുന്ന ഒരാളെന്ന നിലയിൽ തനിക്കത് പറയാൻ കഴിയും എന്ന് അവൾ ഓർത്തു.

അന്ന് അങ്ങനെ ഉച്ചഭക്ഷണത്തോടൊപ്പം ഇന്ത്യയും വിഷയമായി. ഒടുവിൽ ലഞ്ചു കഴിഞ്ഞ് താൻ തിരിച്ചുവരികയും സ്റ്റെഫാനി ഓഫീസിലേക്ക് പോവുകയും ചെയ്തു.

* * *

മറ്റൊരിക്കൽ അവളോടൊപ്പം പുറത്തുപോയത് ഒരു ഡ്രിങ്ക്സ് കഴിക്കാനായിരുന്നു. അന്ന് കേരളത്തിലെ മോഹിനിയാട്ടം എന്ന നൃത്തമാണ് വിഷയമായത്.

“മോഹിനിയാട്ടം ഒരു കേരളീയ കലയാണ്. ദേവദാസികൾ എന്ന രാജകൊട്ടാരനർത്തകികളിലൂടെ ആവിഷ്കരിക്കപ്പെട്ടതാണ് ആ നൃത്തം.” കരുണ പറഞ്ഞു. ഒപ്പം ചില മോഹിനിയാട്ടത്തിന്റെ ഫോട്ടോകളും അവൾ കാണിച്ചുകൊടുത്തു. അവ അവളുടെ കൈയിലുണ്ടായിരുന്ന ഡയറിയിൽ വെട്ടി ഒട്ടിച്ചവയായിരുന്നു. ഒരു മോഹിനിയാട്ട നർത്തകിയുടെ ചിത്രം വരയ്ക്കണമെന്ന ആഗ്രഹം തോന്നിയിട്ട് ചിത്രത്തിന്റെ പ്രിന്റ്ഔട്ട് എടുത്ത് വെട്ടി ഒട്ടിച്ചതായിരുന്നു.

“മനോഹരമായിരിക്കുന്നു. ഈ നൃത്തത്തിലൂടെ എന്താണ് പറയാൻ ശ്രമിക്കുന്നത്?” സ്റ്റെഫാനി ചോദിച്ചു.

“ഈ നൃത്തം ദേവദാസികൾ ചെയ്തിരുന്നതാണെന്ന് പറഞ്ഞുവല്ലോ. സ്വന്തം ഭർത്താവിന്റെ വേർപാടിലുള്ള ദുഃഖവും ഭർത്താവിനെ അല്ലെങ്കിൽ കാമുകനെ കാണാതെ ഭാര്യയ്ക്കോ കാമുകിക്കോ ഉണ്ടാവുന്ന സന്താപവും മറ്റുമാണ് വിഷയമാവുക. അനുരാഗപരവശയായ സ്ത്രീയുടെ ചിന്തകളും സംസാരവുമാണ് പ്രധാനമായും നൃത്തത്തിലൂടെ അവതരിപ്പിക്കുക. കുഞ്ഞിനെ പാട്ടുപാടി ഉറക്കുന്ന താരാട്ടും പ്രധാനവിഷയമാണ്. പതിഞ്ഞ ചുവടുകളാണ് ഈ നൃത്തത്തിന്റെ പ്രത്യേകത.”

ഇന്ത്യൻനൃത്തങ്ങളിൽ പ്രധാനമായ മോഹിനിയാട്ടവും ഭരതനാട്യവും, കുച്ചിപ്പുടിയും, കഥക്കുമൊക്കെ എന്താണെന്ന് അറിയാൻ

അവൾക്ക് ആഗ്രഹമുണ്ടായിരുന്നു. കഥകളിയെക്കുറിച്ച് പറഞ്ഞു കൊടുക്കാൻ തനിക്കും താല്പര്യമായിരുന്നു. ഒടുവിൽ അതെല്ലാം മറ്റൊരു ദിവസത്തേക്ക് മാറ്റിവെച്ച് അന്ന് പിരിയുകയായിരുന്നു. അവൾ ചിന്തയിൽനിന്നുണർന്നു.

സ്റ്റെഫാനി തിരക്കുകൾ കഴിഞ്ഞ് എത്തി. സ്റ്റെഫാനിയോടൊപ്പം ഒരു ചൈനീസ് റെസ്റ്റോറന്റിൽനിന്ന് ന്യൂഡിൽസ് കഴിച്ചു. തക്കാളി സോസ് ഒഴിച്ച, അല്പം പച്ചക്കറികൾ ചേർത്ത ന്യൂഡിൽസാണ് തനിക്ക്. അവൾക്ക് പന്നിയിറച്ചിയും മറ്റും വേവിച്ചു ചേർത്തിരിക്കുന്ന ന്യൂഡിൽസും. ആ റെസ്റ്റോറന്റിന്റെ പുറംഭാഗത്ത് കമ്പികളിൽ തൂക്കിയിട്ടിരുന്ന ഇറച്ചിക്കൂട്ടങ്ങളിലേക്ക് അവൾ നോക്കി. തൊലിയുരിക്കപ്പെട്ട കോഴികളും താറാവുകളുമൊക്കെ സോയ സോസിലോ മറ്റെന്തിലൊക്കെയോ കുതിർന്ന് അവിടെ തൂങ്ങിക്കിടക്കുകയാണ്. ആവശ്യക്കാർക്ക് തിളച്ച വെള്ളത്തിൽ കുതിർത്ത് ചൂടാക്കി മുറിച്ചു കൊടുക്കുമത്രെ. വേറെ മസാലകളൊന്നുമുണ്ടാവില്ല. വേവും കുറവായിരിക്കും.

"ഒരു ദ്വിഭാഷിയോടൊപ്പം നീ പുറത്തു പോകുന്നത് നിന്റെ ഓഫീസിൽ അറിഞ്ഞാൽ പ്രശ്നമാകുമോ? ഞാനത് കഴിഞ്ഞ രണ്ടു പ്രാവശ്യമായി ചോദിക്കണമെന്ന് കരുതിയിരുന്നു." കരുണ സ്റ്റെഫാനിയോട് ചോദിച്ചു.

"ശരിക്കുപറഞ്ഞാൽ ഔദ്യോഗിക ആവശ്യങ്ങൾക്കല്ലാതെ ഞങ്ങൾക്ക് ദ്വിഭാഷികളുമായി പുറത്തുപോകാൻ അനുവാദമില്ല. എന്നാൽ അത് ഓഫീസ് സമയങ്ങളിൽ മാത്രം. ഉച്ചഭക്ഷണസമയത്ത് ഒരു സുഹൃത്തുമായി, അത് ദ്വിഭാഷിയാണെങ്കിൽപോലും, പുറത്തു പോകുന്നതിൽ ഒരു തെറ്റുമില്ല. അതിന് തടസ്സങ്ങളുമില്ല."

ഇന്ത്യൻ നൃത്തരൂപങ്ങളെപ്പറ്റി ചെറിയൊരു ചർച്ച നടന്നു. അവയുടെ ഫോട്ടോകൾ കൈയിൽ കരുതിയശേഷം പിന്നീട് വിശദമായ ചർച്ചയാവാം എന്ന് താൻ കരുതി. ഫോട്ടോകൾ തന്റെ കൈയിൽ അപ്പോൾ ഉണ്ടായിരുന്നില്ല.

"അടുത്ത തവണയാവാം. ഫോട്ടോകൾകൂടി കാണുമ്പോഴേ ഞാൻ പറയുന്നത് എന്തെന്ന് നിനക്ക് മനസ്സിലാവൂ."

"ശരി. മതി." അവൾ സമ്മതിച്ചു.

മനുഷ്യാവകാശധ്വംസനങ്ങളെപ്പറ്റിയായി പിന്നീട് ചർച്ച.

"ചൈനയിൽ, നിങ്ങളുടെ മാതൃരാജ്യത്തിൽ ധാരാളം മനുഷ്യാവകാശധ്വംസനങ്ങൾ നടക്കുന്നുണ്ടല്ലോ. ഇന്ന് ഫാലൻ ഗോങുകൾ അതിനെതിരെ സമരം ചെയ്യുന്നതു കണ്ടു. അവരെ അമർച്ച ചെയ്യാൻ ചൈനയുടെ നിർദ്ദേശമനുസരിച്ച് ഹോങ്കോങ് ഗവൺമെന്റ് എന്തെങ്കിലും നടപടികളെടുക്കുന്നുണ്ടോ? അറിയാമോ?" കരുണ ചോദിച്ചു.

"അവരെ ഒതുക്കാനായി അവർ സമരം ചെയ്യുന്നിടത്തൊക്കെ പൊലീസിനെ ശക്തമായി വിന്യസിക്കാറുണ്ട്. നിയമത്തിനെതിരായ സമരം എന്ന് പറഞ്ഞുകൊണ്ട് സമരക്കാരെ പൊലീസ് അറസ്റ്റ് ചെയ്യുകയോ പിരിച്ചുവിടുകയോ ചെയ്യാറുണ്ട്. കൂടുതലായി അതേപ്പറ്റി പുറംലോകത്തിന് എന്തെങ്കിലും അറിയുമെന്ന് തോന്നുന്നില്ല."

"ചൈനയെപ്പറ്റി പറയുകയാണെങ്കിൽ എനിക്ക് നിന്നോട് മറ്റു ചില കാര്യങ്ങൾകൂടി പറയാനുണ്ടാവും."

"എന്നാൽ പറയൂ." കരുണ പ്രോത്സാഹിപ്പിച്ചു.

സ്റ്റെഫാനി ഒരിറക്ക് കൊക്കോകോള കുടിച്ചു. എന്നിട്ട് പറയാൻ തുടങ്ങി.

"കരുണ, നിനക്കറിയുമോ ഞാൻ ചൈനയിലെ വളരെ കുറച്ച് അംഗങ്ങളുള്ള എവൻകി എന്ന സമുദായത്തിലെ ഇളമുറക്കാരിയാണ്. എന്റെ മാതാപിതാക്കൾ അവരുടെയും ഭാവിതലമുറകളുടെയും സുരക്ഷിതത്വം തേടി ഹോങ്കോങ്ങിൽ എത്തിയതാണ്. എഴുപതുകളുടെ അവസാനമാണ് അതുണ്ടായത്. ഇന്ന് ഞങ്ങളുടെ ഉയർച്ചയിൽ അവർ സംതൃപ്തരാണ്. എന്നാൽ അവരുടെ ഉള്ളിൽ എന്തൊക്കെയോ നഷ്ടമായതിന്റെ വേദന ഒരു ദീർഘനിശ്വാസമായോ പരസ്പരം സാന്ത്വനപ്പെടുത്തലായോ വെളിവാകാറുണ്ട്. എനിക്കും എന്റെ അനുജനും അത് മനസ്സിലാകാറുമുണ്ട്. ശരിക്കുപറഞ്ഞാൽ എന്റെ മാതാപിതാക്കൾ ചെറിയ ഒരു സമുദായത്തിന്റെ വലിയ ദുഃഖം പേറുന്നവരാണ്. ഇടയ്ക്കിടെ എന്റെ മാതാപിതാക്കൾ പറയുന്ന പഴയ കഥകളിലൂടെ അടർന്നറ്റുപോയ ഒരു സംസ്കാരത്തിന്റെ, അതിലൂടെ ജീവിക്കുന്ന ഒരു ജനതയുടെ മുറിവിൽ നിന്നൊലിക്കുന്ന ചോര ഞങ്ങൾ തൊട്ടറിയാറുണ്ട്." സ്റ്റെഫാനി പറയവേ അവളുടെ മുഖം വലിഞ്ഞു മുറുകി. പെട്ടെന്ന് അവളുടെ മുഖം ഗൗരവപൂർണ്ണമായി.

"ചൈനയുടെ സാംസ്കാരിക പൈതൃകത്തിൽനിന്ന് വേറിട്ടൊരു പൈതൃകം, അല്ലേ?" കരുണ ആകാംക്ഷയോടെ ചോദിച്ചു.

"അതെ. നൂറ്റാണ്ടുകളായി വടക്കൻ സൈബീരിയയിൽ ചുറ്റി സഞ്ചരിച്ചിരുന്ന എവൻകി എന്ന വർഗ്ഗക്കാരായിരുന്നു ഞങ്ങളുടെ പൂർവ്വികർ. അവർക്കും ഒരിക്കൽ അഭയാർത്ഥികളാകേണ്ടിവന്നു. കുറേക്കൂടി നല്ല ജീവിതസൗകര്യങ്ങൾ കൊതിച്ച് അവരിൽ കുറേപ്പേർ ഹിൻഗ്ഗാൻ മലനിരകൾ കടന്ന് ചൈനയിൽ എത്തിച്ചേർന്നു."

"എവൻകി!" കരുണ ആ പേര് ഉച്ചരിച്ചു. മുൻപ് കേട്ടിട്ടില്ല.

സ്റ്റെഫാനി തുടർന്നു. "ഞങ്ങളുടെ പൂർവ്വികരുടെ പ്രധാന തൊഴിൽ മലകളിൽ വേട്ടയാടലായിരുന്നു. റെയിൻഡിയറുകൾ എന്ന

മാൻകൂട്ടങ്ങളായിരുന്നു അവരുടെ സ്വത്ത് എന്നു പറയാം. മാൻകൂട്ട ങ്ങളോടൊത്ത് ചൈനയിൽ എത്തിപ്പെട്ട ഞങ്ങളുടെ പൂർവ്വികർ നായാട്ടുകാരായിത്തന്നെ അവിടെ ജീവിച്ചു. എന്റെ അച്ഛന് സ്വന്ത മായി ഒരു റൈഫിൾ ഉണ്ടായിരുന്നു. അതുമായി മാൻകൂട്ടങ്ങളോ ടൊപ്പം വേട്ടയാടാൻ പോകലായിരുന്നു അച്ഛൻ ചെയ്തുകൊണ്ടി രുന്നത്. കുറച്ചുനാൾ കഴിഞ്ഞപ്പോൾ അച്ഛന്റെ റൈഫിൾ ആരോ നശിപ്പിച്ചു. പിന്നീട് അച്ഛൻ വല്ലപ്പോഴുമേ നായാട്ടിന് പോയിട്ടുള്ളൂ. മലമുകളിലെത്തി നായാട്ടിന് മുതിരുമ്പോൾ, തന്റെ നഷ്ടപ്പെട്ട റൈഫിൾ ഓർത്ത് അച്ഛൻ കരയുമായിരുന്നുവത്രെ. ഇന്നും അച്ഛൻ ഓർക്കുന്ന ഒന്നുണ്ട്, തന്റെ നശിപ്പിക്കപ്പെട്ട റൈഫിളിന്റെ മോഡൽ നമ്പർ. അത് എ-62854 എന്ന് ആയിരുന്നു. സ്വന്തം ഐ ഡി കാർഡ് നമ്പർ ഇന്നും അച്ഛന് കാണാതെ അറിയില്ല എന്നു പറഞ്ഞാൽ നിനക്ക് വിശ്വസിക്കാൻ പ്രയാസമാവും, അല്ലെ?" സ്റ്റെഫാനി ചോദിച്ചു.

"അതെ, ശരിയാണ്. എന്നാൽ എനിക്ക് അതിശയമില്ല. ചൈന യിൽ വെച്ച് നശിപ്പിക്കപ്പെട്ട ആ റൈഫിൾ സംരക്ഷിക്കപ്പെട്ടിരു ന്നെങ്കിൽ മാത്രമേ അതിശയം തോന്നുമായിരുന്നുള്ളൂ. ആകട്ടെ ആ മാൻകൂട്ടങ്ങളോ? അവയെ സംരക്ഷിക്കാൻ കഴിഞ്ഞോ?" കരുണ ആകാംക്ഷയോടെ ചോദിച്ചു.

"ചൈനയിലെ സാംസ്കാരിക വിപ്ലവകാലത്ത് റെയ്ൻഡിയറു കൾ എന്ന മാൻകൂട്ടങ്ങളെ പിടിച്ചുകെട്ടി പൊതു ഉടമസ്ഥതയിലാ ക്കിയത്രെ. എന്നാൽ അവയെ നന്നായി സംരക്ഷിച്ചില്ല. ഫലമോ? മാൻകൂട്ടത്തിൽ വലിയൊരു പങ്കും ചത്തുപോയി. ബാക്കിയുള്ള വയെ അധികൃതർ മൃഗശാലയിലേക്ക് മാറ്റുകയും ചെയ്തു. എന്റെ അച്ഛന്റെ ഒരേയൊരു മാനിനെ പിടികൂടി അച്ഛന്റെ കുടുംബം താമസി ച്ചിരുന്ന ചൈനയിലെ ഒരു ഉൾഭാഗത്തെ ഏതോ ഒരു മൃഗശാലയി ലേക്ക് മാറ്റി. സാംസ്കാരിക വിപ്ലവം എല്ലാം നശിപ്പിച്ച കുടുംബ ങ്ങളിലൊന്ന് എന്റെ അച്ഛന്റേതായിരുന്നു. വിവാഹിതനായശേഷം എവിടെ താമസമുറപ്പിക്കണമെന്നറിയാതെ പരക്കം പാച്ചിലിലായി രുന്നുവത്രെ നവദമ്പതികളായിരുന്ന എന്റെ അച്ഛനുമമ്മയും."

ഒരു നിമിഷം മിണ്ടാതിരുന്ന് സ്റ്റെഫാനി തുടർന്നു.

"അവർക്ക് എല്ലാം നഷ്ടപ്പെട്ടു. അത്തരത്തിലുള്ള അനേകലക്ഷം കുടുംബങ്ങളിലൊന്നായി അവരുടേത്. പിന്നെ പ്രയാണമായിരുന്നു. ചിന്നിച്ചിതറപ്പെട്ട കുടുംബാംഗങ്ങളുടെ നിലയ്ക്കാത്ത പ്രയാണ ങ്ങളിലൊന്നായി അവരുടേതും." സ്റ്റെഫാനി താടിയിൽ കയ്യൂന്നി ഏതോ ചിന്തയിലാണ്ടു.

കൗതുകപൂർവ്വം കരുണ സ്റ്റെഫാനിയുടെ കഥ കേട്ടുകൊണ്ടിരുന്നു. അവളുടെ ഫോർക്കിൽ ന്യൂഡിൽസ് പുഴുക്കളെപ്പോലെ ചുറ്റിപ്പിണഞ്ഞുകൊണ്ടേയിരുന്നു.

"എന്റെ മാതാപിതാക്കൾ വീണ്ടും അഭയാർത്ഥികളായി. എല്ലാം ചൈനയിൽ ഇട്ടെറിഞ്ഞ് അവർ ഹോങ്കോങിൽ അഭയം തേടുകയായിരുന്നു. ശരിക്കു പറഞ്ഞാൽ ഭാവിതലമുറയ്ക്കായി." സ്റ്റെഫാനി പറഞ്ഞുനിർത്തി.

"ഇന്ന് എവൻകി സമുദായത്തിൽ എത്രപേർ അവശേഷിച്ചിട്ടുണ്ട്?" കരുണ ചോദിച്ചു.

"അമ്പതിനായിരമോ അറുപതിനായിരമോ ആളുകൾ ഉണ്ടാകും. അവരെയൊക്കെ ചൈനാ ഗവൺമെന്റ് ഇപ്പോൾ പുനരധിപ്പിച്ചുവത്രേ."

"അവരുടെ ജീവിതമോ?"

"ഇപ്പോൾ തരക്കേടില്ല. പത്രവാർത്തകളിലൂടെ അറിയുന്നത് മാത്രമേ ഉള്ളൂ. എന്റെ മാതാപിതാക്കൾ പിന്നീട് ഒരിക്കലും ചൈന സന്ദർശിച്ചിട്ടില്ല. പോയാലും അവർക്ക് അവിടെ സ്ഥാനം ഉണ്ടാവില്ലെന്ന് അവർക്കറിയാം. മാതൃരാജ്യം എന്ന് വേണമെങ്കിൽ ചൈനയെ ഞങ്ങൾക്ക് വിളിക്കാമെന്നല്ലാതെ മറ്റൊന്നും ചൈനയിൽ നിന്ന് ഞങ്ങൾക്ക് പ്രതീക്ഷിക്കാനില്ല. ഞങ്ങളുടെ വേരുകൾ അറ്റുപോയതുപോലെയാണ്. എന്റെ മാതാപിതാക്കളുടെ വേദന ഞങ്ങൾ മക്കൾക്ക് ഇന്ന് മനസ്സിലാകുന്നു."

സ്റ്റെഫാനി ദീർഘമായി ഒന്ന് ശ്വസിച്ച് തന്റെ നൂഡിൽസ് കഴിക്കാൻ തുടങ്ങി. അവളുടേത് പകുതിപോലും തീർന്നിരുന്നില്ല.

"വാസ്തവത്തിൽ ഞങ്ങൾ മക്കൾക്ക് അച്ഛനമ്മമാരുടെ കുടുംബബന്ധങ്ങളുടെ ആഴം ശരിക്ക് അളക്കാൻ കഴിയുന്നില്ല എന്നത് വാസ്തവമാണ്, അവരുടെ വേദനയുടെ ആഴം അളക്കാമെങ്കിലും. എന്നാൽ ഞങ്ങളുടെ മാതാപിതാക്കൾക്കോ? അവർക്ക് ചൈനയിലേക്ക് തിരിച്ചുപോകാനാവില്ല. അഭയാർത്ഥികൾ എന്ന വിങ്ങലിൽ നിന്ന് മോചനവുമില്ല."

"സത്യം തന്നെ." കരുണ പറഞ്ഞു. അവൾ തന്റെ ന്യൂഡിൽസ് തിന്നുതീർത്തിരുന്നു.

"നിനക്കറിയുമോ, ഷിമാനിക് എന്ന ഞങ്ങളുടെ പൂർവ്വികരുടെ വിശ്വാസസംഹിതകൾ ചൈനയിൽ ചവിട്ടിയരയ്ക്കപ്പെട്ടു. സാംസ്കാരികവിപ്ലവം എന്റെ മാതാപിതാക്കൾക്ക് അവരുടെ ഭാഷയെയും സംസ്കാരത്തെയും നഷ്ടപ്പെടുത്തി. ഇന്ന് അതൊന്നുമില്ല.

ഇന്ന് എവൻകി സമുദായത്തിന് സ്വന്തമായ വിശ്വാസസംഹിത ചൈനയിലോ ഹോങ്കോങ്ങിലോ ഇല്ല." സ്റ്റെഫാനി പറഞ്ഞുനിർത്തിയപ്പോൾ കരുണ എവൻകി സമുദായത്തിന്റെ പതനത്തെക്കുറിച്ച് ഓർത്തു. എല്ലാം നഷ്ടമായ ഒരു ജനസമൂഹം!

സ്റ്റെഫാനി തന്റെ പ്ലേറ്റിലെ ആഹാരം കഴിച്ചുതീർക്കുന്നതിൽ ശ്രദ്ധിച്ചു.

"ഹോങ്കോങ്ങിൽ അപ്രകാരം ജീവിക്കുമ്പോൾ എന്തൊക്കെയാണ് ബുദ്ധിമുട്ടുകൾ?" കരുണ ചോദിച്ചു

"ഞങ്ങൾക്ക് മതമോ വിശ്വാസങ്ങളോ ഇല്ല. ഞങ്ങളുടെ ആചാര വിശ്വാസങ്ങളോടെ ഇവിടെ ഞങ്ങൾക്ക് ജീവിക്കാനും കഴിയില്ല. എന്തെങ്കിലും ഫോറങ്ങൾ പൂരിപ്പിക്കുമ്പോൾ മതമെന്ന കോളത്തിൽ ഒന്നും എഴുതാതെ 'Nil' എന്നെഴുതുകയാണ് പതിവ്. പഴയ ഒന്നിനെയും ചേർത്തുപിടിക്കാൻ തനിക്കാവുന്നില്ല എന്നാണ് എന്റെ അച്ഛൻ പറയാറുള്ളത്. ഞങ്ങൾക്ക് എല്ലാം കേട്ടുകേൾവിയേ ഉള്ളൂ. ഞങ്ങൾ എന്നാൽ എനിക്കും എന്റെ സഹോദരനും."

സ്റ്റെഫാനിയോടൊപ്പമിരുന്നപ്പോൾ, അവളുടെ മനസ്സ് തുറന്നപ്പോൾ എവൻകി സമുദായത്തിന്റെ നെടുവീർപ്പുകൾ കരുണയ്ക്ക് കേൾക്കാൻ കഴിഞ്ഞു.

അഭയാർത്ഥികൾ! അവർ കാടും മലയും നടപ്പാതകളും സമുദ്രവുമൊക്കെ താണ്ടി മറ്റൊരു നാട്ടിൽ എത്തുന്നു, പ്രതീക്ഷയുടെ ഭാണ്ഡങ്ങളും പേറി. എന്നാൽ അവയെല്ലാം തച്ചുടയ്ക്കപ്പെടുമ്പോൾ... ആ വിങ്ങലും വേദനയുമൊക്കെ ഉള്ളിലൊതുക്കുകയേ വഴിയുള്ളൂ.

ഒരു യുവ കവയിത്രിയുടെ കവിതയിലെ രണ്ട് വരികൾ കരുണയുടെ മനസ്സിലൂടെ കടന്നുപോയി.

"ഉപേക്ഷിക്കപ്പെട്ടവയുടെ വില അഭയാർത്ഥികൾക്കേ അറിഞ്ഞുകൂടൂ."

ദിവസങ്ങൾ കഴിഞ്ഞു. സ്റ്റെഫാനിയുമായുള്ള ഉച്ചഭക്ഷണം നടന്നിട്ട് കുറേ ദിവസങ്ങളായിരുന്നു. കരുണയെ ഒരു ദിവസം സ്റ്റെഫാനി വിളിച്ചു. അവൾ അതിൻപ്രകാരം യു.എൻ. ഓഫീസിൽ എത്തി. അന്ന് അരുൺകുമാറുമായുള്ള മൂന്നാമത്തെ അഭിമുഖമായിരുന്നു. അഭയാർത്ഥിത്വം കിട്ടാനായുള്ള അയാളുടെ ആദ്യത്തെ അപേക്ഷ അധികൃതർ തള്ളിക്കളഞ്ഞിരുന്നു. അയാൾ വീണ്ടും അപേക്ഷിച്ചിരിക്കുകയാണ്. അതിനുവേണ്ടിയുള്ള അഭിമുഖം ആണ് നടക്കാൻ പോകുന്നത്. പതിവുപോലെ അഭിമുഖം നടക്കുന്ന മുറിയിലേക്ക് സ്റ്റെഫാനിയോടൊപ്പം കരുണ കയറി.

സ്റ്റെഫാനി കൈയിൽ കമ്പ്യൂട്ടർ ഇറുക്കിപ്പിടിച്ചിരുന്നു. അവർ ഇരുന്നു കഴിഞ്ഞപ്പോൾ അയാളും എത്തി. അരുൺകുമാർ. കുറ്റിത്താടി വളർന്നുനിൽക്കുന്ന ക്ഷീണിച്ച മുഖം. മുമ്പ് ചോദിച്ച ചോദ്യങ്ങൾ തന്നെ അയാളോട് സ്റ്റെഫാനി അല്പം മാറ്റി ചോദിക്കുകയായിരുന്നു. അയാൾ ക്ഷീണിച്ച സ്വരത്തിൽ എല്ലാറ്റിനും ഉത്തരം നൽകിക്കൊണ്ടിരുന്നു.

തന്നെ കണ്ടിട്ടും അയാൾ പുഞ്ചിരി തൂകാൻപോലും മടിച്ചു. എന്തോ തെറ്റ് ചെയ്തതുപോലെയാണോ അയാളുടെ മുഖഭാവം എന്ന് കരുണയ്ക്ക് തോന്നി. പഴയ പ്രസരിപ്പും ചിരിയുമൊന്നും അയാളിൽ ശേഷിച്ചിട്ടില്ലെന്ന് അവൾക്ക് തോന്നി.

“ചേച്ചീ, എന്റെ കാര്യം പരിഗണിക്കണേ’ എന്ന് വഴിയിൽ വെച്ച് തന്നെ കണ്ടപ്പോൾ അയാൾ പറഞ്ഞത് അവൾ ഓർത്തു. പെട്ടെന്ന് എന്തോ തന്റെ തൊണ്ടയിൽ കുടുങ്ങിയതായി അവൾക്ക് തോന്നി. സ്റ്റെഫാനി വേഗം തന്നെ ചോദ്യങ്ങൾ ചോദിക്കുന്നുണ്ട്. തന്റെ വേഗത അല്പം കുറഞ്ഞുവോ? അങ്ങനെ ആദ്യമായി അവൾക്ക് തോന്നി. ഒടുവിൽ വേഗതയ്ക്കായി അവൾ മനസ്സിനെ പാകപ്പെടുത്തി.

അഭിമുഖം കഴിഞ്ഞു. അരുൺകുമാർ പുറത്തിറങ്ങി അപ്രത്യക്ഷനായി. വിഷാദം മുറ്റിയ അയാളുടെ മുഖത്ത് ഒരു അല്പംപോലും പ്രസാദം ഉണ്ടായിരുന്നില്ല. എന്നാലും ഒരു പ്രതീക്ഷയുള്ളതുപോലെ.

“സ്റ്റെഫാനി, ഒന്നും തോന്നരുത്. ഞാനൊന്ന് ചോദിച്ചോട്ടെ? അരുൺകുമാറിന്റെ കാര്യത്തിൽ എന്തെങ്കിലും പ്രതീക്ഷയ്ക്ക് വകയുണ്ടോ?” പോകും മുമ്പ് കരുണ സ്റ്റെഫാനിയോട് ചോദിച്ചു.

“ഒന്നും എനിക്ക് പറയാൻ കഴിയില്ല കരുണ. പതിവുപോലെ എല്ലാം തീരുമാനിക്കുക ഒരുകൂട്ടം അഭിഭാഷകരാവും. കോടതിയും. വാദം നടക്കും. വിധി ഉണ്ടാകുമെന്ന് പറയാനാവില്ല ഇപ്പോൾ.”

സ്റ്റെഫാനി പറഞ്ഞപ്പോൾ കരുണയും ഓർത്തു, അതേ, ഇപ്പോൾ ആർക്കും ഒന്നും പറയാനാവില്ല.

കരുണ ജോലിക്കായുള്ള ശ്രമങ്ങൾ തുടർന്നുകൊണ്ടിരുന്നു. യൂണിവേഴ്സിറ്റിയിൽനിന്ന് ഡിഗ്രി പാസായിക്കഴിഞ്ഞു. ബി.ബി.എ. പഠിച്ച ഒരു വിദ്യാർത്ഥിനി എന്തു ജോലിയും ചെയ്യാൻ തയ്യാറായി നിൽക്കുന്നു, അവൾ കുസൃതിയോടെ ചിന്തിച്ചു. എന്നാൽ ലളിതാമുകുന്ദനും മുകുന്ദൻ മേനോനും നിർബന്ധമായി പറയുമായിരുന്നു, ‘ഒരു ഡിഗ്രി ഹോൾഡറായിട്ട് വെറും ക്ലർക്ക് ജോലിക്ക് പോകരുത്.

നിന്റെ പഠിപ്പിന് ചേർന്ന അല്പം ഉയർന്ന ഉദ്യോഗത്തിന് തന്നെ പോകാൻ നോക്ക്."

ശ്രമിക്കാൻ തുടങ്ങിയിട്ട് മാസങ്ങളായി. പേപ്പറിൽ ക്ലാസിഫൈഡ് പോസ്റ്റിൽ പരസ്യങ്ങൾ കാണുമ്പോഴൊക്കെ അപേക്ഷകൾ അയച്ചു. പഠിച്ച വിഷയവുമായി ബന്ധപ്പെട്ട ജോലി കിട്ടുക എന്നതാണ് പ്രശ്നം. ജോലിക്കായി അപേക്ഷിക്കുമ്പോൾ ഓരോ പ്രാവശ്യവും പ്രതീക്ഷകളാണ്. മറുപടിക്കായി കാത്തിരിക്കുമ്പോൾ ആകാംക്ഷയും. സോറി പറഞ്ഞ്, അവരുടെ പ്രതീക്ഷയ്ക്കൊത്ത ബയോഡാറ്റയേ അല്ലെന്ന് പറഞ്ഞ്, പല കമ്പനികളിൽ നിന്നും ഓഫീസുകളിൽ നിന്നും മറുപടികൾ ലഭിച്ചപ്പോൾ, അവൾക്ക് സങ്കടം സഹിക്കാതായി; ചിലപ്പോൾ ദേഷ്യവും വന്നു. മുൻപരിചയം ഇല്ലാത്തതാണോ, ഇന്ത്യക്കാരിയുടെ തവിട്ടു നിറമാണോ ഏതാണ് പ്രശ്നം എന്ന് ചില ഇന്റർവ്യൂകളിൽ പങ്കെടുത്ത് പരാജയപ്പെട്ടപ്പോൾ ചിന്തിച്ച് തല പുണ്ണാക്കി. അഭിമുഖങ്ങൾക്ക് നന്നായി പങ്കെടുക്കാൻ കഴിഞ്ഞിരുന്നു. എന്നിട്ടും...? എങ്ങനെയാണ് ഇന്റർവ്യൂ ബോർഡ് മെമ്പർമാർ തീരുമാനങ്ങൾ എടുക്കുന്നത്?

* * *

ആഗോള സാമ്പത്തികമാന്ദ്യം ഹോങ്കോങ്ങിനെയും പിടികൂടിയിരിക്കുകയാണ്. അനേകമാളുകൾ തൊഴിൽ തേടി അലയുന്നു. എപ്പോൾ വേണമെങ്കിലും ഉള്ള തൊഴിൽ നഷ്ടപ്പെടാമെന്നോർത്ത് വേവലാതിപ്പെടുന്നവരും ഏറെ. സാർസ് എന്ന മഹാവ്യാധിയുടെ മുന്നിൽ മുട്ടുമടക്കിയ ചൈനയും ഹോങ്കോങ്ങുമൊക്കെ ഒന്ന് നിവർന്ന് എഴുന്നേൽക്കുന്നതേ ഉണ്ടായിരുന്നുള്ളൂ. ചിലപ്പോൾ അതിന്റെ പ്രത്യാഘാതവുമാവും ഈ സാമ്പത്തിക പ്രതിസന്ധി.

എന്നാലും ഷോപ്പിംഗ്മാളുകളിൽ തിരക്കുണ്ട്. ബാങ്കുകൾക്കു മുന്നിൽ നീണ്ട ക്യൂ. മാർക്കറ്റുകളിലും തിരക്കുതന്നെ. ക്രമേണ സാമ്പത്തിക പ്രതിസന്ധിയിൽനിന്ന് കരകയറുമെന്നുറപ്പ്. അച്ഛൻ പറയുന്നത് ശരിയാവും. ഇവിടുത്തെ ഗവൺമെന്റിന്റെ കൈയിൽ പൂത്ത കാശുണ്ട്. വലിയ അളവിൽ കരുതൽ ധനമുണ്ട്. അതുകൊണ്ട് സാമ്പത്തിക പ്രതിസന്ധിയൊക്കെ ഹോങ്കോങ് മറികടക്കുമത്രെ. അത് ശരിയാകുമെന്ന തോന്നലാണ് തനിക്കും.

യു.എൻ. ഓഫീസിൽ ദ്വിഭാഷിയായി പോകുമ്പോൾ കിട്ടുന്നത് വലിയ വരുമാനമൊന്നുമല്ല. കൂടാതെ വല്ലപ്പോഴുമേ ഉള്ളൂതാനും. അതുകൊണ്ടാണ് കരുണ ട്യൂഷൻ എടുക്കാൻ തയ്യാറായത്. ട്യൂഷൻ സെന്ററുകളിൽ ഇംഗ്ലീഷ് ടീച്ചർക്ക് വലിയ ഡിമാന്റാണ്. അങ്ങനെ

ബിസിനസ് അഡ്മിനിസ്ട്രേഷൻ പാസ്സായ അവൾ ഒരു ക്യൂമോൺ ട്യൂഷൻ സെന്ററിൽ ഇംഗ്ലീഷ് ടീച്ചറായി കയറിക്കൂടി.

"മിസ്, വാട്ടീസ് ദിസ്." എന്ന് കൊച്ചു പീറ്റർ വോങ് ചോദിക്കുമ്പോൾ 'ദിസ് ഈസ് എ മങ്കി' എന്ന് സംശയം തീർത്തു. അങ്ങനെ കുട്ടികളുടെ സംശയങ്ങൾ തീർത്തും പഠിപ്പിച്ചും ഒരു കൊച്ച് മിസ് ആയി മാറി. കുറഞ്ഞ നാളുകൾക്കുള്ളിൽത്തന്നെ അവരുടെ പ്രിയപ്പെട്ട മിസ്സും ആയി. കുഞ്ഞ് ഒലീവിയ ഒരുനാൾ പറഞ്ഞു. "മിസ് യു ആർ മൈ ഫേവറിറ്റ്." അവൾ ചിരിച്ചുകൊണ്ട് ഒലീവിയയുടെ കൈയിൽ പിടിച്ചു. അവൾക്ക് സന്തോഷമായി. അലനും കാതറീനുമൊക്കെ അവളുടെ പ്രിയപ്പെട്ട കുട്ടികളായി. ക്രിസ്തുമസ് പാർട്ടി നടന്നപ്പോൾ ചെറിയ ആ ട്യൂഷൻ ക്ലാസിൽ കുട്ടികളോടൊപ്പം ഇരുന്ന് ലഘുഭക്ഷണം കഴിച്ചു. ന്യൂ ഇയറിന് അവർക്കൊക്കെ ന്യൂ ഇയർ കാർഡുകൾ സമ്മാനമായി നൽകി. അവരുടെ വക അവൾക്കും ലഭിച്ചു ചില സമ്മാനങ്ങൾ. കുട്ടികളുടെ മാതാപിതാക്കളും ഇടയ്ക്ക് ക്ലാസുകൾ സന്ദർശിച്ചു. ആരും തന്നെ ഒരു വിദേശിയായി, തവിട്ടു നിറമുള്ള യുവതിയായി കാണാത്തതിൽ, മാറ്റിനിർത്താത്തതിൽ ആശ്വസിച്ചു.

എന്നാൽ കുറേക്കൂടി മുതിർന്ന കുട്ടികൾക്ക് ക്ലാസുകൾ എടുത്തുകൂടേ എന്ന് അവളുടെ സുഹൃത്തുക്കൾ ചോദിച്ചപ്പോൾ അവൾ പറഞ്ഞു, "എനിക്ക് ഒരു ജോലി കിട്ടുന്നത് എന്നാണെന്നറിയില്ല. കൊച്ചുകുട്ടികൾക്കാവുമ്പോൾ പെട്ടെന്നൊരു ദിവസം ട്യൂഷൻ നിർത്തിയാലും പ്രശ്നമുണ്ടാവില്ലല്ലോ." അവളുടെ ക്ലാസുകൾക്കൊപ്പം ദിവസങ്ങളും ഓടിമറഞ്ഞു.

നാല്

അന്ന് കരുണ ഒരു പ്രത്യേക മാനസികാവസ്ഥയിലായിരുന്നു. അവളുടെ കൃുമോൺ ക്ലാസിൽ ഒരു കൊച്ചു പാക്കിസ്ഥാനി പെൺകുട്ടി ചേർന്നിരുന്നു.

“എന്താ പേര്?” കരുണ ചോദിച്ചു.

“റുബീല.”

പെട്ടെന്ന് കരുണയുടെ മനസ്സിലൂടെ ഒരു മിന്നൽ പാഞ്ഞു. പിന്നീട് അന്ന് ക്ലാസ്സെടുത്തപ്പോഴൊക്കെ ആ പേര് അവളുടെ മനസ്സിൽ കിടന്ന് അമ്മാനമാടി.

അന്ന് ക്ലാസ് കഴിഞ്ഞ് കരുണ പുറത്തേക്കിറങ്ങി. ആ കൊച്ചു പാക്കിസ്ഥാൻകാരി പെൺകുട്ടി പേര് പറഞ്ഞപ്പോൾ, പെട്ടെന്ന് അവളുടെ മനസ്സിലേക്ക് മിന്നൽപോലെ കടന്നുവന്നത് അവളുടെ സുഹൃത്തായ പാക്കിസ്ഥാനി റുബീലയാണ്. തങ്ങളുടെ സ്കൂൾ പഠനകാലം. ഫോം ഫൈവ് ക്ലാസുകൾ തുടങ്ങുന്ന ദിവസമായിരുന്നു അന്ന്. കരുണയുൾപ്പെടെ ആറ് കുട്ടികൾ ഉൾപ്പെടുന്ന അവരുടെ സുഹൃദ്വലയത്തിൽ അന്ന് റുബീല ഉണ്ടായിരുന്നില്ല. ക്ലാസ് തുടങ്ങുന്ന ദിവസം സ്കൂളിൽ ഹാജരാകാൻ കഴിഞ്ഞില്ലെങ്കിൽ അതിന്റെ കാരണം നേരത്തെതന്നെ സ്കൂളിൽ അറിയിക്കണമെന്നുണ്ട്. പെട്ടെന്ന് ഉണ്ടാകുന്ന അസുഖം വല്ലതുമാണെങ്കിലും മാതാപിതാക്കൾ ആ വിവരം സ്കൂളിൽ അറിയിക്കണം. റുബീലയോ റുബീലയുടെ മാതാപിതാക്കളോ ഒന്നും അറിയിച്ചിരുന്നില്ല.

“റുബീലയ്ക്ക് എന്തുപറ്റി? എന്താണ് അവൾ വരാതിരുന്നത്? തുടക്കദിവസംതന്നെ എത്തിയില്ലെങ്കിൽ, വിവരമൊന്നും അറിയിച്ചില്ലെങ്കിൽ അത് പിന്നീട് പ്രശ്നമാവില്ലേ?” അന്ന് സുഹൃത്തുക്കൾ പരസ്പരം ചോദിച്ചു.

ആ ദിവസം വൈകുന്നേരം കരുണ, റുബീലയുടെ മൊബൈലിലേക്കും വീട്ടിലേക്കും വിളിച്ചു. ആരും ഫോണെടുത്തില്ല. പിറ്റേ

ദിവസവും അവൾ വിളിച്ചുനോക്കി. രണ്ടു ഫോണുകളും അടിക്കുന്നുണ്ടെങ്കിലും പ്രതികരണമുണ്ടായില്ല. ആരും പ്രതികരിക്കുന്നില്ല എന്ന് ഫോണിൽ സന്ദേശം വരുന്നതുവരെ കരുണ റുബീലയുടെ മൊബൈലിൽ വിളിച്ചുകൊണ്ടിരുന്നു. ഒടുവിൽ അവൾ ഫോൺ വിളിക്കാതെയായി. റുബീല ക്ലാസിൽ വന്നതേയില്ല. അനേകദിവസങ്ങൾ കഴിഞ്ഞപ്പോൾ റുബീലയുടെ കൂട്ടുകാർക്കെല്ലാം കിട്ടിയ ഒരു ഇ-മെയിൽ അവരെയാകെ അമ്പരപ്പിക്കുകതന്നെ ചെയ്തു.

റുബീല അമ്മയോടും സഹോദരിയോടുമൊപ്പം ലണ്ടനിൽ ആണത്രെ. വിസിറ്റിംഗ് വിസയിലാണ് ഇപ്പോൾ താമസം. താമസിയാതെ പെർമനന്റ് വിസ ലഭിക്കുമെന്ന പ്രതീക്ഷയിലാണത്രെ അവരെല്ലാം. അവളുടെ സഹോദരി സൽമയ്ക്ക് പതിനെട്ടു വയസ്സ് തികയുകയാണ്. ബ്രിട്ടീഷ് പാസ്പോർട്ട് ഹോൾഡറായ സൽമ, തന്റെ പതിനെട്ട് വയസ്സിനു മുമ്പ് ബ്രിട്ടനിൽ എത്തിയില്ലെങ്കിൽ അവൾക്ക് ബ്രിട്ടനിലെ സ്ഥിരവിസ കിട്ടുകയില്ല. ബ്രിട്ടീഷ് ഓവർസീസ് സിറ്റിസൻഷിപ്പ് അഥവാ ബി.ഒ.സി. പാസ്പോർട്ട് ഹോൾഡർ എന്ന കനകക്കട്ടി സൽമയ്ക്ക് ലഭിച്ചത് ബ്രിട്ടീഷുകാർ എന്നെന്നേക്കുമായി ഹോങ്കോങ് വിട്ടുപോകുമ്പോൾ കാണിച്ച ദയ മൂലമാണ്. അന്ന് ഒരുപാട് ഹോങ്കോങ്ങുകാർ ബി.ഒ.സി. പാസ്പോർട്ടിനായി അപേക്ഷിച്ചിരുന്നു. സൽമയുടെ അച്ഛൻ സൽമയ്ക്കായി അപേക്ഷ നൽകിയിരുന്നു. അവൾക്കത് ലഭിച്ചപ്പോൾ ക്രമേണ റുബീലയുടെയും അമ്മയുടെയും പാസ്പോർട്ടുകൾ ബി.ഒ.സി. ആക്കിയത്രെ. സൽമയ്ക്ക് ബ്രിട്ടനിൽ സ്ഥിരവിസ ലഭിക്കുവാൻ സാധ്യതയുണ്ടത്രെ ഇപ്പോൾ. അവരെല്ലാവരും ആ പ്രതീക്ഷയോടെയാണ് അവിടെ ജീവിക്കുന്നത്. ബ്രിട്ടനിൽ പോയി സ്ഥിരതാമസമാക്കാൻ ആഗ്രഹിക്കുന്നവർക്ക് ലഭിക്കുന്നതാണ് ബി.ഒ.സി. പാസ്പോർട്ടുകൾ. സൽമയോടൊപ്പം റുബീലയും അമ്മയുംകൂടി ബ്രിട്ടനിലേക്ക് പോയത് അവിടെ സ്ഥിരതാമസമാക്കുവാൻ തന്നെയാണ്.

സൽമയും റുബീലയും അമ്മയുംകൂടി അവരുടെ ഒരു ബന്ധുവീട്ടിൽ താമസിച്ചു, ലണ്ടനിൽ. എന്നാൽ നിയമങ്ങൾ തൊട്ടുമുമ്പുള്ള വർഷം തന്നെ പരിഷ്കരിച്ച് കർശനമാക്കിയ വിവരം ഇവർ അറിഞ്ഞിരുന്നില്ല. ബ്രിട്ടീഷ് പൗരത്വം ലഭിക്കുക ഒട്ടുംതന്നെ എളുപ്പമായിരുന്നില്ല പുതിയ നിയമങ്ങൾപ്രകാരം. ബി.ഒ.സി. പാസ്പോർട്ട് കൊണ്ടൊന്നും കാര്യമില്ലെന്ന് അവർ പിന്നീട് അറിഞ്ഞു.

റുബീലയിൽനിന്നും ഇടയ്ക്കിടെ കിട്ടിയിരുന്ന ഇമെയിലിൽ നിന്നാണ് കരുണയ്ക്കും കൂട്ടുകാർക്കും വിവരങ്ങൾ ലഭിച്ചിരുന്നത്. സൽമയും റുബീലയും അമ്മയും മാസങ്ങളോളം പ്രതീക്ഷയോടെ അവിടെത്തന്നെ കഴിഞ്ഞുകൂടി. ബ്രിട്ടനിലെ കർശനമാക്കിയിരുന്ന

കുടിയേറ്റ നിയമങ്ങളും പാക്കിസ്ഥാനികൾ എന്ന പേരു കാരണം ലഭിച്ച അവഗണനകളുമൊക്കെ അവരുടെ പ്രതീക്ഷകളെ പ്രതികൂലമായി ബാധിക്കാൻ തുടങ്ങി. ഒടുവിൽ ആശകൾ നശിച്ച് അവർ മൂന്നുപേരും തിരികെ ഹോങ്കോങ്ങിലേക്ക് തന്നെ മടങ്ങി. അഭയാർത്ഥികളാകാനുള്ള മോഹം തന്നെയാണ് അവരെ അപമാനത്തിന്റെ വക്കുവരെ എത്തിച്ചത്.

റുബീലയുടെ കുടുംബത്തിന്റെ സാമ്പത്തികാവസ്ഥ വളരെ മോശമായിരുന്നു. അച്ഛന് സ്ഥിരവരുമാനമുണ്ടായിരുന്നില്ല. അമ്മയ്ക്ക് ജോലിയില്ല. ചേച്ചിയായ സൽമ കിന്റർഗാർഡനിൽ ജോലിക്കു പോയി കിട്ടുന്ന വരുമാനവും അച്ഛന്റെ തുച്ഛമായ വരുമാനവും ഒക്കെക്കൂടി എങ്ങനെയൊക്കെയോ ജീവിച്ചുപോവുകയായിരുന്നു അവർ. അപ്പോഴാണ് ബ്രിട്ടനിൽ സ്ഥിരതാമസമാക്കുക എന്ന മോഹം ഉദിച്ചത്. സൽമയ്ക്ക് പതിനെട്ടു വയസ്സ് പൂർത്തിയാകും മുമ്പ് അവിടെ എത്തിപ്പെടുകയും വേണ്ടിയിരുന്നു. ഒടുവിൽ തിരിച്ചയയ്ക്കപ്പെട്ട അഭയാർത്ഥികളായി അവർ ഹോങ്കോങ്ങിൽത്തന്നെ തിരിച്ചെത്തി അവരുടെ മോഹങ്ങൾ അസ്തമിച്ചു. ബുദ്ധിമുട്ടുകളില്ലാത്ത ഒരു സുഖജീവിതം ആഗ്രഹിച്ച അവരുടെ മോഹങ്ങൾക്ക് കനത്ത വിലതന്നെ നൽകേണ്ടി വന്നു. ഒരു വർഷത്തെ റുബീലയുടെ സ്കൂൾപഠനം മുടങ്ങി. ഹോങ്കോങ്ങിൽ എത്തിയശേഷം സൽമ വീണ്ടും ജോലിക്ക് പോയിട്ടുണ്ടാവാം. അതോ അതും മുടങ്ങിയിരിക്കുമോ? അവൾ ഹോങ്കോങ്ങിൽ എത്തിയശേഷം വളരെ നാൾ കഴിഞ്ഞാണ് കൂട്ടുകാരെയൊക്കെ വിളിച്ചത്. പതിഞ്ഞ ശബ്ദത്തിൽ തങ്ങൾ തിരിച്ചെത്തി എന്നും പറഞ്ഞ് അവൾ ഫോൺ താഴെ വെയ്ക്കുകയാണ് ഉണ്ടായത്. നഷ്ടപ്പെട്ട ഒരു വർഷത്തെ സ്കൂൾ ജീവിതം അവൾക്ക് എങ്ങനെ വീണ്ടെടുക്കാനാവും എന്നോർത്ത് താൻ അന്ന് കുറേ വിഷമിച്ചിരുന്നു.

റുബീലയെക്കുറിച്ച് ഓർത്തപ്പോഴാണ് അവൾക്ക് സെപ്തംബർ 11നെക്കുറിച്ച് ഓർമ്മ വന്നത്. സെപ്തംബർ 11 അതായത് നയൻ ഇലവനുശേഷം (9/11) പാക്കിസ്ഥാനികളെയും മുസ്ലീങ്ങളെ പൊതുവായും ലോകം മുഴുവൻ സംശയിക്കുന്നു. അവരെ ജോലിക്കായി തെരഞ്ഞെടുക്കാനൊക്കെ സ്ഥാപനങ്ങൾ മടിക്കുന്നു. കണ്ണു മാത്രം പുറത്ത് കാണുന്ന രീതിയിൽ ബുർക്കയിട്ട് തങ്ങളുടെ പുരുഷന്മാരോടൊപ്പം നടന്നുപോകുന്ന മുസ്ലീം സ്ത്രീകളെ, പ്രത്യേകിച്ച് പാക്കിസ്ഥാനി സ്ത്രീകളെ കരുണ പലപ്പോഴും കാണാറുണ്ട്. കരുണയ്ക്ക് ആ മുസ്ലീംസഹോദരിമാരോട് എപ്പോഴും സഹതാപം തോന്നാറുണ്ട്. അവർക്ക് ഇല്ലാത്തത് സ്വാതന്ത്ര്യമാണല്ലോ.

ഇവിടെ റുബീലയ്ക്ക് സ്വാതന്ത്ര്യമുണ്ടായിരുന്നു എന്നതു മാത്രമായിരുന്നു അവൾക്ക് ഒരാശ്വാസം. റുബീലയെ പിന്നീട് താൻ

ഫോൺ ചെയ്തത് കരുണ ഓർത്തു. അവൾ അന്ന് സഹോദരിയായ സൽമയെക്കുറിച്ച് ഓർത്ത് വളരെ മനസ്താപപ്പെട്ടിരുന്നു. സൽമ അന്ന് ഒരു പ്രേമബന്ധത്തിൽപ്പെട്ട് കഷ്ടപ്പെടുകയായിരുന്നു. അയാളൊരു മുസ്ലീം യുവാവ് തന്നെയായിരുന്നു. ആ സ്നേഹബന്ധത്തിന് സൽമയ്ക്ക് പിന്നീട് വലിയ വിലതന്നെ കൊടുക്കേണ്ടിവന്നു. അയാൾ സൽമയ്ക്ക് യാതൊരു സ്വാതന്ത്ര്യവും കൊടുത്തിരുന്നില്ല. എപ്പോഴും അവൾക്ക് വിലക്കുകളുണ്ടായിരുന്നു. അവൾ ജോലിക്ക് പോകുന്നതിനോടും അയാൾക്ക് എതിർപ്പായിരുന്നുവത്രെ. അയാളോടുള്ള ആത്മാർത്ഥമായ സ്നേഹം സൽമയ്ക്ക് പതുക്കെ ഇല്ലാതാവുകയായിരുന്നു. അയാളെ ധിക്കരിച്ച് ജോലിക്ക് പോകാൻ അവൾക്ക് ഭയമായിത്തുടങ്ങി. എന്നാൽ തന്റെ വരുമാനംകൊണ്ടു കൂടി നടന്നുപോകേണ്ട വീടിനെക്കുറിച്ചോർത്തപ്പോൾ, അവൾ ജോലിക്ക് പോക്ക് തുടർന്നു. കണ്ണു മാത്രം പുറത്തു കാണിക്കുന്ന വസ്ത്രം മാത്രമേ ധരിക്കാവൂ എന്നായിരുന്നു മറ്റൊരാവശ്യം. അത്യാവശ്യം മോഡേൺ വേഷങ്ങൾ ധരിച്ചിരുന്ന സൽമയ്ക്ക് അതും സാധ്യമായില്ല. ജോലിസ്ഥലത്ത് കണ്ണു മാത്രം കാണിച്ചുള്ള വേഷവിധാനം സാധ്യമാകുമായിരുന്നില്ലല്ലോ. ഇടയ്ക്ക് അയാൾ പണം ചോദിച്ച് സൽമയെ ബുദ്ധിമുട്ടിച്ചിരുന്നു. അതും അവളെ വിഷമിപ്പിച്ചു. അവൾ അയാളിൽനിന്ന് അകന്നു തുടങ്ങി. അത് അയാൾക്ക് വലിയ അപമാനമായി. ഫോണിലൂടെ സൽമയെയും അവളുടെ മാതാപിതാക്കളെയും അയാൾ ഭീഷണിപ്പെടുത്താൻ തുടങ്ങി. അവളെക്കുറിച്ച് കുറ്റങ്ങൾ അവളുടെ അച്ഛനെ വിളിച്ച് പറഞ്ഞു. അതോടെ അച്ഛൻ അയാളുടെ ഫോണും എടുക്കാതെയായി.

സൽമയുടെ ജോലിസ്ഥലത്ത് അയാൾ പോയി അവളോട് കയർത്ത് സംസാരിച്ചു. രണ്ടുമൂന്ന് പ്രാവശ്യമായപ്പോൾ അവളും അയാളോട് ദേഷ്യപ്പെടാൻ തുടങ്ങി. ഒടുവിൽ അയാളെ അവൾക്ക് ഗെറ്റൗട്ട് പറയേണ്ടി വന്നു. വീണ്ടും ഫോണിലൂടെ ഉള്ള ഭീഷണി. ഒടുവിൽ അവൾ അയാളുടെ ഫോണും എടുക്കാതെയായി. എങ്കിലും ചിലപ്പോൾ അയാൾ വീട്ടിൽ വന്ന് പുലഭ്യം പറഞ്ഞു. മാസങ്ങളോളം ഈ വിധത്തിൽ അയാൾ അവളെ മാനസികമായി പീഡിപ്പിച്ചു. ആ ബന്ധത്തിൽനിന്ന് ഒന്ന് ഊരിമാറാൻ സൽമയ്ക്ക് ഒന്നുരണ്ട് വർഷങ്ങൾ വേണ്ടി വന്നു. പിന്നീട് സൽമ അവളുടെ അച്ഛന്റെ സഹോദരിയുടെ മകനുമായി സ്നേഹത്തിലായി. വീട്ടുകാർ വേഗം തന്നെ വിവാഹത്തിനുള്ള ഒരുക്കങ്ങൾ ചെയ്തു. എന്നാൽ പഴയ കാമുകൻ ഇതറിഞ്ഞ് രംഗത്തെത്തി. കല്യാണപ്പയ്യന്റെ അടുത്ത് അയാൾ സൽമയെക്കുറിച്ചുള്ള ഇല്ലാത്ത കഥകൾ, നിറം പിടിപ്പിച്ചവ ഓതിക്കൊടുത്തു. അതറിഞ്ഞ് സൽമയും അവളുടെ വീട്ടുകാരും

ഞെട്ടി. എന്നാൽ മുറച്ചെറുക്കൻ സൽമയെത്തന്നെ വിവാഹം കഴിക്കാൻ തയ്യാറായി വന്നു. ഒടുവിൽ ആ വിവാഹം നടന്നു.

ആദ്യമൊക്കെ നല്ലവനായിരുന്ന മുറച്ചെറുക്കൻ പിന്നീട് അവളെ പഴയ കാമുകന്റെ കാര്യവും പറഞ്ഞ് ഇടയ്ക്ക് വേദനിപ്പിക്കാറുണ്ടത്രെ. എങ്കിലും അവൾ പുതിയ ഭർത്താവിനോടൊപ്പംതന്നെ എല്ലാം സഹിച്ച് കഴിഞ്ഞുകൂടുന്നു.

റുബീല കഥ പറഞ്ഞശേഷം കുറച്ചു സമയം മൗനമായി ഇരുന്നു. റുബീലയ്ക്ക് എന്തു ചെയ്യണമെന്ന് അറിയുന്നില്ലത്രെ. സാമ്പത്തിക ബുദ്ധിമുട്ടുകൾ ഒരു വശത്ത്. മറുവശത്ത് ഇത്തരം വേദനകളും. ഇത്രയുമൊക്കെ റുബീലയിൽനിന്ന് കേട്ടപ്പോൾ കരുണയ്ക്ക് അവളെ എങ്ങനെ ആശ്വസിപ്പിക്കണമെന്നറിഞ്ഞില്ല. പിന്നീട് ഒന്നുരണ്ടു പ്രാവശ്യംകൂടിയേ കരുണയ്ക്ക് റുബീലയെ വിളിക്കാൻ കഴിഞ്ഞുള്ളൂ. അവൾ അപ്പോൾ ഒരു പിത്സഹട്ടിൽ സർവ്വീസ് ഗേളായി ജോലി നോക്കുകയായിരുന്നു. താനും തന്റെ സ്കൂൾ ഗ്രൂപ്പിലെ മറ്റു സുഹൃത്തുക്കളും യൂണിവേഴ്സിറ്റികളിൽ പഠിച്ചുകൊണ്ടിരുന്നപ്പോൾ, തങ്ങളുടെ ഗ്രൂപ്പിലെ അംഗമായിരുന്ന റുബീല മാത്രം ചെറിയ ശമ്പളത്തിനായി ജോലി നോക്കി. തുച്ഛമായ തുക അവളുടെ കുടുംബത്തിന് ഒരു തണലായിരുന്നു. റുബീല തങ്ങൾക്ക് ഒരോർമ്മ മാത്രമായി മാറുകയാണെന്ന് കരുണ ഭയപ്പെട്ടു. റുബീലയുടെ തിരക്കേറിയ ജോലി സമയം കാരണം അവളുമായി സംസാരിക്കാനുള്ള അവസരങ്ങൾ ഇല്ലാതാവുകയായിരുന്നു.

അവൾ പലപ്പോഴായി തന്നോട് പറഞ്ഞ ഒരു കാര്യം മാത്രം കരുണയെ അമ്പരപ്പിച്ചുകൊണ്ടിരുന്നു. "എനിക്ക് യു.കെയിൽ പോയി സ്ഥിരതാമസമാകണം. എങ്ങനെ സാധിക്കുമെന്ന് അറിയില്ല. എന്നാൽ എനിക്ക് പോകാൻ കഴിയുമെന്നുതന്നെയാണ് വിശ്വാസം." അവൾക്ക് അതിനുള്ള അവസരം കൈവരട്ടെ എന്ന് പ്രാർത്ഥിക്കുകയും ചെയ്തു.

ക്യൂമോൺ ക്ലാസ് കഴിഞ്ഞ് വഴിയിലൂടെ നടക്കുമ്പോൾ മാസങ്ങൾക്കുശേഷം അവൾ റുബീലയെ വിളിച്ചു. കുറേ പ്രാവശ്യം മണിയടിച്ചപ്പോൾ റുബീലയുടെ അമ്മയാണ് ഫോണെടുത്തത്. കരുണയാണ് വിളിക്കുന്നതെന്നറിഞ്ഞപ്പോൾ അവർക്ക് സന്തോഷമായതുപോലെ.

"റുബീല എവിടെ?" കരുണ ചോദിച്ചു.

ഒരു നിമിഷനേരത്തെ മൗനത്തിനുശേഷം അവർ പറഞ്ഞു.

"റുബീല ലണ്ടനിലാണ്. അവളുടെ ഒരു സുഹൃത്ത് അവളെ കൊണ്ടുപോയതാണ്. അവിടെ അവൾ ജോലിക്ക് ശ്രമിച്ചുകൊണ്ടിരുന്നു. എല്ലാം ശരിയാകുമ്പോൾ അവൾതന്നെ എല്ലാവരെയും വിളിച്ച് പറയാമെന്ന് പറഞ്ഞിരുന്നു." കരുണയ്ക്കും സന്തോഷമായി.

വീണ്ടും റുബീല ആഗ്രഹിച്ചപോലെ യു.കെയിൽ എത്തിയിരിക്കുന്നു. അവൾക്കവിടെ ജോലി കിട്ടുമോ? വിസ ശരിയാകുമോ? പഴയതുപോലെ തിരിച്ചുവരേണ്ടുന്ന സാഹചര്യം ഉണ്ടാകുമോ? അങ്ങനെ ചിന്തിച്ചപ്പോൾ കരുണയുടെ മനസ്സാകെ വേദനിച്ചു. അവൾക്ക് നല്ലതു വരട്ടെ. അഭയം തേടിയെത്തിയ ആ രാജ്യം അവളെ തുണയ്ക്കട്ടെ. റുബീലയ്ക്ക് കരുണ മനസ്സിൽ മംഗളം നേർന്നു.

* * *

അന്നത്തെ സൗത്ത് ചൈന മോണിംഗ് പോസ്റ്റ് കരുണ വായിച്ചു. ചൈനയിലെ ഉയ്ഗൂർ-ഹാൻ കലാപങ്ങളാണ് പ്രധാന വാർത്തയായി കൊടുത്തിരുന്നത്. മതസംഘട്ടനങ്ങളിൽ ഹാൻ എന്ന ബുദ്ധമത വംശജരും കുറ്റവാളികളാണെങ്കിലും ഉയ്ഗൂർ എന്ന ന്യൂനപക്ഷ മുസ്ലീം മതവിശ്വാസികളെ പരക്കെ വേട്ടയാടി ജയിലിനുള്ളിലേക്ക് അയയ്ക്കുകയാണ്.

മറ്റൊരു ദിവസം പത്രത്തിൽ വന്ന വാർത്തയും അതിനോടു ചേർന്ന് വന്ന ഫോട്ടോയും കണ്ട് കരുണ അമ്പരന്നു. ഉയ്ഗൂർ വംശജരെ കലാപകാരികളായി മുദ്രകുത്തി നിരത്തി നിർത്തിയിരിക്കുന്നു. പറ്റേന്നുതന്നെ അവരെയെല്ലാം വെടിവെച്ചു കൊന്ന വാർത്ത കൂടി അവൾ വായിച്ചു. ആ വാർത്ത ചെറിയ ഒരു കോളത്തിലാണ് കൊടുത്തിരുന്നത്. ഹാൻ വംശജരിൽ ആരെയുംതന്നെ വധിച്ചിട്ടില്ലായിരുന്നു. അവർക്കിടയിൽ കലാപകാരികൾ ഉണ്ടായിരുന്നില്ല എന്നാവാം അതിനർത്ഥം എന്നവൾ ചിന്തിച്ചു.

എന്നാൽ മുസ്ലീം-ബുദ്ധമത സംഘട്ടനങ്ങളാണ് ചൈനയിൽ നടന്നത്. ഇരുമതസ്ഥരിലും കലാപകാരികൾ ഉണ്ടായിരുന്നു. എന്നാൽ ഉയ്ഗൂർ എന്ന മുസ്ലീം വംശജർ മാത്രമാണ് ഇപ്പോൾ കുറ്റവാളികളായിരിക്കുന്നത്. അവർക്ക് ചൈനയിൽ മതസ്വാതന്ത്ര്യമില്ല. പലയിടത്തും ഭൂമിയുടെ അടിയിലാണ് അവർ പള്ളികൾ പണിതിരിക്കുന്നതത്രെ. അവിടെയാണ് അവർ നിസ്കരിക്കുന്നത്.

സ്വതന്ത്രമതവികാരം തെറ്റായി കണക്കാക്കുന്ന ചൈനയിൽ ഇന്നും ബുദ്ധനും, കൺഫ്യൂഷ്യസും, താവോയുമൊക്കെ ജനമനസ്സിൽ കുടികൊള്ളുന്നു. അവർ നയിച്ച നിശ്ശബ്ദ വിപ്ലവത്തോക്കാളൊക്കെ വലുതായി കാണാൻ കഴിയുന്നില്ല ചൈനയിലെ ജനനേതാക്കൾ നയിച്ച സായുധവിപ്ലവങ്ങളെ എന്ന് കരുണയ്ക്ക് എന്നും തോന്നിയിട്ടുണ്ട്.

അതിനടുത്ത നാൾ അവൾ വായിച്ച മറ്റൊരു വാർത്ത അവളെ ഒന്ന് വിഷമിപ്പിച്ചു. കുറേയേറെ ഉയ്ഗൂർ വംശജർ ചൈനയെ ഭയന്ന്

കംബോഡിയയിൽ അഭയം തേടിച്ചെന്നപ്പോൾ കംബോഡിയൻ അധികൃതർ ചൈനയെ ഭയന്നുതന്നെ അവരെ തിരികെ പറഞ്ഞയച്ചുവത്രെ. വാസ്തവത്തിൽ അതു വായിച്ചു കഴിഞ്ഞപ്പോൾ കരുണയുടെ ഉള്ളൊന്ന് കാളുകയാണ് ചെയ്തത്. ഇനി അവർക്ക് തോക്കിൻമുനയോ കൊലക്കയറോ എന്നു മാത്രം ചിന്തിച്ചാൽ മതി.

തന്റെ മൊബൈൽ ഫോണടിച്ചപ്പോൾ അവൾ ചൈനയിൽ ഉയ്ഗൂർ വംശജർ നേരിടുന്ന അനീതികളെക്കുറിച്ച് ചിന്തിച്ചുകൊണ്ടിരിക്കുകയായിരുന്നു. വേദന കലർന്ന ഉദാസീനതയിലായിരുന്നു അവൾ. ആരാണ് ഫോണിലെന്ന് അവൾ നോക്കി. ഓ, ക്രിസ്റ്റീനയാണ്, തന്റെ അടുത്ത കൂട്ടുകാരി.

“ഹലോ ക്രിസ്റ്റീന.”

“കരുണ, എനിക്കൊരു കാര്യം പറയുവാനുണ്ട്.”

“ഓ... എന്താ കാര്യം? എന്തുപറ്റി?”

“നീ എന്റെ വീട് വരെ വരുമോ? നേരിൽ കണ്ട് പറയാനുള്ളതാണ്.”

“തീർച്ചയായും വരാം.”

ക്രിസ്റ്റീന ഫോൺ കട്ട് ചെയ്തു.

ഒട്ടും പരിചിതമല്ല ക്രിസ്റ്റീനയുടെ വീട്ടിലേക്കുള്ള ഈ ക്ഷണം. എന്താവും കാര്യം?

തൊട്ടടുത്ത ടവറിലാണ് ക്രിസ്റ്റീനയുടെയും കുടുംബത്തിന്റെയും താമസം. ടവർ രണ്ടിലെ മുപ്പത്തിയൊൻപതാമത്തെ നിലയിലെ ഫ്ളാറ്റ് നമ്പർ സിയിൽ അവളെത്തി കോളിങ്ബെല്ലിൽ വിരൽ അമർത്തി.

ക്രിസ്റ്റീന തന്നെയാണ് വാതിൽ തുറന്നത്.

“വരൂ, ഇരിക്കൂ.” അവൾ സോഫ ചൂണ്ടിക്കാട്ടി ക്ഷണിച്ചു.

വലിയ ഫ്ളാറ്റൊന്നും ആയിരുന്നില്ല. ഉൾഭാഗം നന്നായി അലങ്കരിച്ചിരിക്കുന്നു. കരകൗശലവേലകളിൽ മിടുക്കികളായ ക്രിസ്റ്റീനയും അവളുടെ സഹോദരി ഏഞ്ചലും വർണ്ണനൂലുകൊണ്ടും മുത്തുകൊണ്ടും ചിരട്ടകൊണ്ടുമൊക്കെ ഒരുപാട് കൗതുകവസ്തുക്കൾ ഉണ്ടാക്കിവെച്ചിരുന്നു. പ്രാചീനകാല പ്രതിമകളുടെ ഒരു ചെറുശേഖരവും.”

“ഓ... മനോഹരം!” കരുണ പറഞ്ഞുപോയി. ക്രിസ്റ്റീന ഈയിടയ്ക്കാണ് തന്റെ ജോർദാനിലെ വീടു മാറി ഈ വീട്ടിലേക്ക് എത്തിയത്. താൻ അവളുടെ ഈ വീട്ടിലേക്ക് ആദ്യമായാണ് വരുന്നത്. പുഞ്ചിരി തൂകിനിന്ന ക്രിസ്റ്റീനയുടെ മുഖം മങ്ങിയത് പെട്ടെന്നാണ്.

വിഷാദം ചാലിച്ച അവളുടെ മുഖം കരുണയെ സംശയത്തിലാഴ്ത്തി. എന്തുപറ്റി എന്ന ഭാവത്തിൽ അവൾ ക്രിസ്റ്റീനയെ നോക്കി.

"നിനക്കറിയുമോ, എന്റെ അച്ഛനെ ഇന്നലെ രാത്രിയിൽ പ്രിൻസസ് മാർഗരറ്റ് ഹോസ്പിറ്റലിൽ എമർജൻസി വാർഡിൽ അഡ്മിറ്റ് ചെയ്തു. രോഗം അൾഷിമേഴ്സ് ആണ്."

കരുണ ഞെട്ടിപ്പോയി.

"ഇത് എന്നു തുടങ്ങി?"

"അഞ്ചാറു മാസമായി. ആദ്യം അതിശയമായിരുന്നു എന്തും മറക്കുന്ന അച്ഛനെ കാണുമ്പോൾ. അത് രോഗത്തിന്റെ തുടക്കകാല മായിരുന്നു. അപ്പോഴൊക്കെ അമ്മയെയും ഞങ്ങളെയും കണ്ടാൽ മനസ്സിലാകുമായിരുന്നു. എന്നാൽ ഇന്നലെ രാവിലെ അമ്മയെക്കണ്ട് ഉറക്കെ നിലവിളിച്ചു. മറ്റാരോ ആണെന്ന് കരുതി അമ്മയോട് വീട്ടി നുള്ളിലേക്ക് എന്തിനു വന്നു എന്നു ചോദിച്ചുകൊണ്ട് ബഹളം വെച്ചു. ഞങ്ങളൊക്കെ എത്ര പറഞ്ഞിട്ടും അച്ഛന് മനസ്സിലായില്ല. വല്ലാതെ ബഹളം വെച്ചു. ഞെട്ടിത്തരിച്ചുനിന്ന ഞങ്ങൾക്കിടയിലൂടെ ഒരു കൊടുങ്കാറ്റുപോലെ അച്ഛൻ പുറത്തേക്ക് പോയി. സ്വന്തം വീട് തിരയാൻ പോവുകയായിരുന്നുവത്രെ. ഞങ്ങൾ പുറകെ ഓടിച്ചെന്നു. തിരികെ അച്ഛനെ വീട്ടിലെത്തിക്കാൻ പെട്ട പാട്! ഒടുവിൽ അച്ഛന്റെ ബഹളം നിർത്താൻ കഴിയാതെ വന്നപ്പോൾ ഞങ്ങൾ ഒരു ആംബു ലൻസ് വരുത്തി ആശുപത്രിയിൽ ആക്കുകയായിരുന്നു. അപ്പോഴും അച്ഛൻ നിലവിളിക്കുകയായിരുന്നു, എന്റെ വീടെവിടെ എന്നും ചോദിച്ചുകൊണ്ട്. അമ്മയെ തിരിച്ചറിയാതായതാണ് ആകെ വിഷമ മായത്. ഇനി ഞങ്ങൾക്ക് എന്താണ് ചെയ്യേണ്ടതെന്ന് അറിയുന്നില്ല. ഒരു സമാധാനം കിട്ടുവാൻ നിന്നെ വിളിച്ചുവെന്നേയുള്ളൂ."

എന്തു പറഞ്ഞ് ക്രിസ്റ്റീനയെ സമാധാനിപ്പിക്കണമെന്ന് കരു ണയ്ക്ക് അറിഞ്ഞില്ല.

മറവിരോഗമായ അൾഷിമേഴ്സ്! കഴിഞ്ഞതെല്ലാം മറന്ന് മനു ഷ്യൻ വിചിത്രഭാവത്തിലെത്തിനിന്ന് ഒരുപക്ഷേ ബാല്യത്തോള മെത്തി ഒടുവിൽ ഇഞ്ചിഞ്ചായി മരിക്കുന്ന മാരകരോഗം.

"ആദ്യം അച്ഛൻ എന്നെയാണ് മറന്നത്. ഞാൻ ആരെന്ന് എപ്പോഴും അമ്മയോട് ചോദിക്കാൻ തുടങ്ങി. അമ്മയെ മറക്കുന്ന തുവരെ അത് ചോദിച്ചിട്ടുണ്ട്. ഓഫീസിലെ ആളുകളെയും ചെയ്ത ജോലികളെയുമൊക്കെ മറന്നപ്പോൾ ജോലിക്ക് പോകുന്നത് നിർത്തി. അമ്മ അച്ഛന്റെ ഓഫീസിൽ ചെന്നിട്ട്, തൽക്കാലം മൂന്നുമാസത്തേക്ക് ലീവായിരിക്കും എന്ന് പറഞ്ഞിരിക്കുകയാണ്. അത്രയും ലീവൊക്കെ കിട്ടുമോ എന്നും അറിയില്ല. മരുന്നു കഴിച്ചുകൊണ്ടിരിക്കുകയായി രുന്നു. അപ്പോഴാണ് ഇന്നലെ ഉണ്ടായ പ്രശ്നങ്ങളൊക്കെ. ഇവിടെ

ഇത്രയടുത്ത് നീയല്ലാതെ മറ്റൊരു സുഹൃത്ത് എനിക്കില്ല. അതാണ് നിന്നെ ബുദ്ധിമുട്ടിച്ചത്." ക്രിസ്റ്റീന കരയുവാൻ തുടങ്ങി.

"ശ്ശെ, കരയരുത്." കരുണ ക്രിസ്റ്റീനയുടെ കൈയിൽ പിടിച്ചു കൊണ്ട് പറഞ്ഞു.

ക്രിസ്റ്റീന പിന്നെയും വിതുമ്പിക്കൊണ്ടിരുന്നു. തങ്ങളെപ്പോലെ പ്രവാസികളാണ് ക്രിസ്റ്റീനയും കുടുംബവും. ഫിലിപ്പൈൻസിലെ ഒരു ഇടത്തരം കുടുംബത്തിൽനിന്ന് ഹോങ്കോങ്ങിൽ നല്ല ജോലി കിട്ടി എത്തിയതാണ്. നല്ല നിലയിൽ കഴിയുകയായിരുന്നു ക്രിസ്റ്റീനയും അച്ഛനുമമ്മയും പിന്നെ ഏഞ്ചലും. അച്ഛനും അമ്മയ്ക്കും നല്ല വിദ്യാഭ്യാസമുണ്ട്. അതിനാൽ അവർ നല്ല കമ്പനികളിൽ ജോലി ചെയ്യുകയാണ്. ക്രിസ്റ്റീനയുടെ മൂത്ത സഹോദരി ഏഞ്ചൽ അടുത്തിടെയാണ് ഫിലിപ്പീൻസിലേക്ക് പഠിക്കാനായി പോയത്. ക്രിസ്റ്റീനയും ഫിലിപ്പീൻസിലേക്ക് പോകാനിരിക്കുകയാണ്, ഹോങ്കോങ്ങിലെ അവളുടെ ഒരു വർഷത്തെ കോഴ്സ് കൂടി കഴിഞ്ഞാൽ.

"ഇനി എന്താവും ഞങ്ങളുടെ ഭാവി എന്ന് അറിയില്ല." ക്രിസ്റ്റീന പറഞ്ഞു. "ഇവിടെ കമ്പനികളിൽ എന്റെ അച്ഛനമ്മമാർക്ക് തുടരാൻ കഴിയുമോ? എല്ലാം ഉപേക്ഷിച്ച് ഇവിടുന്ന് അച്ഛനമ്മമാർക്ക് ഞങ്ങളുടെ ജന്മസ്ഥലമായ ഫിലിപ്പീൻസിലേക്ക് എങ്ങനെ പോകാൻ കഴിയും എന്നും അറിയുന്നില്ല. അവിടെ ചെന്നാൽ നല്ല ജോലി കിട്ടുമെന്ന് ഉറപ്പൊന്നുമില്ല.

മാതാപിതാക്കളുടെ ഏകമകളായ അമ്മയെ അവർ തുണയ്ക്കുമെങ്കിലും ഭാവിയിൽ അവരെയും പരിപാലിക്കേണ്ടി വരും. ഏതിനും പണം പ്രധാനമാണല്ലോ. ഇവിടെ സമ്പാദിക്കുംപോലെ അവിടെ സമ്പാദിക്കാൻ കഴിയില്ല. ഒരാഴ്ചയായി ഇവിടെ അമ്മയും ലീവിലാണ്. ഓഫീസിൽ ഇരുന്ന് സമാധാനത്തോടെ ജോലി ചെയ്യാൻ കഴിയുന്നില്ലത്രെ."

ക്രിസ്റ്റീന വീണ്ടും ശബ്ദമില്ലാതെ കരയാൻ തുടങ്ങി. കരുണ വല്ലാത്ത വേദനയോടെ കേട്ടിരുന്നു. സമാശ്വസിപ്പിക്കുക എന്ന ജോലി അവൾ ചെയ്യാൻ തുടങ്ങി. ഒടുവിൽ പ്രത്യാശയുടെ ഒരു നുറുങ്ങുവെട്ടം തന്റെ കൂട്ടുകാരിയുടെ മനസ്സിൽ വീഴ്ത്താൻ അവൾക്ക് കഴിഞ്ഞു.

സ്വന്തം നാട്ടിൽനിന്ന് അന്യനാട്ടിലേക്ക് പറിച്ചുനടുമ്പോൾ അനുഭവിക്കേണ്ടിവരുന്ന സ്വത്വമില്ലായ്മ അഭയാർത്ഥികളെപ്പോലെ പ്രവാസികളെയും അലട്ടുന്ന ഒന്നാണ്. ജനിച്ചുവളർന്ന മണ്ണിനെയും പരിതസ്ഥിതികളെയും ഒരു പരിധിവരെ മറന്നുകൊണ്ടുള്ള ഒരു പറിച്ചുനടലാണല്ലോ അത്.

ഇവിടെ ദുഃഖം പങ്കിട്ട് ആശ്വാസം തേടാൻ ചില ബന്ധുക്കളൊക്കെ ക്രിസ്റ്റീനയ്ക്ക് ഉണ്ട്. എന്നാൽ അവരൊക്കെ ദൂരെയാണ് താമസിക്കുന്നത്. ഒരു സുഹൃത്താണെങ്കിലും ക്രിസ്റ്റീനയ്ക്ക് വളരെ അടുപ്പമുള്ള ഒരാൾ ഇവിടെ താൻ മാത്രമേ ഉള്ളൂ. ക്രിസ്റ്റീനയോടൊപ്പം കുറേനേരം ഇരുന്ന് അവളെ ആശ്വസിപ്പിച്ചശേഷം കരുണ തിരികെ പോന്നു.

വീട്ടിലെത്തി അമ്മയോട് കാര്യങ്ങൾ വിശദമായി പറഞ്ഞപ്പോൾ അമ്മയ്ക്കും വിഷമമായി. ക്രിസ്റ്റീനയുടെ അമ്മയെ തന്റെ അമ്മയ്ക്കും നല്ല പരിചയമുണ്ട്.

“ഇനി അവർ എങ്ങനെയാണ് ഒന്ന് രക്ഷപ്പെട്ട് കരകയറുക?”

“അറിയില്ല. ഒരുപക്ഷേ അങ്കിളിന് ചികിത്സ വഴി ഓർമ്മശക്തി തിരികെ ലഭിച്ചുകൂടെന്നില്ലല്ലോ.”

ഹോങ്കോങ്ങിൽ ആർക്കെങ്കിലും രോഗം വന്ന് ആശുപത്രിയിലായാൽ രോഗിയുടെ കൂടെ ആരെയെങ്കിലും സഹായത്തിനും മറ്റുമായി നിർത്താൻ അപൂർവ്വമായേ അനുവദിക്കൂ എന്നാണ് കേട്ടിരിക്കുന്നത്. പകരുന്ന രോഗമാണെങ്കിൽ തീർച്ചയായും അപ്രകാരമായിരിക്കുമത്രെ. പുറത്തുള്ള ടി.വിയിൽകൂടി മാത്രമേ രോഗിയെ കാണാനാവൂ. പുറത്തിരിക്കുന്നവർക്ക് നെഞ്ചുപൊട്ടുന്ന വേദനയാവും. മാനസികസംഘർഷവും വല്ലാത്ത ഒരു ഭീതിയും ശൂന്യതയുമൊക്കെ തോന്നും. ക്രിസ്റ്റീനയുടെ അമ്മയെ അങ്കിളിനോടൊപ്പം നിൽക്കാൻ ആശുപത്രി അധികൃതർ സമ്മതിച്ചത് വലിയ കാര്യമായി കരുണയ്ക്ക് തോന്നി. അവൾ അമ്മയോട് അതേപ്പറ്റിയും സംസാരിച്ചു. അവർക്കും മറ്റൊരഭിപ്രായം ഉണ്ടായിരുന്നില്ല.

നല്ല ദാമ്പത്യജീവിതമായിരുന്നു ക്രിസ്റ്റീനയുടെ അച്ഛൻ ജോർജ് അങ്കിളിന്റേയും അമ്മ ജെന്നി ആന്റിയുടെയും. തന്നെ തിരിച്ചറിയാത്ത ഭർത്താവുമൊത്ത് അവർ ഇനിയെങ്ങനെ ജീവിക്കും? ഈ രോഗം മാറുമോ? കരുണയ്ക്ക് വല്ലാത്ത ഭയം തോന്നി. അന്നു മുഴുവനും പിന്നീടു വന്ന ഏതാനും ദിവസങ്ങളിലും അവളിൽ ഭീതി ഫണം വിടർത്തി ആടിക്കൊണ്ടിരുന്നു.

ക്യുമോൺ ക്ലാസിലെ ട്യൂഷൻ കഴിഞ്ഞാൽ എന്നും കരുണ ക്രിസ്റ്റീനയെ വിളിക്കാൻ തുടങ്ങി.

“അങ്കിളിന് എങ്ങനെയുണ്ട്? എന്തെങ്കിലും പുരോഗതി?”

“ഇല്ല. പുരോഗതി എന്നൊന്നും പറയാൻ കഴിയില്ല. മരുന്നുകൾ കൊടുക്കുന്നുണ്ട്. വളരെ സാവകാശമേ എന്തെങ്കിലും പുരോഗതി ഉണ്ടാകൂ എന്നാണ് ഡോക്ടർ പറയുന്നത്.”

കരുണ ഇടയ്ക്കിടെ ക്രിസ്റ്റീനയെ സന്ദർശിക്കാനും തുടങ്ങി. കരുണയെ കാണുമ്പോൾ ക്രിസ്റ്റീനയ്ക്ക് ആകെ ഒരു ലാഘവത്വം

തോന്നാൻ തുടങ്ങി. ജെന്നിയാന്റി വീട്ടിലുണ്ടെങ്കിൽ അവരോട് സംസാരിക്കാനും ചിരിക്കാനുമൊക്കെ കരുണ സമയം കണ്ടെത്തി. ഞായറാഴ്ചകളിൽ ജെന്നിയാന്റിയുടെ ചില കൂട്ടുകാരികളൊക്കെ വീട്ടിൽ വരുമത്രെ. പള്ളിയിൽ പോകുമ്പോഴും പലരും ആശ്വസിപ്പിക്കുന്നു.

“എന്നാൽ ഇപ്പോൾ നിന്നെപ്പോലെ ആരുമില്ല. നീ ഞങ്ങൾക്കു നൽകുന്ന ഈ മാനസികപിന്തുണ മറ്റാരിൽനിന്നും ലഭിക്കുന്നില്ല.” ക്രിസ്റ്റീന ഒരുനാൾ കരുണയോട് പറഞ്ഞു.

അവളുടെ കണ്ണുകൾ നിറഞ്ഞപ്പോൾ കരുണ അവളോട് പറഞ്ഞു. “അരുത്, ഒരു സുഹൃത്തായ എനിക്ക് ഇതു മാത്രമേ തരാൻ കഴിയുന്നുള്ളൂ.”

ദിവസങ്ങൾ കടന്നുപോകവേ, ജെന്നി ആന്റി തളർന്നു. ഭർത്താവിനെ നോക്കാൻ താൻ തനിച്ചു പോരെന്നവർക്ക് തോന്നിത്തുടങ്ങി. ആശുപത്രിവാസം കഴിഞ്ഞ് അങ്കിൾ തിരിച്ചെത്തിയിരുന്നു അപ്പോഴേക്കും. അങ്കിളിനെയുംകൊണ്ട് അവർ ഫിലിപ്പീൻസിലേക്ക് പോകാൻ തയ്യാറായി. രണ്ടുപേരുടെ കുടുംബാംഗങ്ങളുടെയും പിന്തുണ ഉണ്ടാവുമല്ലോ. എന്നാൽ ക്രിസ്റ്റീനയെ എന്തു ചെയ്യണം? ഏഞ്ചൽ ഫിലിപ്പീൻസിൽ പഠിക്കാനായി മുൻപേതന്നെ പോയിരുന്നു. ക്രിസ്റ്റീനയെ ഹോങ്കോങ്ങിൽത്തന്നെ നിർത്തണോ അതോ ഏഞ്ചലിനെപ്പോലെ ഫിലിപ്പീൻസിൽ അവൾ പഠിച്ചാൽ മതിയോ എന്ന സംശയത്തിലായി ജെന്നി ആന്റി. ഒടുവിൽ ക്രിസ്റ്റീന പഠിത്തം മുഴുമിപ്പിച്ചശേഷമാവാം അവളുടെ മടക്കം എന്ന് തീരുമാനമായി. എന്നാൽ ക്രിസ്റ്റീന മറ്റൊന്നാണ് തീരുമാനിച്ചത്. ഒരു ജോലിക്ക് പോവുക. ഉന്നത വിദ്യാഭ്യാസം തുടരാൻ സാമ്പത്തികസ്ഥിതി അനുവദിക്കില്ല. ഹോങ്കോങ്ങിൽത്തന്നെ ഒരു ജോലി തേടുകയാണ് താൻ ചെയ്യേണ്ടത് എന്നവൾക്കു തോന്നി.

തന്റെ അച്ഛനമ്മമാർ നാട്ടിലേക്ക് പൊയ്ക്കൊള്ളട്ടെ എന്ന് ക്രിസ്റ്റീന തീരുമാനിച്ചു. അച്ഛന്റെ രോഗം മാറണം; അതിന് ചികിത്സിക്കണം. അതിന് പണവും വേണം. അമ്മ തനിയെ ജോലിക്കു പോയി സമ്പാദിക്കുന്നതുകൊണ്ട് എല്ലാ ചിലവുകളും കൂടി നടക്കില്ല. അതുകൊണ്ട് താൻ ഹോങ്കോങ്ങിൽ നിന്ന് ജോലി ചെയ്തേ മതിയാകൂ. അച്ഛന്റെ ആശുപത്രി ചിലവ് ഇവിടുത്തേക്കാൾ കുറവേ വരികയുള്ളൂ ഫിലിപ്പീൻസിൽ. തന്റെയും അമ്മയുടേയും കൂടി സമ്പാദ്യമുണ്ടെങ്കിൽ ചിലവുകൾ കഴിഞ്ഞുപോകും. ചികിത്സയും നടക്കും. കൂടാതെ അവിടെയാകുമ്പോൾ അച്ഛന്റെയും അമ്മയുടെയും ബന്ധുക്കളും ഉണ്ടാകും.

ക്രിസ്റ്റീന അങ്ങനെയെല്ലാം പറയുന്നതു കേട്ടപ്പോൾ കരുണയ്ക്ക് വല്ലാത്ത വേദന തോന്നി. പഠിക്കാൻ മിടുക്കിയായ ക്രിസ്റ്റീനയുടെ ഒരു വിധി! അവൾ ശ്രമിച്ചതിന് ഫലമായി ഒരു പ്രൈമറി സ്കൂളിൽ താൽക്കാലിക ഒഴിവിൽ അസിസ്റ്റന്റ് ടീച്ചറായി ജോലി ലഭിച്ചു.

"ഇത്രയേ ഇപ്പോൾ ഞാൻ പ്രതീക്ഷിക്കുന്നുള്ളൂ. പന്ത്രണ്ടായിരം ഡോളർ ശമ്പളം അത്ര മോശമല്ല."

"നീ തനിച്ച് ഈ ഫ്ളാറ്റിൽ താമസിക്കുമോ?" കരുണ ചോദിച്ചു.

"ഉവ്വ്. അടുത്ത മാസം മുതൽ എന്റെ അമ്മയുടെ ഒരു കൂട്ടുകാരിയുടെ മകൾ ഈ വീട് ഷെയർ ചെയ്യാൻ എത്തുന്നുണ്ട്."

അങ്ങനെ എല്ലാറ്റിനും ഒരു താൽക്കാലിക പരിഹാരമുണ്ടായി. ജെന്നി ആന്റിയും ജോർജ് അങ്കിളും ഫിലിപ്പീൻസിലേക്ക് പോകുന്ന ദിവസം കരുണയ്ക്ക് വല്ലാത്ത മനപ്രയാസമുണ്ടായി. അവൾ അവരെ യാത്രയയ്ക്കാനായി അവരുടെ വീട്ടിലേക്ക് പോയി. യാത്ര പറഞ്ഞപ്പോൾ ജെന്നി ആന്റി പൊട്ടിക്കരഞ്ഞു. കരച്ചിലിന്റെ ശബ്ദം കേട്ട് ജോർജ് അങ്കിൾ ഒരു കുട്ടിയുടെ നിഷ്കളങ്കതയോടെ ആന്റിയെ തിരിഞ്ഞുനോക്കി. കരയുന്ന അമ്മയുടെ മുഖത്തേക്ക് ആകാംക്ഷയോടെ നോക്കുന്ന ഒരു കുട്ടിയെപ്പോലെ അങ്കിളിനെ അവൾക്കു തോന്നി.

ജോർജ് അങ്കിളിനെ ഒരു വീൽചെയറിൽ ഇരുത്തിയിരിക്കുകയായിരുന്നു. അതും ഉന്തിക്കൊണ്ട് ആന്റി പുറത്തേക്കിറങ്ങി. ടാക്സി വിളിച്ചിരുന്നു. രണ്ട് സെക്യൂരിറ്റിക്കാരുടെ സഹായത്തോടെ ആന്റിയും ക്രിസ്റ്റീനയും ചേർന്ന് അങ്കിളിനെ സീറ്റിലിരുത്തി. അങ്കിളിന് ക്ഷീണം കാരണം നടക്കാൻ ബുദ്ധിമുട്ടുള്ളതുകൊണ്ടാണ് വീൽചെയറിൽ ഇരുത്തിയതത്രെ. ആന്റി വീൽചെയർ മടക്കി കാറിന്റെ ഡിക്കിയിൽ വെച്ചു. എയർപോർട്ട്വരെ ക്രിസ്റ്റീനയും പോകുന്നുണ്ട്. അവളും കാറിൽ കയറി. അവരെ യാത്രയയയ്ക്കാനായി എത്തിയിരുന്നത് താൻ മാത്രം.

"ഇന്ന് വർക്കിംഗ് ഡേ അല്ലേ? അതിനാൽ ആരും വന്നില്ല. നേരത്തേതന്നെ എല്ലാവരും ഫോണിലൂടെ യാത്ര പറഞ്ഞു." ജെന്നി ആന്റി നേരത്തേ അവളോട് പറഞ്ഞിരുന്നു.

ടാക്സി കണ്ണിൽനിന്ന് മറയുംവരെ കരുണ നോക്കി നിന്നു. ജീവിതത്തിന്റെ ഗോദയിൽ തോറ്റുപോയ ആ പ്രവാസികൾ അങ്ങനെ അകന്നകന്ന് പോയി. അവരുടെ വേരുകളിലേക്കുള്ള മടക്കം.

"ഞാനും അവരോടൊപ്പം ഫിലിപ്പീൻസിലേക്ക് പോകണമെന്നാണ് അമ്മയുടെ ആഗ്രഹം. എന്നാൽ കുറച്ച് പണമുണ്ടാക്കിയശേഷമേ ഞാൻ പോകൂ. തൽക്കാലം ഹോങ്കോങ് തന്നെയാണ് എന്റെ നാട്." പിന്നീട് കണ്ടപ്പോൾ ക്രിസ്റ്റീന പറഞ്ഞു.

ഒരു പ്രവാസിയുടെ മനോനിലതന്നെയാണത്. നാട്ടിൽനിന്നും നല്ലൊരു ജീവിതം കൊതിച്ച് വിദേശത്തു പോവുക. അവിടെനിന്ന് ആവുന്നത്ര പണം സമ്പാദിക്കുക. പിന്നീട് വേണമെങ്കിൽ നാട്ടിലേക്ക് പോവുക. എല്ലാ പ്രവാസികളുടെയും സ്വപ്നം അതുതന്നെയാണല്ലോ.

ക്രിസ്റ്റീനയുടെ അമ്മയുടെ കൂട്ടുകാരിയുടെ മകൾ അവളോടൊപ്പം താമസമായപ്പോൾ കരുണയ്ക്ക് സമാധാനമായി. എല്ലാം മറന്ന് ക്രിസ്റ്റീനയും ജോലിക്ക് പോയിത്തുടങ്ങി.

* * *

ലളിതാമുകുന്ദന്റെ മനസ്സിൽ അപ്പോൾ ഒരു ഭാരതപര്യടനം നടക്കുകയായിരുന്നു. അവരുടെ കണ്ണുകൾ തന്റെ മുന്നിലിരിക്കുന്ന ടേബിൾ ടോപ്പ് കമ്പ്യൂട്ടറിലായിരുന്നു. അവർ മലയാളം വാർത്തകൾ വായിക്കുകയായിരുന്നു. അങ്ങ് ഇന്ത്യയിൽ വടക്ക് കാശ്മീർ തൊട്ട് തെക്ക് കന്യാകുമാരിവരെ എത്രയെത്ര മനുഷ്യാവകാശലംഘനങ്ങളാണ് ദിവസവും നടക്കുന്നത്. അത്തരം വർത്തമാനങ്ങളില്ലാത്ത ദിവസങ്ങളുണ്ടാകാറില്ല. വിദേശത്തിരുന്നുകൊണ്ട് ഇന്ത്യയെപ്പറ്റി അറിയുമ്പോഴും ഓർക്കുമ്പോഴുമൊക്കെ അതിന് മറ്റൊരു തലംകൂടി ഉണ്ടെന്ന് തോന്നാറുണ്ട്. നാട്ടിലാണെങ്കിൽപോലും തോന്നാത്തത്ര ദേശസ്നേഹം. കേരളത്തിൽ താമസിക്കുമ്പോൾ ചിലപ്പോൾ കേരളത്തോടു മാത്രമാവും ഇഷ്ടം തോന്നുക. മറ്റു സംസ്ഥാനങ്ങളോട് അത്രയൊന്നും സ്നേഹം തോന്നാറില്ല. എന്നാൽ വിദേശത്ത് ഇരിക്കുമ്പോൾ ഇന്ത്യ മുഴുവനും സ്വന്തമെന്നു തോന്നും. ഓരോ ഇന്ത്യക്കാരനും ബന്ധുവും.

ഇന്ത്യൻ വാർത്തകൾ വായിക്കാൻ ലളിതാമുകുന്ദന് ഇഷ്ടമാണ്. ഇംഗ്ലീഷ് ന്യൂസ്പേപ്പറുകളേക്കാൾ ഇഷ്ടം മലയാളം പേപ്പറുകളോടുമാണ്. ലോകമെമ്പാടുമുള്ള നിന്ദിതരും പീഡിതരും നിസ്സഹായരുമായ ജനങ്ങളുടെ കഥകൾ വായിച്ച് അവർ വേദനിക്കാറുണ്ട്. അത്തരത്തിലൊരു കഥ ഇന്നവരെ വല്ലാതെ അസ്വസ്ഥയാക്കിയിരുന്നു. ഇന്ത്യയുടെ വർത്തമാനങ്ങൾ കഴിഞ്ഞ് അവർ വിദേശവാർത്തകൾ വായിക്കുകയായിരുന്നു. അതിലെ ഒരു വാർത്ത അവരെ പിടിച്ചുലച്ചു. അവരുടെ വേദനിച്ച മനസ്സ് കരഞ്ഞു. അഫ്ഗാനിസ്ഥാനിലെ ഒരു വീട്ടമ്മ തന്റെ വേദനിക്കുന്ന അനുഭവം പങ്കുവെക്കുകയായിരുന്നു.

"അഫ്ഗാൻ ലഹളയിൽ കുടിയൊഴിപ്പിക്കപ്പെട്ട എനിക്ക് അഭയാർത്ഥി ക്യാമ്പിൽ വെച്ച് എന്റെ ഭർത്താവിനെ നഷ്ടമായി.

അദ്ദേഹം മരിച്ചു. ഭർത്താവിന്റെ ശവദാഹത്തിനായി ഒരു പണക്കാരന്റെ കൈയിൽനിന്ന് അല്പം പണം കടം വാങ്ങി. അയാളുടെ കടം വീട്ടാനാകാതെ വന്നപ്പോൾ എനിക്കയാളുടെ ഭാര്യ ആകേണ്ടി വന്നു. രണ്ടു മാസം കഴിഞ്ഞ് ഒരു ദിവസം ഞാൻ വെള്ളം കോരാനായി പോയി തിരിച്ചുവന്നപ്പോൾ കണ്ടത് എന്റെ മുറിക്കുള്ളിൽ നഗ്നനായി നിൽക്കുന്ന അയാളേയും അയാളുടെ മുന്നിൽ നഗ്നരായി നിൽക്കുന്ന എന്റെ രണ്ട് പെൺമക്കളേയുമാണ്. ഒരു ദിവസം ഉറങ്ങിക്കിടന്ന അയാളെ കൊന്ന് എന്റെ മക്കളെയുംകൊണ്ട് അവിടം വിട്ട് മറ്റൊരു തീരത്തേക്ക് ഓടി. ഇന്നും ഞാൻ ദുരിതത്തിലാണ്."

സുരക്ഷിതതീരമണയാനുള്ള ഒരമ്മയുടെ വെമ്പൽ! അവർക്ക് പിന്നീടെവിടെയെങ്കിലും അഭയം കിട്ടിയിരിക്കുമോ? അതോ എല്ലാം ഉപേക്ഷിച്ച് അവർ മരണതീരത്തെങ്ങാനും എത്തിയിരിക്കുമോ? അതോ ജയിലിലായിരിക്കുമോ? അതാലോചിച്ച് മനസ്സ് വേദനിച്ച് ലളിതാമുകുന്ദൻ ഇരുന്നു. സ്നേഹിക്കാൻ ആരുമില്ലാത്തവർ, സംരക്ഷിക്കപ്പെടേണ്ടവർ അങ്ങനെ എത്രയായിരങ്ങൾ ഈ ലോകത്തിന്റെ വേദനയാണ്. കുടിയൊഴിപ്പിക്കപ്പെട്ട് അതുവഴി എല്ലാം നഷ്ടപ്പെട്ട് സ്വന്തം സംസ്കാരംതന്നെ ഇല്ലാതായി ഒടുവിൽ തോക്കിൻമുനയാൽ ശത്രുക്കളെന്നു കരുതുന്നവരെ ഇല്ലാതാക്കാൻ തുനിയുന്ന ഒരു പ്രത്യേക ജനസമൂഹത്തെയും ലളിതാമുകുന്ദൻ ഓർത്തു. മാവോയിസ്റ്റുകളെ സൃഷ്ടിക്കുന്ന സമൂഹത്തിന്റെ തീരാശാപം എന്ന് തീരാനാണ്? ഏതൊക്കെയാണ് ശരി, ഏതൊക്കെയാണ് തെറ്റ് എന്നൊക്കെ തിരിച്ചറിയാനും സമൂഹം വൈകുകയാണ്.

ലളിതാമുകുന്ദൻ മംഗളയെ ഓർത്തു. അവളുടെ ഹോങ്കോങ്ങിലെ ദുരനുഭവങ്ങളെപ്പറ്റി ഓർത്തു. അന്ന് താൻ ഇതുപോലെ കമ്പ്യൂട്ടറിൽ വിവിധ വാർത്തകളിലൂടെ സഞ്ചരിക്കുകയായിരുന്നു. മംഗള കോളിങ് ബെല്ലിൽ അമർത്തുംവരെ. രണഭൂമിയിൽ എല്ലാം നഷ്ടപ്പെട്ടവരുടെ വിലാപങ്ങളും തോരാത്ത കണ്ണുനീരും. കോളിങ്ബെല്ലിന്റെ ശബ്ദം കേട്ട് കലാപഭൂമികളിൽനിന്ന് ലളിതാമുകുന്ദൻ മടങ്ങി. വേഗം വാതിൽ തുറന്നു. മുന്നിൽ മംഗളയുടെ വാടിയ മുഖം. അവൾ വന്ന് യാന്ത്രികമായി ജോലി ചെയ്യുകയായിരുന്നു. അവളുടെ മനസ്സ് നിറച്ചും വേദനയാണെന്ന് ലളിത മനസ്സിലാക്കി. ശ്രീലങ്കൻ കലാപത്തിൽ തമിഴ് പുലികൾ തോറ്റുവെങ്കിലും അവിടുത്തെ തദ്ദേശീയരായ അവളുടെ കുടുംബത്തിനോ മറ്റു കുടുംബങ്ങൾക്കോ ഒരു പുരോഗതിയും ഉണ്ടായില്ല. ഒരു സുരക്ഷിതമേഖലയിലായിരുന്നുവത്രെ അവളുടെ അമ്മയും ഇളയ സഹോദരനും താമസം. എന്നാൽ അവരുടെ കുടിൽ രണ്ടു ദിവസം മുമ്പൊരു രാത്രി ആരോ വന്ന് ഭാഗികമായി തകർത്തുകളഞ്ഞു. അത് നേരെയാക്കാനോ പുതുതായൊന്ന് നിർമ്മിക്കാനോ പണം കൈയിലില്ല. എന്നിട്ടും മംഗള ലളിതാമുകുന്ദനോട് പറഞ്ഞു,

"അമ്മയ്ക്കും സഹോദരനും തല ചായ്ക്കാൻ ഒരു പൊളിഞ്ഞ കൂരയെങ്കിലുമുണ്ട്. ഞങ്ങളുടെ ശത്രുക്കളായ തമിഴർ തമിഴ് പുലികളുടെ യുദ്ധം കാരണം ശ്രീലങ്കയിൽ കിടന്ന് കഷ്ടപ്പെടുകയാണ്. അതിനൊരു കണക്കുമില്ല. മറ്റുള്ളവരെ ദ്രോഹിക്കണമെന്ന ഒരു ചിന്തപോലും ഇല്ലാതിരുന്നിട്ടുള്ള എത്രയോ പേർ ആ തമിഴരുടെ ഇടയിൽ ഉണ്ടായിട്ടുണ്ടാകും. അവരും മനുഷ്യരല്ലേ? അനുഭവിക്കുന്ന ദുരിതങ്ങൾക്ക് ഒരു അറുതിയുമില്ല." മംഗള സിംഹളരെയും തമിഴരെയും ഓർത്ത് വേദനിക്കുകയായിരുന്നു.

"ശരിയാണ് നീ പറയുന്നത്. ഒരു സംഘം മനുഷ്യരുടെ പ്രവൃത്തികൾ ഒരു രാജ്യത്തെ മുഴുവൻ നശിപ്പിക്കാൻ പോന്ന തീപ്പൊരിയായി മാറാം. അത് പല തരത്തിൽ ആളിപ്പടർന്ന് മനുഷ്യജീവനെ നശിപ്പിക്കുന്നു. ഈ ക്രൂരതകളിൽ ഞെട്ടാനും വേദനിക്കാനുമല്ലാതെ നമുക്കൊക്കെ എന്തു ചെയ്യാനാകും?" ലളിതാമുകുന്ദൻ പറഞ്ഞു.

"അതെ." മംഗള തലകുലുക്കി.

കരുണ യു.എൻ. ഓഫീസിലെ അനുഭവങ്ങളെപ്പറ്റി പറയുമ്പോൾ ആകാംക്ഷയാണ്. ആ വ്യക്തികൾക്കൊക്കെ അഭയം ലഭിച്ചുവോ എന്നറിയാൻ. കരുണ ചിലപ്പോൾ രോഷം കൊള്ളുന്നത് കാണാം.

"പിടിക്കപ്പെടുമെന്നറിഞ്ഞിട്ടും ഭാഗ്യം പരീക്ഷിക്കാൻ വരുന്നവരാണ് അധികവും. എന്തു ചെയ്യാൻ? അഭയാർത്ഥികളോട് ഭയവും സ്നേഹവുമൊക്കെ നമുക്ക് തോന്നുമെങ്കിലും മതിയായ കാരണങ്ങളില്ലാതെ അവർക്ക് ഇവിടെയെങ്ങനെ അഭയം ലഭിക്കാൻ? അത് മനസ്സിലാക്കുമ്പോഴേക്കും ഒരുപാട് സമയം നഷ്ടപ്പെട്ടിരിക്കും."

ലളിതാമുകുന്ദൻ ആലോചിച്ചു, എന്തിനാണ് മലയാളികൾ ഇവിടേക്ക് അഭയാർത്ഥികളായി വരുന്നത്? സ്വന്തം നാട്ടിൽ കൂലിവേല ചെയ്താൽപോലും ജീവിക്കാനാവില്ലേ? അപ്പോൾത്തന്നെ അവർ മറിച്ചും ചിന്തിച്ചു. നാട്ടിൽ സ്വന്തം ജീവനെ ഭയന്ന് കഴിയണമെങ്കിൽ പിന്നെ എന്തു ചെയ്യാനാവും? വിദേശത്ത് നല്ലൊരു ജീവിതം കാംക്ഷിച്ചു വന്ന് ഒടുവിൽ ഒന്നുമല്ലാതായി തിരികെ പോകേണ്ടി വരുന്നവരാണത്രെ അധികവും.

ഈയിടെ തോണികളിൽ കയറി കുറേയേറെ അഭയാർത്ഥികൾ ഹോങ്കോങ്ങിലെത്തി. അതിൽ പതിനൊന്ന് ഇന്ത്യക്കാർ ഉൾപ്പെടുന്നു. പാക്കിസ്ഥാനികളും നേപ്പാളികളും ചൈനക്കാരുമൊക്കെയാണ് ബാക്കിയുള്ളവർ. നേവിയുടെ കണ്ണു വെട്ടിച്ച് അവർ എത്തിയിരിക്കുകയാണ്. കരുണയ്ക്ക് അവരോടൊക്കെ സഹതാപമാണെങ്കിലും അവർക്ക് ലഭിക്കുന്ന ശിക്ഷ അവരെ തിരികെ വിടലാവും എന്നും പറഞ്ഞ് അവൾ വേദനിക്കുന്നതും കാണാം.

അവൾ വളരുംതോറും അവളുടെ മനസ്സ് തനിക്ക് നന്നായി അറിയാൻ കഴിയുന്നുണ്ടെന്ന് ലളിതാമുകുന്ദന് മനസ്സിലായി. ആലംബഹീനരേയും അശരണരേയും സേവിക്കാൻ അവൾക്ക് ഇഷ്ടമാണ്. അവരുടെ ഉത്ഥാനം അവൾക്ക് സന്തോഷമേകുമത്രെ. സാമൂഹ്യസേവനം അവളുടെ ഒരു ലക്ഷ്യമാണെന്ന് അവൾ പറയുന്നു. എന്നാൽ മുകുന്ദൻമേനോന് അവൾ സേവനപാതയിലേക്ക് തിരിയുന്നതിനോടൊന്നും ഒരു താല്പര്യവുമില്ല. സാമ്പത്തികലാഭം നോക്കാതെയുള്ള സാമൂഹികസേവനമാണ് തനിക്കിഷ്ടം എന്നവൾ പറയുമ്പോൾ മുകുന്ദൻ മേനോൻ പറയുന്നു, "ജീവിക്കാനുള്ള പണം സ്വന്തമായി സമ്പാദിച്ചേ മതിയാകൂ. അത് കഴിഞ്ഞുള്ള സാമൂഹികസേവനം മതി. എന്നും അച്ഛനമ്മമാർ കൂടെ ഉണ്ടാവില്ലല്ലോ. അവളുടെ ഭർത്താവിനും അയാളുടെ വീട്ടുകാർക്കുമൊക്കെ മതിപ്പുണ്ടാകണമെങ്കിൽ അവൾക്ക് നല്ലൊരു ജോലി വേണം."

മുകുന്ദൻമേനോൻ അങ്ങനെ പറയുമ്പോൾ അതൊക്കെ നേരാണെന്ന് ലളിതാമുകുന്ദൻ ചിന്തിക്കുന്നു. എന്നാൽ കരുണയെ ന്യായീകരിക്കാൻ അവർക്ക് ഇഷ്ടവുമാണ്. ഒരിക്കൽ കരുണ മുകുന്ദൻ മേനോനോട് ചോദിച്ചു,

"പണം സമ്പാദിക്കലാണോ അച്ഛാ ജീവിതത്തിൽ എല്ലാം?"

"പണമില്ലെങ്കിൽ നീ എങ്ങനെ ജീവിക്കും? സമൂഹത്തിൽ നിലയും വിലയും വേണ്ടേ?"

"പാവങ്ങളും ജീവിക്കുന്നില്ലേ അച്ഛാ?"

"ഉവ്വ്. സർവ്വചരാചരങ്ങളും ജീവിക്കുന്നുണ്ട്. അത് ഏതുതരം ജീവിതവുമാവാം. എന്നാൽ മനുഷ്യർക്ക് ഈ ലോകത്ത് ജീവിക്കാൻ പണംതന്നെ വേണ്ടേ."

ഉത്തരമൊന്നും പറയാതെ അവൾ കേട്ടുനിന്നു. മടിയോടെയാണെങ്കിലും അച്ഛനെ അനുകൂലിച്ചു.

"അമ്മേ, ഞാൻ അന്നൊരു അരുൺകുമാറിന്റെ കാര്യം പറഞ്ഞിരുന്നുവല്ലോ. അയാളെ തിരികെ കേരളത്തിലേക്കുതന്നെ പ്ലെയിൻ കയറ്റി വിട്ടുവത്രെ." ഈയടുത്താണ് അവൾ അത് പറഞ്ഞത്. കേട്ടപ്പോൾ ലളിതാമുകുന്ദന്റെ മനസ്സ് ഒന്ന് വേദനിച്ചു. കാരണങ്ങൾ വെച്ചുനോക്കുകയാണെങ്കിൽ അയാൾക്ക് ഹോങ്കോങ്ങിൽ അഭയം കിട്ടുവാനുള്ള സാധ്യത കുറവാണെന്ന് കരുണ പറയുമായിരുന്നു. എന്നാൽ വീണ്ടും അയാൾ നാട്ടിൽ ചെന്നാൽ അഭിമുഖീകരിക്കേണ്ടി വരുന്ന പ്രശ്നങ്ങൾ കാരണം സ്വസ്ഥമായ ഒരു ജീവിതം അയാൾക്ക് ലഭ്യമാകുമോ എന്ന് ലളിത ചിന്തിച്ചു.

"അയാൾ ജോലി ചെയ്തിരുന്ന റെസ്റ്റോറന്റിൽ അന്വേഷിച്ചപ്പോൾ അറിഞ്ഞതാണ് അയാൾ നാട്ടിലേക്ക് പോയി എന്ന്. കയറ്റി

വിട്ടതാവാൻ തന്നെയാണ് വഴി." കരുണ പറഞ്ഞു. അവൾതന്നെ പറഞ്ഞ മറ്റു ചിലർ, ലോപ്പസ്, രാധാകൃഷ്ണൻ, സൈമൺ തുടങ്ങിയവരുടെയൊക്കെ വിധിയും മറിച്ചാവാൻ തരമില്ല. എല്ലാവരോടും ലളിതാമുകുന്ദന് സഹതാപം തോന്നി.

ഓരോന്ന് ആലോചിച്ചുകൊണ്ട് തന്റെ ഫ്ളാറ്റിൽനിന്ന് നോക്കിയാൽ താഴെ കാണുന്ന കടലും നോക്കി ഇരിക്കാൻ ലളിതാമുകുന്ദന് ഇഷ്ടമാണ്. തിരമാലകളെ പിടിച്ചുകെട്ടി ഇട്ടിരിക്കുംപോലെയാണ് ഈ കടൽ. ആർത്തലച്ചുവന്ന് തീരത്തെ തഴുകിപ്പോവുന്ന ഒരു തിരമാലപോലുമില്ല. നേർത്ത ഓളങ്ങളേ ഉള്ളൂ.

കടലിനെ കരയാക്കി പണിത കെട്ടിടങ്ങളിലൊന്നിലാണ് തങ്ങളുടെ താമസം. പ്രകൃതിയുടെ വരദാനങ്ങളെ അമിതമായി ചൂഷണം ചെയ്താണ് ഇതെല്ലാം സാധ്യമാകുന്നത്. ജനസംഖ്യയുടെ ഉയർച്ച കാരണം ഇതെല്ലാം ചെയ്യേണ്ടിവരികയാണ്. അമിതമായി ഉയരുന്ന ചൂടും അന്റാർട്ടിക്കയിലും മറ്റും മഞ്ഞുമലകളുടെ ഉരുകലും ഒക്കെ പ്രകൃതിയെ മനുഷ്യൻ അമിതമായി ചൂഷണം ചെയ്യുന്നതിന്റെ പരിണതഫലങ്ങളാണെന്ന് ഇന്ന് ലോകം അറിഞ്ഞുകൊണ്ടിരിക്കുന്നു. ഇനി ഇതിലും വലുതെന്തൊക്കെയോ വരാനിരിക്കുന്നതായി ചങ്കിടിപ്പോടെ ലോകം കാക്കുകയും ചെയ്യുന്നു.

താനന്നു വായിച്ച ഒരു പത്രവാർത്ത ലളിതാമുകന്ദനെ ചിന്തിപ്പിച്ചു. ഹോങ്കോങിൽ ഭാവിയിൽ കുടിവെള്ളപ്രശ്നം ഉണ്ടാകുമത്രെ. ചൈനയുടെ തെക്കേഅറ്റത്ത് സ്ഥിതിചെയ്യുന്ന പ്രവിശ്യയായ ഷെൻസനിലൂടെ ഒഴുകുന്ന നദിയിൽനിന്നാണ് ഹോങ്കോങിലേക്ക് വെള്ളമെത്തുന്നത്. നദീജലവിതാനം കുറയുകയാണെന്നും ചൈനയിലെ മറ്റു വരണ്ട പ്രദേശങ്ങളിലേക്ക് ഈ നദിയിൽനിന്നാണ് വെള്ളമെത്തുന്നത് എന്നും പറയപ്പെടുന്നു. ചൈനയിലെ പ്രവിശ്യകളിൽ വരൾച്ച കൂടുതലാകുമ്പോൾ ഈ നദീജലം വിഭജിക്കപ്പെടുന്നു. ഭാവിയിൽ ഹോങ്കോങ് നിവാസികൾക്ക് ജലദൗർലഭ്യം അനുഭവപ്പെട്ടേക്കാം. എല്ലാം അഭിമുഖീകരിച്ചേ മതിയാകൂ. അന്നത്തെ പത്രവായന മതിയാക്കി ലളിതാമുകുന്ദൻ എഴുന്നേറ്റു.

പിന്നീടവർ കരുണയെപ്പറ്റി ചിന്തിച്ചു. നല്ലൊരു ജോലി തന്നെ തേടിപ്പിടിക്കാൻ കരുണയെ പ്രോത്സാഹിപ്പിക്കണം. അവളുടെ വിവാഹത്തെക്കുറിച്ചോർത്തപ്പോൾ ലളിതാമുകുന്ദന് ആധി തോന്നി. സ്വയം ഭർത്താവിനെ കണ്ടെത്തുന്ന വിദേശരീതികളോട് എന്തുകൊണ്ടോ തനിക്കും ഭർത്താവിനും താല്പര്യമില്ല. വ്യക്തിസ്വാതന്ത്ര്യവും പുരോഗമനേച്ഛയുമൊക്കെ വിദേശരാജ്യങ്ങളിൽനിന്നും സ്വന്തം ജീവിതത്തിൽ പകർത്തി ജീവിക്കുന്ന സ്ത്രീകളിൽനിന്നും ഇന്ത്യൻ സ്ത്രീകൾ തനത് വ്യക്തിത്വത്തോടെ, കെട്ടുറപ്പുള്ള കുടുംബബന്ധങ്ങളിലൂടെ തലയുയർത്തി ജീവിക്കുന്നുണ്ട്.

ഇന്ത്യയൊട്ടാകെ സ്ത്രീയുടെ നിലയിലും വിലയിലും മാറ്റങ്ങൾ വരുന്നുണ്ട്. വീട്ടിനുള്ളിൽ തളയ്ക്കപ്പെട്ടിരുന്ന സ്ത്രീസമൂഹം, പൊതുജീവിതധാരയിലേക്ക് ഇറങ്ങിവരികയാണ് ഇപ്പോൾ. ഉയരുന്ന വിദ്യാഭ്യാസനിലവാരം അതിന് കാരണമായി പറയപ്പെടുന്നു. സർവ്വം സഹയായ സ്ത്രീക്ക് ഇന്ന് വില കുറവാണ് എവിടെയും. തന്റേടമുള്ള, സമൂഹത്തിൽ അപമാനിക്കപ്പെട്ടാൽ തിരിച്ചു മറുപടി നൽകുന്ന സ്ത്രീകൾക്ക് ഇന്ത്യയിൽ വില കൂടി വരുന്നു. നല്ല വിദ്യാഭ്യാസമുള്ള പുതുതലമുറയാണ് ഇന്ത്യയുടെ കരുത്ത് എന്നുകൂടി തിരിച്ചറിയുകയാണ് ലോകം.

കരുണയുടെ കാര്യത്തിൽ എങ്ങനെയൊക്കെയാവും? അവളുടെ ഭാവി എന്താവും? തെറ്റും ശരിയും നന്നായി തിരിച്ചറിയുന്നവളാണ് കരുണ. അതാണ് ഏക ആശ്വാസവും.

കേരളം കരുണയുടെ ഇഷ്ടസ്ഥലമാണ്. എന്നാൽ കേരളത്തിൽ പോയി സ്ഥിരതാമസമാക്കാനവൾക്ക് താല്പര്യമില്ല എന്നു പറയാറുണ്ട്. ഹോങ്കോങ്ങിൽ വളർന്ന അവൾക്ക് നാട് വർഷത്തിൽ ഒന്നോ രണ്ടോ പ്രാവശ്യം പോയിവരാനുള്ള ഇടമാണ്. മലയാളഭാഷ അവൾക്ക് വശമാണ്. നന്നായി സംസാരിക്കാൻ അറിയും. എന്തായാലും അവൾക്ക് വരനായി ഒരു കേരളീയൻതന്നെ ആവണേ എന്ന് ലളിതാമുകുന്ദൻ ആഗ്രഹിച്ചു.

പഠിത്തം, അതുകഴിഞ്ഞാൽ ജോലി, പിന്നെ വിവാഹം ഇതൊക്കെ കരുണയെപ്പറ്റി തങ്ങളുടെയും സ്വപ്നമാണ്. അവൾ പക്ഷേ അല്പം വ്യത്യസ്തയാണ്. അതാണ് തങ്ങളുടെ ആശങ്കയും. അവൾക്ക് ഇഷ്ടപ്പെട്ട സാമൂഹികസേവനത്തോട് തനിക്കനുകൂലമാണ്. എന്നാലത് മുകുന്ദൻമേനോന് വലിയ ഇഷ്ടമല്ല. എന്നാൽ അവൾ സമൂഹത്തെ സേവിക്കുന്നത് നല്ല കാര്യം. ജോലിയോടൊപ്പം അവൾ അതും ചെയ്യട്ടെ. അപ്പോൾപ്പിന്നെ അവളുടെ അച്ഛനും തടസ്സങ്ങളൊന്നും പറയാനുണ്ടാവില്ല. അങ്ങനെയൊക്കെ ആലോചിച്ചപ്പോൾ മനസ്സിന് ഒരു സുഖം തോന്നി. സുഖചിന്തകൾ തന്റെ മനസ്സിൽ കൂടുകൂട്ടട്ടെ എന്നവർ ആത്മാർത്ഥമായി ആഗ്രഹിച്ചു.

അഞ്ച്

ചേട്ടന് നല്ലൊരു ജോലി ഹോങ്കോങ്ങിൽത്തന്നെ കിട്ടിയപ്പോൾ കരുണയുടെ മനസ്സിൽ സന്തോഷം അലതല്ലി. അച്ഛൻ നാട്ടിൽ വീടു വെയ്ക്കുന്ന തിരക്കിലാണ്. തന്റെ സമ്പാദ്യത്തോടൊപ്പം മകന്റെ വരുമാനം കൂടിയായാൽ അല്ലലറിയാതെ മുമ്പോട്ടു പോകാൻ കഴിയും.

ജെന്നി ആന്റിയുടെയും ജോർജ്ജ് അങ്കിളിന്റെയും ഫിലിപ്പീൻസിലേക്കുള്ള മടക്കയാത്ര തങ്ങളെ ഇരുത്തി ചിന്തിപ്പിച്ചിരുന്നു. ഒരു മാറാരോഗം..., അതെങ്ങാൻ വന്നുപോയാൽ തന്റെ ഭാര്യയ്ക്ക്, കുട്ടികൾക്ക് പിന്നെ ആരുണ്ട് എന്ന് കരുണയുടെ അച്ഛൻ മുകുന്ദൻ മേനോൻ ചിന്തിച്ചുതുടങ്ങിയിരിക്കുന്നു. എല്ലാം പെറുക്കിയെടുത്ത് നാട്ടിലേക്ക് ഒരു തിരിച്ചുപോക്ക്! അത് ഉടനെയൊന്നും ചിന്തിക്കാൻ അയാൾക്കു വയ്യ. ജീവിക്കാനുള്ളതെല്ലാം കരുതിവെച്ചാലേ നാട്ടിലേക്ക് സ്ഥിരമായി മടങ്ങാനാവൂ.

കരുണയുടെ ചേട്ടൻ മിഥുന് ഒരു ആസ്ട്രേലിയൻ കമ്പനിയിലാണ് ജോലി. സാമ്പത്തികമാന്ദ്യം ഹോങ്കോങ്ങിനെയും നേരിയതായി ബാധിച്ചിരുന്നതിനാൽ വിചാരിച്ചത്ര ശമ്പളം കിട്ടുന്നുണ്ടായിരുന്നില്ല. എന്നാലും പഠിച്ച വിഷയവുമായി ബന്ധപ്പെട്ട നല്ലൊരു ജോലിയായിരുന്നു അത്. തന്റെ കാര്യമോ? കരുണ ചിന്തിച്ചു. വലുതായി ഒന്നും നേടാനാവുന്നില്ല. എങ്കിലും തന്റെ കാര്യങ്ങൾക്കുള്ള തുക സമ്പാദിക്കാനാവുന്നതിൽ അവൾ അല്പമെങ്കിലും സന്തോഷിച്ചു.

സ്റ്റെഫാനി വീണ്ടും വിളിച്ചു. അവൾ ചോദിച്ചു, "കരുണാ, നിനക്ക് പഞ്ചാബി അറിയാമോ?"

കരുണ അമ്പരന്നു.

"സോറി എനിക്കറിയില്ല." അവൾ പറഞ്ഞു.

"കടൽ കടന്നെത്തിയ കുറേ ഇന്ത്യക്കാരെയും പാക്കിസ്ഥാനികളെയും കസ്റ്റംസ് പിടികൂടിയിരുന്നു. അവരെല്ലാം യു.എൻ.

ഓഫീസിലേക്ക് അഭയാർത്ഥികൾക്കായുള്ള അപേക്ഷകൾ തന്നിരിക്കയാണ്. ഹിന്ദിയും പഞ്ചാബിയും അറിയുന്നവരാണ് വന്നവരെല്ലാവരും തന്നെ. ഹിന്ദി തർജ്ജമയ്ക്ക് ഇവിടെ ആളുണ്ട്. പഞ്ചാബി തർജ്ജമ ചെയ്തിരുന്ന പരിഭാഷക്കാരി ഇപ്പോൾ വരുന്നില്ല."

"എനിക്ക് പഞ്ചാബി ഭാഷ അറിയുന്ന ആരെയും വശമില്ല സ്റ്റെഫാനി."

സ്റ്റെഫാനി ഫോൺ താഴെവച്ചു. പെട്ടെന്ന് കരുണയുടെ മനസ്സിൽ ഒരു ആഗ്രഹം മുളപൊട്ടി.

യു.എൻ. ഓഫീസിൽ ഓഫീസറായി ജോലിക്കു ശ്രമിച്ചാലോ? അങ്ങനെയൊരു ചിന്തതന്നെ അവളിൽ ഉന്മേഷം നിറച്ചു. തന്റെ വിദ്യാഭ്യാസയോഗ്യത അതിനു മതിയാകുമോ? തനിക്ക് ഉന്നത വിദ്യാഭ്യാസം നേടണമെന്ന ആഗ്രഹമുണ്ട്. താമസിയാതെ താൻ എം.ബി.എയ്ക്ക് ചേരും. അതു കഴിഞ്ഞിട്ടു മതിയോ ശ്രമിക്കൽ? ഏതായാലും യു.എൻ. ഓഫീസിൽ ജോലിക്കുള്ള ഒഴിവുകളുണ്ടോ എന്ന് തിരഞ്ഞുനോക്കുവാനും അവൾ തീരുമാനിച്ചു.

അന്ന് പുറത്തു പോകാനായി ലിഫ്റ്റിൽ കയറിയപ്പോൾ ഒരു കൈകൊണ്ട് ഉന്തിനിൽക്കുന്ന വയറും താങ്ങി നിൽക്കുന്ന ഒരു ചൈനക്കാരിയെ കണ്ടു. അവളെ താൻ മുമ്പും കണ്ടിട്ടുണ്ട്. കണ്ടാൽ അവളൊന്ന് ചിരിക്കാറുണ്ട്. അന്നും അവൾ തന്നെ നോക്കി ചിരിച്ചപ്പോൾ കരുണ ഹലോ എന്ന് അവളോട് പറഞ്ഞു. "ഹലോ, ഞാൻ ലീ യുങ്." അവൾ ഇംഗ്ലീഷിൽ പറഞ്ഞു. കരുണ അല്പം അമ്പരന്നു. പൊതുവേ ചൈനക്കാരുടെ സ്വഭാവം ഇതല്ല. ഇംഗ്ലീഷ് ഭാഷ അധികം വശമില്ലാത്ത അവർ മറ്റു ദേശക്കാരെ കണ്ടാൽ ഒഴിഞ്ഞു മാറി പോവുകയാണ് പതിവ്. ഇവിടെ ഇതാ, ഇവൾ തന്നെ വിഷ് ചെയ്തിരിക്കുന്നു. അവൾ സ്വയം പരിചയപ്പെടുത്തിയിരിക്കുന്നു.

"ഞാൻ കരുണ. ഇന്ത്യക്കാരിയാണ്." കരുണയും പരിചയപ്പെടുത്തി. ലീ യുങ് മുറി ഇംഗ്ലീഷിൽ സംസാരിക്കാൻ ആരംഭിച്ചു. 'തനിക്ക് കുറേശ്ശെ കാന്റണീസ് സംസാരിക്കാൻ കഴിയും' എന്ന് കരുണ അവളോട് പറഞ്ഞു. എന്നാൽ തന്നോട് വേഗത്തിൽ കാന്റണീസ് സംസാരിച്ചാൽ തനിക്ക് മനസ്സിലാക്കാൻ പ്രയാസമാവും എന്നും അവൾ പറഞ്ഞു. അതിനാൽ കാന്റണീസിലും ഇംഗ്ലീഷിലും കൂടിയാവാം തങ്ങളുടെ ആശയവിനിമയം എന്ന് അവർ തമ്മിൽ പറഞ്ഞു. കരുണയോട് തനിക്കല്പം സംസാരിക്കാനുണ്ട് എന്ന് ലീ യുങ് പറഞ്ഞപ്പോൾ കരുണ കേൾക്കാൻ തയ്യാറായി. ലിഫ്റ്റിൽ നിന്നിറങ്ങി അവർ നടന്നു.

അവൾ പറഞ്ഞു, "ഞങ്ങൾ ഷെൻസനിൽ താമസിക്കുന്നവരായിരുന്നു. ചൈനയിലെ ഷെൻസൻ ഹോങ്കോങ്ങിന്റെ ബോർഡർ

ഏരിയയാണല്ലോ. അതിർത്തിക്കപ്പുറത്തുള്ള ഹോങ്കോങ്ങിൽ ഒരു ജോലിക്ക് ശ്രമിച്ചപ്പോൾ ഭർത്താവ് യുങിന് ഇവിടെ ജോലി കിട്ടി. വിസ കിട്ടിയപ്പോൾ അയാൾ എന്നെ ഷെൻസനിൽനിന്ന് ഹോങ്കോങ്ങിലേക്കു വരുത്തി. വന്നിട്ടിപ്പോൾ ഒരു മാസം കഴിഞ്ഞു. ഞാൻ നിങ്ങളുടെ അടുത്തുള്ള ടവറിൽ ഒരു ഫ്ളാറ്റിലാണ് താമസം. ഈ കെട്ടിടത്തിൽ ഒരു പരിചയക്കാരിയെ കാണുവാനായി വന്നതാണ്. എനിക്ക് സ്ഥിരവിസ കിട്ടാനായി ഭർത്താവ് ശ്രമിക്കുന്നുണ്ട്. എന്നാൽ നിയമങ്ങൾ ഇവിടെ കടുകട്ടിയാണ്. അതിനാൽ സ്ഥിരവിസ എന്ന സ്വപ്നം സഫലമാകുമോ എന്നറിയില്ല."

കരുണ അവളെത്തന്നെ നോക്കിക്കൊണ്ടിരുന്നു.

"അപ്പോൾ നിങ്ങളുടെ പ്രസവം എവിടെയായിരിക്കും?" കരുണ ചോദിച്ചു. ആ യുവതി തന്നോട് മനസ്സു തുറന്നപ്പോൾ അവൾ ആ സ്വാതന്ത്ര്യം കൊണ്ട് ചോദിച്ചുപോയതാണ്.

"ഹോങ്കോങ്ങിലാവും. ഇവിടെവെച്ച് പ്രസവം നടന്നാൽ എന്റെ കുഞ്ഞിന് ഭാവിയിൽ ഇവിടുത്തെ സ്ഥിരവിസ കിട്ടുമല്ലോ. അതിനായി ഇവിടെ തന്നെയാവും പ്രസവം." അവൾ പറഞ്ഞു.

"ഓ, അതു ശരി." കരുണ എന്തോ ആലോചിച്ചുകൊണ്ട് പറഞ്ഞു. കുഞ്ഞിന് സ്ഥിരവിസ കിട്ടുവാനായി ഹോങ്കോങ്ങിൽ വന്ന് പ്രസവിക്കുക. ചൈനക്കാരികളായ യുവതികൾ അങ്ങനെയൊക്കെ ചെയ്യുന്നുണ്ടത്രെ.

"ഞാൻ ഒരു കാര്യം ചോദിച്ചോട്ടെ." ലീ ചോദിച്ചു.

"എന്റെ ഭർത്താവിന് ഇവിടെ ചെറിയൊരു ജോലിയുണ്ട്. ഇവിടെ വരുമ്പോൾ ഞാനും എന്റെ കൈത്തൊഴിൽകൊണ്ട് അല്പം പണം സമ്പാദിക്കും. മുത്തുകൾ കൊണ്ട് പലതരം ആഭരണങ്ങൾ ഞാൻ ഉണ്ടാക്കും. അവയെല്ലാം ഇവിടെ കൊണ്ടുവന്ന് വിൽക്കാറുണ്ട്. കുഞ്ഞ് പിറക്കാറായിരിക്കുകയാണ്. ഇപ്രാവശ്യം ഷെൻസനിൽനിന്ന് വരുമ്പോൾ കൂടുതൽ സാധനങ്ങൾ കൊണ്ടുവന്നിട്ടുണ്ട്. നിങ്ങൾക്ക് അവയിൽനിന്ന് അല്പം ചിലതു വാങ്ങി എന്നെ സഹായിക്കാൻ കഴിയുമോ?" ലീ ആകാംക്ഷയോടെ ചോദിച്ചു. തനിക്കാവും വിധം തപ്പിത്തടഞ്ഞ് ഇംഗ്ലീഷിൽ അവൾ സംസാരിക്കുകയായിരുന്നു. തന്നെ അവൾക്ക് പരിചയപ്പെടാൻ തോന്നിയതിനും കാരണം ഇത് തന്നെയാവും.

വിളറി മെലിഞ്ഞ ലീയുടെ മുഖത്തു നോക്കി കരുണ തലയാട്ടി. "ശരി, നോക്കാം."

കരുണ ലീയുടെ ഫോൺനമ്പർ വാങ്ങി.

ചൈനയിൽനിന്ന് ഹോങ്കോങ്ങിലേക്കുള്ള കുടിയേറ്റം തുടരുകയാണ്. അത് തടയാൻ സർക്കാർ പല വഴികളും തേടുന്നുമുണ്ട്.

ഭർത്താവ് ഹോങ്കോങ്ങിലും ഭാര്യ ചൈനയിലുമായി കഴിയുന്ന അനേകം ചൈനീസ് കുടുംബങ്ങളുണ്ടത്രെ ഹോങ്കോങ്ങിൽ. ഭാര്യ വിസ ലഭിക്കുന്നതനുസരിച്ച് ഇടയ്ക്കിടെ ഹോങ്കോങ്ങിലെത്തുന്നു. ഹോങ്കോങ്ങിൽ ജനിക്കുന്ന അവരുടെ കുട്ടികൾക്ക് ഇവിടുത്തെ പൗരത്വം ഉറപ്പാണെന്ന് അറിയുന്നു.

ഈ നിയമത്തിനെതിരെ ഇമിഗ്രേഷനിലേക്കും ഗവൺമെന്റിലേക്കും അനേകം പരാതികൾ എത്തുന്നുണ്ടത്രെ. ചൈനയിൽനിന്ന് ഹോങ്കോങ്ങിൽ എത്തി പ്രസവിക്കുക എന്ന ആ സാമർത്ഥ്യത്തിനെതിരെ കർശനമായി പ്രതികരിക്കുന്നുണ്ട് ഹോങ്കോങ്ങിലെ സ്ത്രീസമൂഹം. ഇവിടെ ജനിക്കുമ്പോൾ ലഭിക്കുന്ന പൗരത്വം നേടുവാനും അതുവഴി ഈ നാട്ടിലെ സുഖസൗകര്യങ്ങൾ അനുഭവിക്കുവാനുമായി ശ്രമിക്കുന്ന ചൈനക്കാരികളുടെ അതിബുദ്ധിയായി ഹോങ്കോങ് ജനത ഇതിനെ കാണുന്നുവത്രേ. ഹോങ്കോങ്ങിലെ സ്ത്രീകൾ വല്ലാതെ പ്രതികരിക്കുന്ന വിഷയമായിരുന്നു അത്.

കരുണയുടെ സുഹൃത്തായ ഇലെയ്ന് ഒരു പിറന്നാൾ സമ്മാനം കൊടുക്കുവാനായി ചിന്തിച്ചപ്പോൾ അവൾക്ക് ലീയെ ഓർമ്മ വന്നു. കൈയിൽ ഫോൺ നമ്പറുണ്ട്. ഒന്ന് വിളിച്ചേക്കാം. അവൾ ലീയെ വിളിച്ചു. "എനിക്ക് ഒന്ന് നേരിൽ കാണണമല്ലോ. താഴെ ലോബിയിൽ ഒന്ന് വരാമോ?"

അവൾ സമ്മതിച്ചു.

"എനിക്ക് നിങ്ങൾ ഉണ്ടാക്കിയ ആഭരണങ്ങൾ കാണണമല്ലോ."

"ആഭരണങ്ങൾ വീട്ടിലുണ്ട്. നമുക്ക് അങ്ങോട്ട് പോകാമോ?"

"ശരി."

കരുണ ലീയോടൊപ്പം അവളുടെ വീട്ടിലെത്തി. ഒരു കിടപ്പുമുറിയും ചെറിയ ഒരു സ്വീകരണമുറിയും വളരെ ചെറിയ അടുക്കളയുമുള്ള ചെറിയ ഒരു ഫ്ളാറ്റായിരുന്നു അത്.

"ഈ ഫ്ളാറ്റിന് വാടക കുറവാണ്. അത് നോക്കി എടുത്തതാണ്." ലീ പറഞ്ഞു.

വീട്ടുവാടക, പ്രതിമാസ ചെലവുകൾ, വിസ പുതുക്കലിനായി വേണ്ടുന്ന തുക, അങ്ങനെ ചിലവുകൾ അനവധിയുണ്ട് തങ്ങൾക്ക് എന്ന് അവൾ പറഞ്ഞു. രണ്ടറ്റവും കൂട്ടിമുട്ടിക്കാൻ ലീയുടെ ഭർത്താവ് നല്ലപോലെ പാടുപെടുന്നുണ്ടാവും. ലീ തന്നാലാവുംവിധം അയാളെ സഹായിക്കുന്നു.

ലീ വലിയൊരു പ്ലാസ്റ്റിക് പെട്ടി എടുത്ത് കിടക്കയിൽ വെച്ചു. കരുണ അവളെ അതിനായി സഹായിച്ചു.

"ഇതാ, ഇതിലുള്ളതൊക്കെ നോക്കാം. ഏതുവേണമെങ്കിലും തിരഞ്ഞെടുക്കാം."

ആഭരണങ്ങളിലേക്ക് നോക്കിയപ്പോൾ ഒന്നിൽനിന്ന് മറ്റൊന്നിലേക്ക് കണ്ണുകൾ മാറിമാറി സഞ്ചരിച്ചുകൊണ്ടിരുന്നപ്പോൾ അവൾക്കു വല്ലാത്ത അതിശയം തോന്നി.

എന്തൊരു ഭംഗിയാണ് ഓരോന്നിനും. മുത്തുകളും മറ്റും കോർത്തിരിക്കുന്നതിലെ വൃത്തിയും, മനോഹാരിതയും അവയുടെയൊക്കെ പ്രത്യേകിച്ചും വർണ്ണഭംഗിയാർന്ന കല്ലുകളുടെ നിറഭംഗിയും മറ്റും കരുണയെ അവയിലേക്കു തന്നെ നോക്കിയിരിക്കാൻ പ്രേരിപ്പിച്ചു.

"ഏതു വേണമെങ്കിലും തിരഞ്ഞെടുത്തോളൂ. ഞാൻ തിരഞ്ഞെടുത്തു തരണോ?"

കരുണ വേണ്ടെന്നു പറഞ്ഞ് ബുദ്ധിമുട്ടി അവയിൽനിന്ന് ഒരു സെറ്റ് മാലയും കമ്മലും തിരഞ്ഞെടുത്തു. പിന്നെ തനിക്കായി ഒരു മാലയും ഒരു ജോടി കമ്മലും ഉണ്ടാക്കാൻ ആവശ്യമായ നിറഭംഗിയാർന്ന മുത്തുകളും.

"ഒരാഴ്ചയ്ക്കുള്ളിൽ പണിതു തരാം. ഇന്നുതന്നെ പണി തുടങ്ങാൻ സാധിച്ചേക്കാം. ഡിസൈൻ ഏതു വേണം?"

കരുണ ചിന്തിച്ചു, ഉണ്ടാക്കാൻ പോകുന്ന ഈ ആഭരണങ്ങൾ അമ്മയ്ക്ക് ഇരിക്കട്ടെ. തനിക്കായി മറ്റൊരു ജോടി മാലയും കമ്മലും ഉണ്ടാക്കാനാവശ്യമായ മുത്തുകൾകൂടി തിരഞ്ഞെടുത്ത് അവൾക്കു നൽകി.

"നിങ്ങളുടെ ഡിസൈനുകൾ ഒന്ന് കാണിക്കുമോ?"

അവൾ കാണിച്ചു കൊടുത്തു.

കരുണ ഒരു ഡിസൈൻ അമ്മയ്ക്കുവേണ്ടി തിരഞ്ഞെടുത്തു. മറ്റൊരു പേജ് മറിച്ചപ്പോൾ കണ്ട ഡിസൈൻ അവൾ തനിക്കായി തിരഞ്ഞെടുത്ത് ലീയെ കാണിച്ചു. ലീ തല കുലുക്കി. മുത്തുകളടങ്ങിയ കവർ അവൾ എടുത്ത് മാറ്റിവെച്ചു.

എവിടെനിന്നോ പൂക്കളുടെ മണം പൊങ്ങി. കരുണ അപ്പോഴാണ് ആ മുറിയുടെ മൂലയിൽ ഒരു പ്ലാസ്റ്റിക് കൂടയിൽ കൂട്ടിയിട്ടിരിക്കുന്ന പൂക്കൾ കണ്ടത്. അവയിലെ വെള്ളത്തുള്ളികൾ മുത്തുമണികൾ പോലെ തിളങ്ങി.

"ആഹാ, എത്രയധികം പൂക്കൾ! ഇവകൊണ്ട് എന്താണ് ചെയ്യുക?"

"ഇത് മറ്റൊരു കച്ചവടത്തിനുള്ളതാണ്. എന്നും ഉച്ചകഴിഞ്ഞാൽ ഞാൻ അടുത്തുള്ള ചന്തയിൽ പോയി പൂക്കൾ വാങ്ങിക്കൊണ്ടു വരും. ആറുമണി കഴിഞ്ഞ് യുങ് വരുമ്പോഴേക്കും പൂക്കൾ കൊണ്ടുള്ള ബൊക്കെകൾ തയ്യാറായിട്ടുണ്ടാവും. വീട്ടിലെത്തിയാലുടൻ യുങ് അടുത്തുള്ള ചില റെസ്റ്റോറന്റുകളിൽ കൊണ്ടുപോയി കൊടുക്കും. അവർ ഈ ബൊക്കെകൾ കൊണ്ട് അത്താഴസമയത്ത് മുറി അലങ്കരിക്കും."

"ഓ..." കരുണ അതിശയിച്ചു.

ലീ തന്റെ മൊബൈലിൽ അവൾ പകർത്തിയെടുത്തിട്ടുള്ള ബൊക്കെകളുടെ ഫോട്ടോകൾ കാണിച്ചുകൊടുത്തു. അവയുടെ ഭംഗിയും വെടിപ്പും കണ്ട് കരുണയ്ക്ക് അത്ഭുതം തോന്നി.

"നിങ്ങൾ ഒരു അസാധാരണ കലാകാരി തന്നെ. ഇത്രയും നല്ല ഒരു കലാകാരിക്ക് സ്വന്തം നാടായ ചൈനയിൽ താമസിച്ചാലും കൈനിറയെ സമ്പാദിക്കാനാകുമല്ലോ."

"ഞാൻ എന്റെ കഥ പറയാം. കേട്ടു നോക്കൂ."

കരുണ ശ്രദ്ധയോടെ ഇരുന്നു.

"**ചൈന**യുടെ ഉൾഭാഗത്തെ പ്രവിശ്യയായ ജിയാങ്സിയിലെ ഒരു ഗ്രാമത്തിലാണ് ഞാൻ ജനിച്ചത്. അച്ഛനമ്മമാർക്ക് ഞങ്ങൾ നാല് പെൺമക്കളായിരുന്നു. ഞങ്ങളുടെ ചെറുപ്പത്തിൽത്തന്നെ അച്ഛന് സുഖമില്ലാതായി. പിന്നെ ചുമതലകളെല്ലാം അമ്മയുടെ ചുമലിലായി. ഞങ്ങളുടെ കൃഷിയിടങ്ങളിൽ അമ്മ നന്നായി അദ്ധ്വാനിക്കുമായിരുന്നു. ഞങ്ങൾ നാല് പെൺമക്കൾക്കും ആ ഗ്രാമപ്രദേശം വിട്ട് പട്ടണത്തിൽ എത്താനായിരുന്നു താത്പര്യം. അങ്ങനെ കലശലായിരുന്ന ആഗ്രഹത്താൽ, എന്റെ മൂന്ന് ചേച്ചിമാരും വീടുവിട്ട് പട്ടണത്തിലേക്ക് പോയി. ആരോ ജോലി വാങ്ങിക്കൊടുക്കാമെന്ന് പറഞ്ഞുള്ള പ്രലോഭനത്തിൽ മയങ്ങിയതായിരുന്നു അവർ. എന്നാൽ ശരീരവിൽപ്പന എന്ന തൊഴിലായിരുന്നു അവരെ പട്ടണത്തിൽ കാത്തിരുന്നത്. അതിൽനിന്നും ഒരു മോചനമില്ലാതെ അവർ ഇന്നും പട്ടണത്തിൽ എവിടെയോ കഴിയുന്നു. അവർ എവിടെയാണെന്ന് പറഞ്ഞിട്ടില്ല. പരസ്പരം കാണാൻ കഴിയാതെ ഇന്നും ഞങ്ങളിരിക്കുന്നു. വീട്ടിൽ ഞാനും എന്റെ അമ്മയും മാത്രം ബാക്കിയായി."

ലീയുടെ ജീവിതകഥ കരുണയെ ഞെട്ടിച്ചുകളഞ്ഞു. നിറഞ്ഞ കണ്ണുകളോടെ ലീ അല്പനേരം ചുവരിലേക്കും നോക്കി നിശ്ശബ്ദയായി ഇരുന്നു. പിന്നീടവൾ തുടർന്നു, "എനിക്ക് വ്യഭിചരിക്കാൻ

വയ്യായിരുന്നു. സമൂഹത്തിൽ മാന്യമായി ജീവിക്കണം എന്നൊരാഗ്രഹം മാത്രമേ എനിക്കുണ്ടായിരുന്നുള്ളൂ. അമ്മയുടെ ഒരു പരിചയക്കാരിയുടെ മകനായ യുങ്ങിനെ വിവാഹം കഴിച്ച് ഞാൻ ഷെൻസനിലെത്തി. യുങ് അവിടെ നിന്ന് ഹോങ്കോങ്ങിൽ ഒരു ചെറിയ ജോലി കിട്ടി എത്തി. ഞാൻ ഇതാ, ഇവിടേക്ക് വന്നും പോയും ഇരിക്കുന്നു. പ്രായമായ എന്റെ അമ്മയെ ഇടയ്ക്ക് പോയി കാണാറുണ്ട്. എന്റെ കുഞ്ഞിനെങ്കിലും ഹോങ്കോങ്ങിൽ ഒരു സ്ഥിരവിസ കിട്ടിയാൽ അതൊരു വലിയ ഭാഗ്യമല്ലേ?"

കരുണയ്ക്കറിയാം, ആയിരക്കണക്കിന് ചൈനക്കാർക്ക് ഈ മോഹമുണ്ടാവാം. ദുരിതങ്ങളിൽ നിന്ന് രക്ഷപ്പെടുവാൻ, അതിർത്തി കടന്ന് ഹോങ്കോങ്ങിലേക്ക് ചേക്കേറാനായി അനവധി ചൈനക്കാർ തയ്യാറായി ഇരിക്കുന്നുണ്ട്. അവർക്കെല്ലാം ഹോങ്കോങ്ങിൽ അഭയം കിട്ടുമോ? കരുണ ചിന്തിച്ചു. ലീ കൊടുത്ത ചൈനീസ് ചായയും കുടിച്ച് അവൾ പോകാനായി തുനിഞ്ഞു.

"വളരെ നന്ദിയുണ്ട്. ആഭരണങ്ങൾ പണി തീർത്തതും ഞാൻ അറിയിക്കാം."

കരുണ അവൾക്ക് ഒരു തുക അഡ്വാൻസായി നൽകി. ബാക്കി തീരുമ്പോൾ മതിയത്രെ.

കരുണ യാത്ര പറഞ്ഞ് പുറത്തിറങ്ങി. ലീയുടെ സഹോദരിമാരെക്കുറിച്ച് ചിന്തിച്ചുകൊണ്ട് അവൾ നടന്നു. തെറ്റിലേക്ക് വഴുതി വീണ് കരകയറാനാവാതെ അവർ. നല്ലൊരു ജീവിതം തേടി വലിയ നഗരത്തിൽ എത്തിപ്പെട്ട ലീ. എല്ലാവർക്കും ജീവിതമാണ് പ്രശ്നം. അതിനായി മനുഷ്യൻ തെറ്റും ശരിയുമൊക്കെ ചെയ്യുന്നു. അവരിൽ ദയയും സഹാനുഭൂതിയും അർഹിക്കുന്നവരോടൊപ്പം, ചതിയും വഞ്ചനയും ധനാർത്തിയുമൊക്കെ മനസ്സിൽ സൂക്ഷിക്കുന്നവരുമുണ്ട്. അതുകൊണ്ടുതന്നെ അതിരുകൾ ഇല്ലാതാകുന്നതും എന്നാൽ അതിരുകൾ ഉണ്ടാകുന്നതും നല്ലതിനത്രെ. എന്നാൽ പാവം ലീമാർ എപ്പോഴും സംരക്ഷിക്കപ്പെടട്ടെ. ഒരാഴ്ച കഴിഞ്ഞപ്പോൾ ലീ വിളിച്ചു. ആഭരണങ്ങൾ ഉണ്ടാക്കിക്കഴിഞ്ഞിരുന്നു.

വീണ്ടും കണ്ടുമുട്ടിയപ്പോൾ ലീ പറഞ്ഞു. ഒരാഴ്ച കഴിഞ്ഞാൽ ആശുപത്രിയിലേക്ക് പോകണം. സിസേറിയനാണ് അവൾ ആഗ്രഹിക്കുന്നതത്രെ. വേദനയോടെയുള്ള പ്രസവം ഭയമുളവാക്കുന്നു എന്നവൾ പറഞ്ഞു. ഒരു പ്രൈവറ്റ് ഹോസ്പിറ്റലിലാണത്രെ അവൾ പേര് രജിസ്റ്റർ ചെയ്തിരിക്കുന്നത്. ഗവൺമെന്റ് ആശുപത്രിയിൽ രജിസ്റ്റർ ചെയ്യാൻ പറ്റിയില്ല എന്ന് അവൾ പറഞ്ഞു. സിസേറിയന് പണച്ചെലവാണ്. എന്നാലും അതു മതി എന്നു തോന്നുകയാണ്.

കരുണ എല്ലാം നിന്ന് കേട്ടു. ലീ അവൾക്ക് ആഭരണങ്ങൾ നൽകി. കരുണ അവൾ പറഞ്ഞതിൽനിന്നും അഞ്ഞൂറു ഡോളർ കൂടുതൽ നൽകി. “ഇത് എന്റെ സന്തോഷത്തിന്.” അവൾ പറഞ്ഞു. ലീ കുറേ ഒഴിഞ്ഞുമാറാൻ നോക്കിയെങ്കിലും ഒടുവിലവൾ വഴങ്ങി ആ തുക വാങ്ങി.

“ഇനി പ്രസവശേഷം കാണാം.” ലീ പറഞ്ഞു.

“തീർച്ചയായും. വിവരങ്ങൾ മെസ്സേജ് വഴി അറിയിക്കണം.” കരുണ പറഞ്ഞു.

ലീയുടെ പ്രസവം കഴിഞ്ഞു. സിസേറിയൻ തന്നെ ആയിരുന്നു. ആൺകുട്ടിയാണ് ജനിച്ചിരിക്കുന്നത്. കണ്ടുമുട്ടിയപ്പോൾ അവൾ ആഹ്ലാദവതിയായിരുന്നു. എന്നാൽ അവൾ ദുഃഖസ്വരത്തിൽ പറഞ്ഞു, ആശുപത്രി അധികൃതർ തങ്ങളുടെ കൈയിൽനിന്ന് നാല്പത്തിഅഞ്ചായിരം ഡോളർ വാങ്ങിച്ചുവെന്ന്. സാധാരണ പ്രൈവറ്റ് ആശുപത്രിയിൽ സിസേറിയന് ഇരുപത്തിഅഞ്ചായിരത്തിൽ ഒതുങ്ങുമെന്നാണ് അവർ കേട്ടിരുന്നത്. കരുണ ഞെട്ടി. ഇത്രയും തുക യുങ്ങിന് താങ്ങുമായിരുന്നോ?

ഹോങ്കോങ്ങിൽ ഐഡി കാർഡില്ലാതെ ചൈനയിൽ നിന്ന് പ്രസവിക്കാനായി വരുമ്പോൾ, ഇത്രയൊക്കെ ചെലവാകുമെന്ന് പിന്നീടാണത്രെ അവർ അറിഞ്ഞത്. ഏതായാലും ഇത്ര വലിയ തുക പ്രതീക്ഷിച്ചിരുന്നില്ല എന്ന് ലീ പറഞ്ഞു. പാവം യുങ്, എങ്ങനെയൊക്കെയോ തുക സംഘടിപ്പിച്ച് നൽകി. അവരുടെ കുഞ്ഞിന് ഹോങ്കോങ്ങിൽ പൗരത്വം കിട്ടുമെന്ന് ഉള്ളതാണ് അവരുടെ ഏക ആശ്വാസം. ഏഴുവർഷം കഴിഞ്ഞിട്ടാണെങ്കിലും.

ലീക്ക് ഇടയ്ക്കു മാത്രമേ ഹോങ്കോങ്ങിൽ വരാനാകൂ. യുങ്ങിന് സ്ഥിരവിസയില്ലാത്തിനാൽ ലീ ഇവിടെ ഒരു സന്ദർശക മാത്രമാണ്. എന്നാൽ കുഞ്ഞിന് സ്ഥിരവിസ കിട്ടണമെങ്കിൽ, കുഞ്ഞ് സ്ഥിരമായി ഹോങ്കോങ്ങിൽത്തന്നെ താമസിക്കേണ്ടിവരും. ലീയും യുങ്ങും എന്തു ചെയ്യണമെന്നറിയാത്ത അവസ്ഥയിലാണ്. എങ്കിലും അവർ എന്തെങ്കിലും വഴി കാണുമെന്ന ചിന്തയിൽ സന്തുഷ്ടരുമാണ്.

ആ ദമ്പതികൾക്കും കുഞ്ഞിനും നല്ലതുവരട്ടെ എന്ന് ആശംസിച്ച് കരുണ ലിയോട് യാത്ര പറഞ്ഞു. അവൾ ഓർത്തു, അഭയാർത്ഥികൾ... അവരുടെ കഥകൾ... അവ പലപ്പോഴും ഒന്നിനൊന്ന് വ്യത്യസ്തമാണ്. എന്നാൽ എല്ലാറ്റിനും ഒരേ സ്വഭാവമുണ്ടുതാനും. നല്ലൊരു ജീവിതം...! അതു തന്നെയാണ് ഓരോ അഭയാർത്ഥിയുടെയും ഉള്ളിൽ.

പിറ്റേന്ന് പതിവില്ലാതെ കരുണ വീടിനടുത്തുള്ള പാർക്കിലേക്ക് നടക്കാനായി പോയി. വ്യായാമത്തിനായി സ്ഥിരമായി പാർക്കിൽ വരാനും നടക്കാനും അവൾ തീർച്ചയാക്കിയിരുന്നു. പാർക്കിൽ രണ്ട് പ്രാവശ്യം ചുറ്റിനടന്ന് വന്ന ശേഷം അവൾ അവിടെക്കണ്ട ഒരു ബെഞ്ചിലിരുന്നു. ബെഞ്ചിന്റെ മറ്റേ അറ്റത്തായി ഒരു ചൈനീസ് അമ്മൂമ്മ വന്ന് ഇരുപ്പുറപ്പിച്ചപ്പോൾ കരുണ ബെഞ്ചിന്റെ മറ്റേ അറ്റ ത്തേക്ക് നീങ്ങി ഇരുന്നു. അല്പനേരം ഇരുന്ന് വിശ്രമിച്ചശേഷം രണ്ടു പ്രാവശ്യംകൂടി അവൾ പാർക്കിൽ നടന്നുവന്നു. പിന്നീട് പോകാനായി തുനിഞ്ഞപ്പോൾ ആ അമ്മൂമ്മ ബെഞ്ചിൽ നിന്നെഴു ന്നേറ്റ് പോകാനായി പാർക്കിന്റെ അറ്റത്തെത്തി. അവളും വൃദ്ധയും കൂടി റോഡ് ക്രോസ് ചെയ്ത് തങ്ങളുടെ കെട്ടിടത്തിലെത്തി. ആ വൃദ്ധ അവൾ താമസിക്കുന്ന അതേ കെട്ടിടത്തിലായിരുന്നു താമസം. അവർ ഒന്നിച്ച് ലിഫ്റ്റിൽ കയറി. തങ്ങളുടെ ഫ്ളാറ്റിന്റെ ഏതാനും നിലകൾ താഴേക്കാണ് അവർ ലിഫ്റ്റിൽ നിന്നിറങ്ങിയത്. പിറ്റേന്നും കരുണ ലിഫ്റ്റിൽ അവരെ കണ്ടു. അമ്മൂമ്മ പാർക്കിലേക്ക് നടന്നു. അവളും. അവർ ഒരേ ബെഞ്ചിൽ ഇരുന്നു. ദിവസങ്ങൾ കഴിഞ്ഞ പ്പോൾ ഒരു ദിവസം അമ്മൂമ്മ കരുണയോടും, കരുണ അമ്മൂമ്മ യോടും പുഞ്ചിരിച്ചു. അന്നും അവർ ഒന്നിച്ചാണ് പാർക്കിൽനിന്ന് മടങ്ങിയത്.

പിറ്റേന്ന് അമ്മൂമ്മയെ ലിഫ്റ്റിൽ കണ്ടപ്പോൾ അവൾ പുഞ്ചി രിച്ച് ഉപചാരപൂർവ്വം തല കുനിച്ചു. അമ്മൂമ്മ അവളെ നോക്കി സന്തോഷത്തോടെ ചിരിച്ചു.

“ലേ ഹൗമാ”, കരുണ കാന്റണീസിൽ ‘സുഖമല്ലേ’ എന്ന് അമ്മൂ മ്മയോട് ചോദിച്ചു.

“ഹൗ ഹൗ”, അമ്മൂമ്മ അതെ, അതെ എന്ന് ഉത്തരം പറഞ്ഞു.

പിന്നീട് എന്താണ് അവരോട് ചോദിക്കുക എന്നോർത്ത് അവൾ നിന്നു. വെറുതെ അവരെ നോക്കി ഒന്നു രണ്ടു പ്രാവശ്യം ചിരിച്ചു. തനിക്ക് അറിയാവുന്ന കാന്റണീസിൽ വീണ്ടും എന്തെങ്കിലും ചോദി ക്കാൻ അവൾ ആഗ്രഹിച്ചു. ലിഫ്റ്റ് നിന്നു. അവൾ അമ്മൂമ്മയുടെ കൂടെ നടന്നു. പെട്ടെന്നാണ് അവൾ ശ്രദ്ധിച്ചത്, അമ്മൂമ്മയുടെ മുടി തോളറ്റവും കടന്ന് താഴേക്കു നീണ്ടു കിടക്കുന്നുണ്ട്. സാധാരണ ഹോങ്കോങ്ങിലെ വൃദ്ധകൾക്ക് തോളറ്റം വരെയേ മുടി കാണൂ. മുടി യാകട്ടെ കറപിറാന്ന് കിടക്കുകയാണ്. കരുണ സ്നേഹപൂർവ്വം അമ്മൂ മ്മയോട് ചോദിച്ചു.

“അമ്മൂമ്മ മുടി മുടിക്കാറില്ലേ? നീണ്ടു കിടക്കുകയാണല്ലോ. സാധാരണ അമ്മൂമ്മമാരൊന്നും ഇവിടെ മുടി വളർത്തി കണ്ടിട്ടില്ല. അതുകൊണ്ട് ചോദിച്ചതാണ്.”

അമ്മൂമ്മ അവളെ നോക്കി. എന്നിട്ട് താഴ്ന്ന സ്വരത്തിൽ പറഞ്ഞു.

"കുറേയായി മുടിവെട്ടിയിട്ട്. ആരും സഹായത്തിനില്ല. തനിയെ വെട്ടാനറിയില്ല. അതാണ് വളർന്ന് കിടക്കുന്നത്."

കരുണയ്ക്ക് വിഷമം തോന്നി. അമ്മൂമ്മയുടെ ചിരി മാഞ്ഞുവല്ലോ എന്നവൾ ഓർത്തു. മുഷിഞ്ഞ നിറത്തിലുള്ള പാന്റ്സും ഷർട്ടുമാണ് വേഷം. കരുണ അവരുടെ കൈകൾ പിടിച്ചു. അവൾ അല്പം സ്വാതന്ത്ര്യത്തോടെ അവരുടെ നഖങ്ങളിലേക്കു നോക്കി. ചളി പുരണ്ട നീണ്ട നഖങ്ങൾ.

"മുടിയും നഖങ്ങളും ഞാൻ വെട്ടിത്തരട്ടെ?" കരുണ അമ്മൂമ്മയോട് ചോദിച്ചു.

"വേണ്ട, വേണ്ട." അവർ വിസമ്മതിച്ചു.

"സാരമില്ല. മടിക്കേണ്ട. ഞാൻ വീട്ടിൽ വന്ന് ഇതൊക്കെ മുറിച്ച് വൃത്തിയാക്കിത്തരാം. എനിക്ക് അമ്മൂമ്മയുടെ വീട്ടിൽ വരാമോ?" കരുണ ചോദിച്ചു.

"വേണ്ട, അവിടെ വന്നാൽ..." അവർ അർദ്ധോക്തിയിൽ നിറുത്തി.

"എന്തെങ്കിലും വിഷമമുണ്ടെങ്കിൽ ഞാൻ വരുന്നില്ല." അവൾ വിഷമത്തോടെ പറഞ്ഞു.

"ഇല്ല. ഒന്നുമില്ല. നിങ്ങൾക്ക് വരാം." അമ്മൂമ്മ പറഞ്ഞു.

അവൾക്ക് സന്തോഷം തോന്നി. വൃദ്ധജനങ്ങളെ പരിചരിക്കുന്നത് തനിക്ക് ഇഷ്ടമാണ്. സ്വന്തം അമ്മൂമ്മയെ പരിചരിക്കാൻ സാധിക്കാത്ത തനിക്ക് ഇതാ ഒരു അമ്മൂമ്മയെ കിട്ടിയിരിക്കുന്നു.

"വീട്ടിൽ മറ്റ് ആരുമില്ല. ഞാൻ തനിച്ചാണ്."

കരുണ വീട്ടുനമ്പർ ചോദിച്ചറിഞ്ഞു. ഫ്ളാറ്റും. അമ്മൂമ്മയ്ക്ക് താൻ അവരുടെ വീട്ടിൽ പോകുന്നതിൽ വിഷമമൊന്നുമില്ലെന്ന് അവൾക്ക് മനസ്സിലായി. യാത്രപറഞ്ഞപ്പോൾ അവൾ അമ്മൂമ്മയോട് പറഞ്ഞു.

"ഞാൻ അമ്മൂമ്മയുടെ വീട്ടിൽ വരും."

"ശരി. വരാം. എപ്പോൾ വേണമെങ്കിലും." അമ്മൂമ്മ മന്ദഹസിച്ചു.

പിറ്റേന്ന് ക്യുമോൺ ക്ലാസ്സ് കഴിഞ്ഞ് വൈകുന്നേരം കരുണ അമ്മൂമ്മയെ കാണുവാൻ ചെന്നു. ഒരു കിടപ്പുമുറിയും സ്വീകരണമുറിയും അടുക്കളയുമുള്ള ഒരു ചെറിയ ഫ്ളാറ്റായിരുന്നു അമ്മൂമ്മയുടെ വീട്. എവിടെയും അധികം സാധനങ്ങളൊന്നുമില്ല. അമ്മൂമ്മ തനിയെയാണ് പാചകം ചെയ്യുന്നത് എന്നു പറഞ്ഞു. ഹോങ്കോങ്ങിൽ പ്രായമായ സ്ത്രീപുരുഷന്മാർ തനിയെയാണ് താമസിക്കുന്നതെങ്കിൽ

മാത്രമേ വീടുകളിൽ പാചകം ചെയ്യുകയുള്ളൂ. അല്ലെങ്കിൽ വീട്ടിൽ പാചകം ചെയ്യാൻ വേലക്കാർ ഉണ്ടെങ്കിലും. അല്ലാത്തവരൊക്കെ പുറത്തുപോയി ഭക്ഷണം കഴിക്കുന്നവരാണ്. ഉച്ചയ്ക്കും രാത്രിയുമൊക്കെ റെസ്റ്റോറന്റുകളിൽ നല്ല തിരക്കാണ്.

അമ്മൂമ്മ കരുണയെ നോക്കി ചിരിച്ചു. പാവം, പൂർണ്ണമായി ചിരി വിടരുന്നില്ല. എന്തോ ഒന്ന് ഉള്ളിലിരുന്ന് വിങ്ങുംപോലെ. അവൾ തനിക്കറിയാവുന്ന കാന്റണീസിൽ അമ്മൂമ്മയോട് വിശേഷങ്ങൾ ആരാഞ്ഞു.

അമ്മൂമ്മയുടെ പേര് പിങ് ജെങ്യു എന്നാണ്. മിസ്. യു എന്ന് തന്നെ വിളിക്കാമെന്ന് അമ്മൂമ്മ പറഞ്ഞു. എന്നാൽ അവൾ താൻ ഗ്രാൻഡ്മ എന്നു വിളിച്ചോട്ടേ എന്ന് ചോദിച്ചു. തനിക്കു തന്നെ പേര് വിളിക്കുന്നതാണ് ഇഷ്ടം എന്നും എന്നാൽ കരുണയ്ക്ക് വേണമെങ്കിൽ ഗ്രാൻഡ്മ എന്ന് വിളിക്കാമെന്നും അമ്മൂമ്മ പറഞ്ഞു.

"ഗ്രാൻഡ്മയ്ക്ക് സ്വന്തമായി ആരുമില്ലേ?"

"ഉണ്ട്. എന്റെ ഭർത്താവ് മരിച്ചു. ഒരു മകനുണ്ട്. എന്നാൽ കൂടെയല്ല താമസം. ഭാര്യയും മകനുമൊത്ത് മറ്റൊരു കെട്ടിടത്തിലൊരു ഫ്ളാറ്റിലാണ് താമസം."

"മകനെ കാണാറുണ്ടാകുമല്ലോ അല്ലേ?"

"വർഷത്തിൽ രണ്ടുപ്രാവശ്യമേ കാണാറുള്ളൂ. ഒന്ന് എന്റെ ജന്മദിനത്തിനും മറ്റൊന്ന് മാതൃദിനത്തിനും."

അവർ തിരക്കിലാണ് എന്ന് അമ്മൂമ്മ പറഞ്ഞപ്പോൾ കരുണയ്ക്ക് വിശ്വസിക്കാൻ വിഷമം തോന്നി. എന്നാൽ മകൻ ഇടയ്ക്ക് അമ്മയെ ഫോണിൽ വിളിക്കുമത്രെ. എന്നാലും വയസ്സായ അമ്മയെ വർഷത്തിൽ രണ്ടു പ്രാവശ്യമേ കാണുകയുള്ളൂ എന്ന അവസ്ഥ തികച്ചും ദുഃഖകരം തന്നെ. അവൾക്കു തോന്നി.

തികഞ്ഞ നിസ്സംഗതയോടെയാണ് അമ്മൂമ്മ മകനെപ്പറ്റി പറഞ്ഞത്. വേദന അവരെ നിർവ്വികാരയാക്കിയിരിക്കാം.

അമ്മൂമ്മ പതുക്കെ എഴുന്നേറ്റ് അകത്തേക്കു പോയി. തിരികെ വന്നത് ഒരു കത്രികയുമായിട്ടാണ്. അവർ കസേരയിൽ വന്നിരുന്ന് തന്റെ നേരെ കത്രിക നീട്ടി. അവൾ ഒരു ന്യൂസ്പേപ്പർ കസേരക്കീഴിൽ വിരിച്ച് അമ്മൂമ്മയുടെ തലമുടി വെട്ടിയൊതുക്കി. പിന്നീട് നഖങ്ങൾ വെട്ടി വൃത്തിയാക്കിക്കൊടുത്തു.

"തോച്ചെ, തോച്ചെ", അമ്മൂമ്മ അവളുടെ കൈ പിടിച്ചു കുലുക്കിക്കൊണ്ട് നന്ദി അറിയിച്ചു.

"കുളിക്കാൻ സഹായിക്കണോ?"

"വേണ്ട, ഞാൻ തനിയെ ചെയ്യാറുണ്ട്."

അവൾ അവിടെനിന്നും യാത്ര പറഞ്ഞിറങ്ങി. പിന്നീട് രണ്ട് ആഴ്ചയിലൊരിക്കൽ അവൾ ആ അമ്മൂമ്മയെ കാണാൻ പോയി. വെറുതെ അവരുടെ കൂടെ ഇരുന്നു. അധികമൊന്നും ഇരുവരും സംസാരിച്ചില്ല. എന്നാൽ അവളുടെ കൂട്ട് ഇഷ്ടമായതുപോലെ അവർ ഇരുന്നു. ഇടയ്ക്ക് വല്ലപ്പോഴും അമ്മൂമ്മ എന്തൊക്കെയോ സംസാരിച്ചു. ഒരു ദിവസം തന്റെ മകനുവേണ്ടി പാടിയ ഒരു പഴയ താരാട്ട്പാട്ട് അമ്മൂമ്മ പാടിക്കേൾപ്പിച്ചു. മകന്റെ മകനെയൊന്നും കാണാൻ തന്നെ കിട്ടാറില്ല എന്ന് അവർ പറഞ്ഞു. വിഷമം കൊണ്ടാവണം അമ്മൂമ്മയുടെ തൊണ്ട ഇടറി. ഒരു വര പോലുള്ള കൊച്ചു കണ്ണുകൾ കലങ്ങുകയും അവയിൽ വെള്ളം പൊടിയുകയും ചെയ്തു. കരുണ അല്പനേരം മിണ്ടാതിരുന്നു. അവൾ ഒന്നും അങ്ങോട്ട് ചോദിച്ചില്ല. ഒരു കാര്യം അവൾ ശ്രദ്ധിച്ചു.

തന്നെ കാണാൻ വരാത്ത മകനെപ്പറ്റി ഒരു പരാതിയും അമ്മൂമ്മ പറഞ്ഞില്ല. ആ മനസ്സിൽ നിറയെ സ്നേഹവാത്സല്യങ്ങൾ മാത്രമേ ഉണ്ടാകൂ എന്നുതോന്നി. തിരക്കാണെന്ന് മകൻ പറഞ്ഞാലും അത് അങ്ങനെയാവില്ല എന്നു കരുണയ്ക്ക് തോന്നി.

ദിവസങ്ങൾ കഴിഞ്ഞു. അമ്മൂമ്മയുടെ ജന്മദിനം വരുന്നുണ്ടെന്ന് തെളിഞ്ഞ ചിരിയോടെ പാർക്കിൽ വെച്ച് ഒരു ദിവസം അവർ പറഞ്ഞു. മകനെ കാണാൻ കഴിയും എന്നതാവും സന്തോഷത്തിനു കാരണമെന്ന് അവൾക്കു തോന്നി. നേരത്തെത്തന്നെ അവൾ ജന്മദിനാശംസകൾ നേർന്നു.

അതെല്ലാം കഴിഞ്ഞ് ഒരു ദിവസം പതിവുപോലെ അവൾ അമ്മൂമ്മയെ കാണുവാൻ ചെന്നു. മൂന്നു പ്രാവശ്യം കോളിങ്ബെല്ലടിച്ചപ്പോഴാണ് വാതിൽ തുറന്നത്. എന്നാൽ പതിവുപോലെ അവർ അവളെ സ്വാഗതം ചെയ്തില്ല. എന്തുപറ്റി അമ്മൂമ്മയ്ക്ക് എന്ന് അവൾ ചിന്തിച്ചു. അവർ സാവധാനം ഒരു കസേരയിൽ ഇരുന്നു, അടുത്തുള്ള ഒരു കസേരയിൽ അവളും. ആ മുഖത്തിന് തീരെ പ്രസാദമില്ല. അവർ ഒന്ന് തുടങ്ങിക്കിട്ടാൻ കാത്തു. അവർക്ക് എന്തെങ്കിലും പറയാനുണ്ടെങ്കിൽ പറയട്ടെ എന്ന് കരുതി മൗനം അവലംബിച്ചു.

"ഞാൻ ഈ വീട്ടിൽനിന്ന് പോവുകയാണ്." അമ്മൂമ്മയുടെ വരണ്ട ചുണ്ടുകൾ വിറകൊണ്ടു.

"എന്തിന്? എങ്ങോട്ടു പോകുന്നു?" അവളൊരു നേരിയ നടുക്കത്തോടെ ചോദിച്ചു.

“ഈ വീട് വാടകയ്ക്ക് കൊടുക്കാൻ പോവുകയാണ് എന്ന് മകൻ പറഞ്ഞു. ഇനി എന്നെ ഇവിടെ തനിയെ താമസിപ്പിക്കുകയില്ലത്രെ. ഇവിടെ ആരോ വരുന്നുണ്ടെന്നും അത് എന്റെ ഒരു സുഹൃത്താണെന്നും അവൻ അറിഞ്ഞുകഴിഞ്ഞു.” അവർ നിറുത്തി നിറുത്തി ശ്വാസംമുട്ടുംപോലെ സംസാരിച്ചു.

“അയ്യോ...” അവൾ അറിയാതെ പറഞ്ഞുപോയി.

“എന്റെ മുടി മുറിച്ചതെന്തിനാണെന്ന് അവൻ ചോദിച്ചു. അത് ചെയ്തു തന്നതാരാണെന്നും ചോദിച്ചു. എല്ലാം എനിക്ക് പറയേണ്ടി വന്നു. അവന് ആകെ ദേഷ്യമായി. ഇവിടെ താമസിക്കുമ്പോഴല്ലേ മറ്റുള്ളവരൊക്കെ വരികയുള്ളൂ, ഇനി ഇവിടെ താമസിക്കുന്നില്ലെങ്കിലോ എന്ന് ദേഷ്യത്തോടെ അവൻ എന്നോട് ചോദിച്ചു.” അമ്മൂമ്മ അതു പറഞ്ഞപ്പോൾ കിതച്ചിരുന്നു.

“ഓ... എന്നിട്ട്?” അവൾ ചോദിച്ചു. അവളുടെ ഒച്ച താണിരുന്നു.

“എന്നിട്ട്... അവൻ എന്നോട് എന്റെ ഈ വീട് വിട്ട് ഞാൻ പോകണമെന്നും ഈ വീട് വാടകയ്ക്ക് കൊടുക്കുകയാണെന്നും ഇനി ഇവിടെ താമസിക്കാൻ സാധ്യമല്ലെന്നും പറഞ്ഞു,” അമ്മൂമ്മ പറഞ്ഞു നിർത്തി. അവരുടെ കണ്ണുകളിലൂടെ കണ്ണുനീരൊഴുകി.

കരുണ ആകെ സ്തംഭിച്ചുപോയി. താൻ കാരണം അമ്മൂമ്മയ്ക്ക് ഇങ്ങനെയൊരു അവസ്ഥ വന്നതിൽ അവൾ വല്ലാതെ വേദനിച്ചു. ഇനി എന്തു ചെയ്താൽ അത് അങ്ങനെ അല്ലാതെയാകും എന്ന് അവൾ ചിന്തിച്ചു. ഒരു ഉപായവും തോന്നിയില്ല. സാധുവും വൃദ്ധയുമായ ഒരു സ്ത്രീയെ ഒന്ന് സ്നേഹിക്കുകയും സഹായിക്കുകയും ചെയ്തത് ഇത്ര വലിയ ഒരു പ്രശ്നത്തിൽ കൊണ്ടുചെന്നെത്തിക്കും എന്ന് കരുതിയതേയില്ല.

കരുണ ഒരല്പനേരം കൂടി അവിടെ ഇരുന്നു. അമ്മൂമ്മ കണ്ണുനീർ തുടച്ചുകൊണ്ട് എവിടേക്കോ നോക്കി ഇരിക്കുകയാണ്. കുറച്ചു നേരം കഴിഞ്ഞപ്പോൾ കരുണ പതുക്കെ എഴുന്നേറ്റു. അവൾ അമ്മൂമ്മയോട് യാത്ര പറഞ്ഞ് വീട്ടിലേക്കു നടന്നു. യാത്ര പറയുമ്പോൾ തികച്ചും നിർവ്വികാരമായിരുന്നു അമ്മൂമ്മയുടെ മുഖം. എങ്കിലും നീർ പൊടിയുന്ന അവരുടെ നയനങ്ങൾ അവളിലേക്ക് അവരുടെ വികാരങ്ങൾ പകർന്നു നൽകി. അവളുടെയും കണ്ണുകൾ നിറഞ്ഞു. അമ്മൂമ്മയ്ക്ക് തന്റെ സ്നേഹിതയെ നഷ്ടപ്പെടുകയാണ്. എന്നെന്നേക്കുമായിട്ടാവും ചിലപ്പോൾ.

പുറത്തിറങ്ങി അവൾ കണ്ണുനീർ തുടച്ചു. സ്നേഹം എല്ലാവർക്കും ഒരു തണലും അഭയവുമാണ്. അത് അർത്ഥിക്കുന്ന അഭയാർത്ഥിയായി അമ്മൂമ്മ മാറി. അമ്മൂമ്മയുടെ മകൻ അവരെ ഒരു

വൃദ്ധസദനത്തിലാക്കി. അപ്പോൾ കരുണ ശരിക്കും അമ്പരക്കുകയായിരുന്നു. ഒന്നിച്ച് തന്നോടൊപ്പം കൊണ്ടുപൊയി താമസിപ്പിക്കുന്നതിനു പകരം സ്വന്തം അമ്മയെ വൃദ്ധസദനത്തിലാക്കാൻ ആ മകൻ ഒരു മടിയും കാണിച്ചില്ല.

അമ്മൂമ്മ പോകുന്നതിനു മുമ്പ് ഒരു ദിവസം അവൾ വീണ്ടും അമ്മൂമ്മയെ പോയിക്കണ്ടു.

"ഈ വീട് വാടകയ്ക്ക് കൊടുക്കുകയാണ്. വീടിന്റെ അവകാശം എനിക്കാണ്. എന്നാൽ എന്റെ മകൻ പറയുകയാണ് ഈ വീടിന്റെ അവകാശം അവനും അവന്റെ ഭാര്യയ്ക്കുമാണ് എന്നാണ്." വേദനയോടെ അമ്മൂമ്മ പറഞ്ഞു. താൻ മകനോട് മറുത്ത് ഒരക്ഷരം പോലും പറഞ്ഞില്ല എന്നും അവർ പറഞ്ഞു.

"പണം കൊണ്ടൊക്കെ എന്താണ് ഇനി എനിക്ക് നേടാനുള്ളത്? അതൊക്കെ അവർക്കല്ലേ വേണ്ടത്? മരിക്കുന്നതുവരെ എനിക്ക് ചെലവിന് തരാൻ ഈ വീടിന്റെ വാടകകൊണ്ട് സാധിക്കും എന്ന് എന്റെ മകൻ പറഞ്ഞു." അമ്മൂമ്മയുടെ ശബ്ദം ചിലമ്പിച്ചിരുന്നു.

കരുണയ്ക്ക് ഉള്ളിൽ രോഷം ഇരമ്പി. ഇങ്ങനെയും ഒരു മകനോ?

'സമ്മതിച്ചു കൊടുക്കരുത് അമ്മൂമ്മേ. നിങ്ങളുടെ കാലശേഷമേ നിങ്ങളുടെ ഈ വീട് വാടകയ്ക്ക് കൊടുക്കാൻ കഴിയൂ എന്ന് നിങ്ങൾ നിങ്ങളുടെ മകനോട് പറയണമായിരുന്നു.' അവൾ ഉള്ളിൽ രോഷാകുലയായി പറഞ്ഞു. എന്നാൽ പുറമേക്ക് ഒന്നും മിണ്ടാതെ കരുണ അമ്മൂമ്മ പറയുന്നതും കേട്ടിരുന്നു.

"ഇതാ എന്റെ അഡ്രസ്സ്." വൃദ്ധസദനത്തിന്റെ മേൽവിലാസമുള്ള ഒരു കാർഡ് അവർ നീട്ടി. അവൾ വാങ്ങി.

"അവിടെ ധാരാളം സ്നേഹിതരെ കിട്ടുമല്ലോ. സമപ്രായക്കാരുമായി സംസാരിച്ച് ഇരിക്കാമല്ലോ. ഞാൻ അവിടെ വരാം." കരുണ പറഞ്ഞു.

സ്നേഹം പലപ്പോഴും അങ്ങനെയാണ്. അത് ഇഷ്ടമുള്ളവരെ തേടിച്ചെല്ലും.

അന്ന് അമ്മൂമ്മ അവളോട് യാത്ര പറഞ്ഞു. അവർ പിരിഞ്ഞു. താമസിയാതെ അമ്മൂമ്മ വൃദ്ധസദനത്തിലെത്തി.

* * *

ദിവസങ്ങൾ മാസങ്ങൾക്ക് വഴി മാറി. ഒരു ദിവസം കരുണ അമ്മൂമ്മയെ തിരക്കി ആ വൃദ്ധസദനത്തിലെത്തി. ലാന്റാവ് ദ്വീപിൽത്തന്നെ ആയിരുന്നു ആ കെട്ടിടം. എന്നാൽ ആ വൃദ്ധസദനത്തിന്റെ ചുമതല

കയ്യാളുന്നവർ അവളെ നിരാശയിലാഴ്ത്തി. അവർ അവളെ അമ്മൂമ്മയെ കാണാൻ അനുവദിച്ചില്ല.

“നിങ്ങൾ കാണുവാനാഗ്രഹിക്കുന്ന സ്ത്രീയെ കാണുവാൻ അവരുടെ കുടുംബാംഗങ്ങൾക്കു മാത്രമേ കഴിയുകയുള്ളൂ. അവരുടെ മകന്റെ പ്രത്യേക നിർദ്ദേശാനുസരണം മാത്രമേ ഞങ്ങൾക്ക് പ്രവർത്തിക്കാനാവൂ. അവരുടെ മകൻ ഇത് കർശനമായി പാലിക്കാൻ ഞങ്ങളെ ഏൽപ്പിച്ചിട്ടുണ്ട്. ഞങ്ങൾക്ക് ഒന്നും മറുത്ത് പറയാൻ കഴിയില്ല.” മധ്യവയസ്ക്കയായ ഒരു ചൈനക്കാരി പറഞ്ഞു. കരുണ സ്തബ്ധയായി നിന്നു. അവൾ വേദനയോടെ ആ അമ്മൂമ്മയെ ഓർത്തു. താൻ കാരണം അമ്മൂമ്മ ഇവിടെ എത്തിപ്പെട്ടുവല്ലോ എന്നോർത്ത് അവൾ മനസ്താപപ്പെട്ടു.

ആ വൃദ്ധസദനത്തിലേക്ക് ചെന്ന് രണ്ടാഴ്ചയിൽ ഒരിക്കൽ താൻ അവിടുത്തെ അന്തേവാസികളെ ശുശ്രൂഷിച്ചോട്ടെ എന്ന് അവൾ ആ വൃദ്ധസദനത്തിന്റെ അധികാരികളോട് ചോദിച്ചു. വെറുതെ കിട്ടുന്ന സേവനമല്ലേ? എന്തിന് വേണ്ടെന്ന് വെയ്ക്കണം? അവർ അവളോട് അവിടെ ചെന്നുകൊള്ളുവാൻ അനുവാദം നൽകി. അവിടുത്തെ അംഗങ്ങളെ സേവിക്കാനായി അവൾ എത്തുമ്പോൾ, ആ അമ്മൂമ്മയെയും എപ്പോഴെങ്കിലും കാണാൻ കഴിയുമെന്ന് അവൾ കരുതി. അതിനായി അവൾ പലതവണ അവിടെ എത്തി. ചൈനക്കാരല്ലാത്ത ആളുകളെ കണ്ടാൽ മൂക്കു പൊത്തി മാറിനിൽക്കുന്ന വൃദ്ധരെ അവൾ അവിടെ കണ്ടില്ല. അവൾ മുടി വെട്ടിക്കൊടുത്തവരും നഖം മുറിച്ചുകൊടുത്തവരുമൊക്കെ അവളെ കണ്ടപ്പോൾ ചിരിച്ചു. കരുണയ്ക്ക് സന്തോഷമായി. എങ്കിലും വൃദ്ധരായ അപ്പൂപ്പന്മാരുടെയും അമ്മൂമ്മമാരുടെയും മുഖങ്ങളിലെ നിർവ്വികാരത അവളെ ഒരല്പം വേദനിപ്പിച്ചു. എന്തു ചെയ്യാനാ, മരിക്കും വരെ ജീവിക്കുക തന്നെ എന്ന മട്ടുതന്നെയായിരുന്നു അധികം പേർക്കും. അവർക്കിടയിൽ കരുണ ആ അമ്മൂമ്മയെ തിരഞ്ഞു, തന്റെ സ്നേഹിതയായ അമ്മൂമ്മയെ. ഒരിക്കൽപ്പോലും അവൾക്ക് അവരെ കാണുവാൻ കഴിഞ്ഞില്ല. മുടി മുറിക്കുകയും നഖം വെട്ടുകയും ചെയ്യുന്നിടത്തേക്ക് അമ്മൂമ്മാരും അപ്പൂപ്പന്മാരുമൊക്കെ നടന്നു വരികയാണ് പതിവ്. ഒരു പ്രാവശ്യമെങ്കിലും തന്റെ സ്നേഹിതയായ അമ്മൂമ്മ അവിടെ എത്തുമെന്ന് കരുതിയ അവൾക്ക് നിരാശയായിരുന്നു ഫലം. അവർ വന്നതേയില്ല. മറ്റാരെങ്കിലും അവർക്ക് ഇതെല്ലാം ചെയ്തുകൊടുക്കുന്നുണ്ടാവുമെന്ന് കരുണ കരുതി.

എന്നാലും അവരുടെ നഖങ്ങൾ വളർന്ന് അഴുക്ക് പുരളുകയും അവരുടെ മുടി നീണ്ട് അവർക്ക് അസ്വസ്ഥത പകരുകയും ചെയ്യുന്നുണ്ടാവുമോ എന്നോർത്ത് അവൾ വ്യാകുലപ്പെട്ടു. വൃദ്ധസദനത്തിലെ

അന്തേവാസികൾക്ക് അവളെ ഇഷ്ടപ്പെട്ടു എന്നു തോന്നിയ പല സന്ദർഭങ്ങളും ഉണ്ടായി. അവൾ അതെല്ലാം ആസ്വദിച്ചു. അവരുടെയൊക്കെ മര്യാദയും സ്നേഹവും അവളെ സന്തോഷിപ്പിച്ചു. കൊടുത്താൽ തിരിച്ചു കിട്ടുന്ന ഒന്നുതന്നെയാണ് സ്നേഹം എന്ന് അവൾക്കു തോന്നി. എന്നാൽ അവൾ കാണുവാൻ ആഗ്രഹിച്ച വ്യക്തി മാത്രം അവളുടെ അടുത്തെത്തിയില്ല. അതിനാൽത്തന്നെ അവിടെയെത്തുമ്പോൾ വിവരിക്കാനാവാത്ത ഒരു വേദന തന്നെ മൂടുന്നു എന്ന് അവൾക്കു തോന്നി. അവൾക്ക് ഒരിക്കലും പിന്നെ തന്റെ സ്നേഹിതയെ കണ്ടുമുട്ടാനായില്ല.

അവൾ തന്റെ അമ്മയോട് ഈ വൃദ്ധസദനത്തെക്കുറിച്ച് സൂചിപ്പിച്ചപ്പോൾ ലളിതാമുകുന്ദന് താത്പര്യം തോന്നിയിരുന്നു. ആ അമ്മൂമ്മയുടെ അനുഭവങ്ങൾ ലളിതാമുകുന്ദനേയും വേദനിപ്പിച്ചിരുന്നു. തന്റെ മകളാണ് ആ അമ്മൂമ്മയുടെ വീടുവിട്ടുപോകലിന് കാരണക്കാരി എന്നറിഞ്ഞപ്പോഴും വിഷമം തോന്നിയിരുന്നു. അവർക്ക് അതിശയമായി, ആ അമ്മൂമ്മയ്ക്ക് ഇങ്ങനെയും ഒരു മകനോ? അയാൾക്ക് സംശയം തീർക്കണമായിരുന്നെങ്കിൽ കരുണയെ നേരിട്ട് കാണണമെന്ന് ആവശ്യപ്പെടാമായിരുന്നല്ലോ എന്നവർ ചിന്തിച്ചു. പിന്നീട് അവർക്ക് തോന്നി, സങ്കുചിത മനസ്ഥിതിക്കാരോട് എന്തു പറഞ്ഞിട്ടും കാര്യമുണ്ടാകില്ല എന്ന്. സ്വന്തം അമ്മയെ ആ വീട്ടിൽനിന്ന് ഒഴിവാക്കാൻ അയാൾക്ക് കരുണയിലൂടെ ഒരു കാരണം കിട്ടി എന്നതാവും ശരി. അതുകൊണ്ട് കരുണയെ കണ്ടാലോ സംസാരിച്ചാലോ അയാളിൽ ഒരു മാറ്റവും ഉണ്ടാകാൻ പോകുന്നില്ല എന്നതാവും സത്യം. ഏതായാലും മക്കളാൽ ഉപേക്ഷിക്കപ്പെടുന്ന മാതാപിതാക്കൾ താമസിക്കുന്ന വൃദ്ധസദനങ്ങൾ ലളിത മുകുന്ദനെയും കരുണയെയും അതിയായി വേദനിപ്പിച്ചു.

* * *

ഒരു ദിവസം യു.എൻ. ഓഫീസിൽനിന്ന് പരിഭാഷ നടത്താനായുള്ള ഫോൺ വന്നപ്പോൾ കരുണ വൃദ്ധസദനത്തിൽ നിൽക്കുകയായിരുന്നു. കരുണ അതിനടുത്ത ദിവസം യു.എൻ. ഓഫീസിൽ എത്തി. തന്നെ വിളിച്ചത് തനിക്ക് പരിചയമില്ലാത്ത ഫ്രാൻസിസ് ജോൺ എന്ന പുതിയ ഓഫീസറായിരുന്നുവെന്ന് അവൾക്ക് മനസ്സിലായി. യു.എൻ. ഓഫീസിൽവെച്ച് അവൾ അയാളെ കണ്ടുമുട്ടി. അയാളുടെ കാപ്പിരിക്കറുപ്പുനിറം പെട്ടെന്നവളെ ഞെട്ടിച്ചു. അങ്ങനെയൊരാൾ ആ ഓഫീസിൽ പുതുതാണെന്ന് തോന്നി. കറുകറുത്ത ഒരു നീഗ്രോ. അയാൾ വെളുക്കനെ ചിരിച്ച് ഹലോ എന്ന് പറഞ്ഞ് സോഫയുടെ അരികിൽ വന്നു നിന്നു. അയാൾ അവൾക്കു ഹസ്തദാനം ചെയ്തു.

"ഞാൻ ഫ്രാൻസിസ് ജോൺ. ഫ്രാൻകി എന്ന് അടുപ്പമുള്ളവരൊക്കെ വിളിക്കും. കണ്ടുമുട്ടിയതിൽ സന്തോഷിക്കുന്നു. ഇന്ന് സ്റ്റെഫാനി ലീവിലാണ്. ഇന്ന് നിങ്ങളുടെ പരിഭാഷ നടത്തിക്കുന്ന ഓഫീസറാണ് ഞാൻ. ഇവിടെ പുതുതാണ്." അയാൾ അമേരിക്കൻ ഉച്ചാരണശൈലിയിലുള്ള ഇംഗ്ലീഷിൽ പറഞ്ഞു.

ആദ്യമായിട്ടാണ് ആ യു.എൻ. ഓഫീസിൽ താൻ ഒരു കറുത്ത വർഗ്ഗക്കാരനെ കാണുന്നത്. വലിയ കണ്ണുകളും ചെറുതായി വിടർന്ന് അല്പം ചപ്പിയ മാതിരിയുള്ള മൂക്കും കറുത്ത തിരശ്ശീലയിട്ടതു പോലെയുള്ള മുഖവുമാണ് അയാൾക്കുണ്ടായിരുന്നത്. എങ്കിലും അയാളുടെ നിരയൊത്ത പല്ലുകാട്ടിയുള്ള ചിരി അവളെ ആകർഷിച്ചു. നിഷ്ക്കളങ്കമായ ഒരു ചിരി.

"മലയാളം എന്ന ഭാഷ കേൾക്കാൻ എനിക്കു താത്പര്യമുണ്ട്. ഏത് അന്യഭാഷയും എനിക്ക് സംഗീതം പോലെയാണ്. കേട്ട് ആസ്വദിക്കാൻ വലിയ താത്പര്യമാണ്. പഠിക്കാനും ഇഷ്ടമാണ്. എന്നാൽ അതിന് സമയമില്ല എന്നു മാത്രം." അയാൾ ചിരിച്ചു. അയാളുടെ കറുത്തു തടിച്ച ചുണ്ടുകൾ വിടരുന്നതും നോക്കി അവളും പുഞ്ചിരിച്ചു. കരുണയ്ക്ക് ഫ്രാൻസിസ് ജോണിനെ ദീർഘകാലം പരിചയമുള്ള ആളായാണ് പിന്നീട് തോന്നിയത്. ഒരു ഓഫീസർക്ക് ചേർന്ന ഗൗരവം കുറവുള്ള ആളാണ്. എങ്കിലും നേർത്ത ബഹുമാനം ഉള്ളിലൊതുക്കി അവൾ നിന്നു.

"വരൂ, അകത്തേക്ക് പോകാം. നമ്മുടെ കക്ഷി വന്നുകഴിഞ്ഞിരിക്കുന്നു." അയാൾ മുൻപിൽ നടന്നു.

അവർ ഒരു മുറിയിലേക്കു കയറി. അഭിമുഖം നടക്കാൻ പോകുന്ന ഒരു മുറിയായിരുന്നു അത്. താൻ എപ്പോഴും വരാറുള്ള മുറി തന്നെയാണെന്നവൾക്കു മനസ്സിലായി. ഗ്ലാസ്സുകൊണ്ടു മറച്ച മേശയ്ക്കപ്പുറത്ത് ഒരു സ്ത്രീ ഇരിക്കുന്നു! കരുണ അതിശയിച്ചുപോയി. അഭയാർത്ഥിക്കായുള്ള അപേക്ഷ നൽകി കേരളത്തിൽ നിന്ന് ഒരു സ്ത്രീ! തന്റെ അമ്മയുടെ പ്രായം തോന്നിക്കുന്നു. എന്നാൽ അത്രതന്നെ വയസ്സായിട്ടുണ്ടാവില്ലെന്ന് തോന്നി, ആലോചിച്ചപ്പോൾ. പ്രാരാബ്ധങ്ങൾ കൊണ്ടാവാം പ്രായം തോന്നുന്നത്. പരിചയപ്പെടുത്തലുകൾക്കുശേഷം അഭിമുഖം തുടങ്ങി. അവർക്ക് അവരുടെ കഥ വിശദമായി പറയേണ്ടി വന്നു.

അവർ വരുന്നത് മുംബെയിൽ നിന്നാണ്. അവർ കുവൈറ്റിൽ ജോലി ചെയ്തിരുന്നു. അവരുടെ പേര് സഹീറ. കുവൈറ്റിൽ അവരുടെ മുതലാളിയും കുടുംബവും അവരോട് വളരെ മോശമായാണ് പെരുമാറിയത്. മുതലാളിയുടെ കൂടെനിന്ന് ജോലി ചെയ്തുവെങ്കിലും കാര്യമായി പണമൊന്നും മിച്ചംപിടിക്കാൻ കഴിഞ്ഞില്ല.

കരാറു തീർന്നപ്പോൾ പുതുക്കാൻ നിൽക്കാതെ മുംബെയിലേക്ക് രക്ഷപ്പെടുകയായിരുന്നു. ജോലിസ്ഥലത്ത് തനിക്കേറ്റ പൊള്ളലിന്റെ പാടുകൾ അവർ കാണിച്ചുതന്നു. പല പ്രാവശ്യം മുതലാളിയുടെ ഭാര്യ മുതുകിൽ അടിക്കുകയും ചെയ്തിരുന്നുവത്രെ. മറ്റുള്ളവരുടെ മുന്നിൽ പരിഹാസപാത്രമാക്കുകയും ശാപവാക്കുകൾ ഉരുവിടലും സ്ഥിരമായിരുന്നുവത്രെ. അതാണ് അവർ തിരികെ മടങ്ങിയത്. എന്നാൽ തിരികെ കേരളത്തിലേക്കു മടങ്ങാൻ അവർക്ക് മടിയായിരുന്നു. വീണ്ടും പട്ടിണിയും ദുരിതവും തന്നെ വലയ്ക്കുന്നതോർത്തപ്പോൾ മുംബെയിൽത്തന്നെ കഴിഞ്ഞു. വീട്ടുജോലിക്കായി വീണ്ടും പോകാൻ കഴിയുന്ന സ്ഥലങ്ങൾ തിരഞ്ഞപ്പോൾ ഹോങ്കോങ് എന്ന സ്ഥലം കണ്ണിൽപ്പെട്ടു. ഏജന്റ് വഴി ലഭിച്ച വിവരമനുസരിച്ച് ഹോങ്കോങ്ങിൽ എത്തിയാൽ വിസിറ്റിംഗ് വിസ കിട്ടുമെന്ന് ഉറപ്പാണെന്ന് മനസ്സിലാക്കി. കൂടുതൽ ആലോചിക്കാതെ ഏജന്റിന്റെ കൈയിൽനിന്ന് അല്പം പണം കടം വാങ്ങി ഹോങ്കോങ്ങിൽ എത്തിച്ചേർന്നു. ഈ നാട്ടിൽ വിമാനമിറങ്ങിയ താൻ ആദ്യം ഒന്നു പകച്ചുപോയി. ഇമിഗ്രേഷനിൽ വെച്ച് അവിടുത്തെ ഉദ്യോഗസ്ഥന്റെ ചോദ്യങ്ങൾക്കൊന്നിനും വ്യക്തമായ ഉത്തരം കൊടുക്കാനാവാതെ വന്നപ്പോൾ അവർ തന്നെ പൊലീസ് കസ്റ്റഡിയിലാക്കി. തനിക്ക് തിരിച്ചു പോകാൻ താത്പര്യമില്ല എന്ന് അവരോടു പറഞ്ഞൊപ്പിച്ചപ്പോൾ അവർ തന്നെ ജയിലിലേക്ക് പറഞ്ഞുവിട്ടു. പിന്നീട് അഭയാർത്ഥിക്കുള്ള അപേക്ഷ നൽകുകയായിരുന്നു. അവിടെ കഴിയവേയാണ് ഈ ഇന്റർവ്യൂ തരമായത്."

സഹീറ പറഞ്ഞുനിർത്തി. അവരുടെ കുഴിഞ്ഞ കണ്ണുകളിൽ ഒരുതരം നിർവ്വികാരതയാണ് കണ്ടത്. എന്നാൽ വാക്കുകളിൽ രക്ഷപ്പെടാനുള്ള ആഗ്രഹം. അവർക്ക് ധൈര്യമുണ്ട് എന്ന് കരുണയ്ക്കു തോന്നി. കുറേനാളത്തെ വിദേശവാസംകൊണ്ട് കിട്ടിയതാവണം.

സഹീറ പറഞ്ഞതെല്ലാം അവൾ ഫ്രാൻസിസ് ജോണിന് പരിഭാഷപ്പെടുത്തിക്കൊടുത്തുകൊണ്ടിരുന്നു. ഒടുവിൽ അഭിമുഖം കഴിഞ്ഞു. സഹീറ തിരിച്ചുപോയി. നാല്പത് വയസ്സിനോടടുത്ത പ്രായമേ അവർക്കുള്ളൂ. നാട്ടിൽ അവരുടെ പണവും കാത്ത് കഴിയുന്ന വലിയ ഒരു കുടുംബംതന്നെയുണ്ട്. അവർ ഇനി എന്താണ് ചെയ്യുക? ജീവിക്കാൻ വേറെ വഴിയില്ല എന്നവർ പറയുന്നു. അവരുടെ കഷ്ടപ്പാടുകളൊക്കെ ഹോങ്കോങ്ങിൽ അഭയാർത്ഥിത്വം ലഭിക്കാൻ മതിയായ കാരണങ്ങളാകുമോ? ഇനി അവർ എന്താണ് ചെയ്യുക? ഇവിടെ ജയിൽവാസമാണ്. സഹീറയുടെ പണവും കാത്ത് പ്രതീക്ഷയോടെ കഴിയുന്ന കുടുംബത്തോട് അവർ വേഗം നാട്ടിലേക്കു വരും എന്നു മാത്രമാണത്രെ പറഞ്ഞിരിക്കുന്നത്. കുടുംബം

പോറ്റാൻ പാടുപെടുന്ന ഒരു സ്ത്രീ. പക്ഷേ എന്താണ് അവർ ചെയ്തത്? ആരെങ്കിലും വഴി ഹോങ്കോങ്ങിൽ ഒരു വീട്ടുജോലി ലഭിക്കുമെന്ന് കരുതി, വിസ സൗജന്യമാണെന്നും കേട്ട്, കടം വാങ്ങിയ കാശുമായി ഹോങ്കോങ്ങിൽ എത്തിയിരിക്കുകയാണ്. ഇവിടെ അവർ ജയിലിലും ആയി.

സഹീറയുടേത് രാഷ്ട്രീയക്കാരോട് അങ്കം വെട്ടിയുള്ള വരവല്ല എന്നതു മാത്രമാണ് താൻ പരിചയപ്പെട്ടിരുന്ന മറ്റു മലയാളി അഭയാർത്ഥികളിൽനിന്ന് അവരെ വ്യത്യസ്തയാക്കുന്നത്. കുടുംബം പോറ്റാനായി വളരെ കഷ്ടപ്പെടുന്ന ഒരു അമ്മ. അച്ഛനും അമ്മയും അടങ്ങുന്ന കുടുംബം കോഴിക്കോട്ടാണത്രെ. നാല് സഹോദരിമാരുണ്ട്. സഹീറ മൂത്ത മകളാണ്. കുറച്ച് പഠിച്ചിട്ടുണ്ട്. എന്നാൽ കുടുംബത്തിലെ ദാരിദ്ര്യം ഒന്നിനും സമ്മതിച്ചില്ല. സഹോദരിമാരുടെയൊന്നും വിവാഹം കഴിഞ്ഞിട്ടില്ല. സഹീറയുടെ ഭർത്താവിന് കൂലിവേലയാണ് ജോലി. രണ്ട് കുട്ടികളുമുണ്ട്. വീണ്ടും ജോലിക്ക് പോയ ശേഷം ഹൃദ്രോഗിയായ അച്ഛന് മതിയായ ചികിത്സ നടത്തിക്കൊടുക്കാമെന്ന് കരുതുന്നു. അതിനുള്ള പണവും കണ്ടെത്തണം.

കരുണ സഹീറയെത്തന്നെ ആലോചിച്ചുകൊണ്ടിരുന്നു. എന്നാൽ അവരെ സഹായിക്കാൻ തന്നെക്കൊണ്ട് ഒന്നും ചെയ്യാൻ കഴിയില്ലല്ലോ എന്നോർത്ത് നിസ്സഹായത അനുഭവപ്പെട്ടു. ആദ്യമായി. സഹീറ വീണ്ടും തടവറയിലേക്കു തന്നെയാവുമല്ലോ പോവുക എന്നോർത്തു. ഈ കഴിഞ്ഞ ഇന്റർവ്യൂവിന്റെ ഫലമെന്താവും? അവൾ ചിന്തിച്ചു. സഹീറയുടെ ദുഃഖം അധികാരികളുടെ കണ്ണ് തുറപ്പിക്കുമോ? ഇവിടെ അഭയാർത്ഥിത്വം ലഭിച്ചാലും അവർക്കെന്ത് ഗുണമാണുണ്ടാവുക? ഇവിടുന്ന് കിട്ടുന്ന തുച്ഛമായ വരുമാനം കൊണ്ടു മാത്രം ജീവിക്കേണ്ടി വരും. അധികവരുമാനം കിട്ടുന്ന ജോലികൾക്ക് പോകുന്നതൊക്കെ നിയമവിരുദ്ധമാണ്. ഇവിടെ അഭയാർത്ഥിയായി ഇരുന്നുകൊണ്ട് വീട്ടുജോലിക്കായി പോകാൻ കഴിയില്ല. കുടുംബത്തിന് ഒരു താങ്ങാകുവാൻ അവർക്ക് കഴിയില്ലെന്ന് ഉറപ്പാണ്. പിന്നെന്തിനാണ് ഹോങ്കോങിൽ അഭയാർത്ഥിയാകുന്നത്? നാട്ടിലേക്ക് തിരിച്ചുപോയി പിന്നീട് വിദേശരാജ്യങ്ങളിലെവിടെയങ്കിലും വീട്ടുവേലയ്ക്കായി പോവുകയല്ലേ ബുദ്ധി? ഇല്ലെങ്കിൽ നാട്ടിലെങ്കിലും ജോലി ചെയ്ത് സമ്പാദിക്കാമല്ലോ. അവൾ അമ്മയോട് വിവരങ്ങൾ പറഞ്ഞു. അവർക്കും സഹീറയോട് സഹതാപം തോന്നി.

കരുണയും അമ്മയും ജാനകയെക്കുറിച്ചോർത്തു. ആ ശ്രീലങ്കൻ അഭയാർത്ഥി കഴിയുന്നത് ഗവണ്മെന്റ് നൽകുന്ന തുച്ഛമായ വരുമാനത്തിലാണ്. നാട്ടിലേക്കും ആരെങ്കിലും വഴി പണം എത്തിക്കാനയാൾ ശ്രമിക്കുന്നുണ്ട്. അതിനായി അയാൾ ഒളിച്ചും പാത്തും

ആശാരിപ്പണി ചെയ്ത് അധികവരുമാനം ഉണ്ടാക്കുകയാണ്. പൊലീസിന്റെ കണ്ണിൽപ്പെടാതെ ജാഗരൂകനായി ജീവിക്കുകയും ചെയ്യുന്നു. സഹീറയ്ക്ക് അങ്ങനെ എന്തെങ്കിലും ചെയ്യാൻ കഴിയുമോ? അഭയാർത്ഥിയായാൽ വീട്ടുജോലി ലഭിക്കില്ല. അഭയാർത്ഥിക്ക് ഒരു ജോലിയും ചെയ്യാനുള്ള സ്വാതന്ത്ര്യം ഇല്ലതന്നെ. കരുണയ്ക്ക് ഉള്ളിൽ സഹതാപം പൊട്ടിമുളയ്ക്കുകയായിരുന്നു. ഇതൊക്കെ അവരോടൊന്ന് പറഞ്ഞുകൊടുക്കാൻ എന്താണൊരു വഴി? അവൾ ചിന്തിച്ചുകൊണ്ടിരുന്നു. ഒരു പോംവഴിയും കണ്ടെത്തിയില്ല.

"അമ്മേ, ആ സഹീറയെ ഇവിടെ ജോലിക്ക് നിർത്താൻ കഴിഞ്ഞാൽ എത്ര നന്നായിരുന്നു അല്ലേ?"

"ശരിയാണ്. എന്തു ചെയ്യാൻ?" ലളിതാമുകുന്ദൻ എന്തോ ആലോചിച്ചുകൊണ്ട് മറുപടി പറഞ്ഞു. പിന്നീട് അവർ മൗനം പാലിച്ചു. അമ്മയുടെ മൗനത്തിന്റെ അർത്ഥം കരുണയ്ക്ക് മനസ്സിലായി. സാധിക്കാൻ കഴിയാത്ത കാര്യങ്ങളെക്കുറിച്ച് കൂടുതൽ സംസാരിക്കാൻ അവർക്ക് പണ്ടേ മടിയാണ്. കരുണയും തൽക്കാലം അത് മനസ്സിൽ നിന്ന് വിട്ടുവെങ്കിലും മനസ്സിന്റെ ഒരു കോണിൽത്തന്നെ അത് നീറിക്കിടന്നു.

ആദ്യം എല്ലാം നിയമത്തിന്റെ വഴിയിലൂടെത്തന്നെ നീങ്ങട്ടെ എന്ന് അവൾ കരുതി. എന്നാൽ സഹീറയെ രക്ഷപ്പെടുത്താൻ എന്തുണ്ട് വഴി എന്നും ചിന്തിച്ചുകൊണ്ടേയിരുന്നു. ഒടുവിൽ ഒരാശയം ഉദിച്ചപ്പോൾ അത് ഫ്രാൻസിസ് ജോണുമായി ചേർന്ന് ആലോചിക്കാമെന്ന് ഉറച്ചു. സഹീറയോട് അഭയാർത്ഥിക്കുള്ള അപേക്ഷ പിൻവലിക്കാൻ പറയണം. അങ്ങനെ അവർക്കു നാട്ടിലേക്ക് മടങ്ങാനാവും. അധികാരികൾതന്നെ അവരെ മടക്കി അയച്ചേക്കും. പിന്നീട് പരിചയമുള്ള ആരെങ്കിലും വഴിയോ ഏജന്റ് മുഖാന്തിരമോ അവർക്ക് വീട്ടുജോലിക്കായി പോകാൻ കഴിയും.

അവൾ ഫ്രാൻസിസ് ജോണിനെ വിളിച്ചു. സഹീറയുടെ കാര്യം അന്വേഷിച്ചു. "അന്നത്തെ ഇന്റർവ്യൂ കഴിഞ്ഞിട്ട് എന്തായി?"

"ഒന്നും ആയിട്ടില്ലെന്നു തോന്നുന്നു, അറിഞ്ഞിട്ടില്ല."

"ജയിലിൽ പോയി സഹീറയെ ഒന്നുകാണാൻ കഴിയുമോ? ഫോണിലൂടെ സംസാരിക്കാൻ കഴിയുമോ?" കരുണ ആരാഞ്ഞു.

അയാൾ തല പുകഞ്ഞ് ആലോചിക്കാൻ തുടങ്ങി.

ഏതാനും ദിവസങ്ങൾക്കുശേഷം ഫ്രാൻസിസ് ജോൺ കരുണയെ വിളിച്ചു.

"ഒന്ന് ഓഫീസിലേക്ക് വരാൻ കഴിയുമോ?"

“വരാം.” അവൾ വേഗം പറഞ്ഞു.

പിറ്റേ ദിവസം തന്നെ ഫ്രാൻസിസ് ജോണിനോട് താൻ വരാൻ തയ്യാറാണെന്ന് അവൾ പറഞ്ഞു. അതേദിവസം അയാളുടെ സൗകര്യമനുസരിച്ച് അവൾ യു.എൻ. ഓഫീസിലെത്തി അയാളെ കണ്ടു. സഹീറയോട് തോന്നിയ സഹാനുഭൂതിയുടെ കാര്യം അയാളെ അറിയിച്ചു. അവരെ തിരികെ നാട്ടിലേക്ക് പറഞ്ഞയയ്ക്കാൻ എന്താണ് വഴി എന്ന് ആരാഞ്ഞു. ഒരു പരിഭാഷകയ്ക്ക് ഒരിക്കലും തോന്നിക്കൂടാത്ത രീതിയിലാണ് താൻ ചിന്തിക്കുന്നത് എന്ന് കരുണയ്ക്കറിയാമായിരുന്നു. എന്നാൽ മനസ്സ് കേൾക്കുന്നില്ല. സഹീറയെ എങ്ങനെയെങ്കിലും കാര്യങ്ങൾ പറഞ്ഞു മനസ്സിലാക്കി മുംബൈയിലേക്കുതന്നെ തിരികെ എത്തിച്ചേ പറ്റൂ. അവിടെ നിന്നാണല്ലോ അവർ ഇവിടെ എത്തിയത്. മുംബൈയിൽനിന്ന് വീണ്ടും ഗൾഫിലേക്ക് പോകാനോ കേരളത്തിലേക്ക് മടങ്ങാനോ കഴിയും. അങ്ങനെ അവർക്ക് വീണ്ടും രക്ഷപ്പെടാനുള്ള അവസരം ഒരുങ്ങും.

“ഒരു വഴിയുണ്ട്. നമുക്കു വേണമെങ്കിൽ ഒരു ഇന്റർവ്യൂകൂടി തരപ്പെടുത്താൻ കഴിയുമോ എന്നു നോക്കാം. ഇന്റർവ്യൂ ഒന്നുകൂടി പെർഫെക്ട് ആക്കാനാണെന്ന് പറയാം. സഹീറയുമായുള്ള കഴിഞ്ഞ ഇന്റർവ്യൂവിന്റെ ചെക്കിംഗ് ആവുന്നതേയുള്ളൂ എന്നാണ് അറിയാൻ കഴിഞ്ഞത്.”

“അത് സാധ്യമാകുമോ?”

“അത് എനിക്ക് വിട്ടുതരൂ. പരമാവധി ഞാൻ ശ്രമിച്ചുനോക്കാം.”

ഫ്രാൻസിസ് ജോൺ ഗൗരവമായി പറഞ്ഞതാണെന്ന് മനസ്സിലായപ്പോൾ കരുണയ്ക്ക് അതിശയവും സന്തോഷവും പരിഭ്രമവും തോന്നി. ഇത് നിയമപരമായി ശരിയാണോ? അല്ലെന്നു തോന്നിയെങ്കിലും പിന്നീട് ആലോചിച്ചു, ഒരു മനുഷ്യജീവന്റെ രക്ഷപ്പെടലിനല്ലേ? ജീവിക്കാനായല്ലേ എല്ലാവരും പാടുപെടുന്നത്? അതിനനുവദിക്കാൻ സഹായിക്കുന്നത് ഏത് മനസ്സാക്ഷിക്കു മുന്നിലും ഒരു തെറ്റല്ല.

“എന്താണ് ആലോചിക്കുന്നത്?”

“കരുണയുടെ നാട് ഇന്ത്യയിൽ കേരളം ആണെന്നറിയാം. ഞാൻ ഇന്ത്യയിൽ പല സ്ഥലങ്ങളും സന്ദർശിച്ചിട്ടുണ്ട്. ഇനി കേരളത്തിൽ പോകണം. മനോഹരമായ സ്ഥലമാണെന്ന് കേട്ടിട്ടുണ്ട്.”

“ഇന്ത്യയിൽ ഏതെല്ലാം സ്ഥലങ്ങൾ സന്ദർശിച്ചിട്ടുണ്ട്?”

അയാൾ ഒന്ന് ആലോചിച്ചിട്ട് പറഞ്ഞു,

“ആഗ്ര, അവിടുത്തെ താജ്മഹൽ, ഡൽഹി, മുംബൈ, സിംല...”

“ഓ, അപ്പോൾ തെക്കേ ഇന്ത്യ കണ്ടിട്ടില്ല, അല്ലേ? കാണേണ്ട താണ് തെക്കേ ഇന്ത്യയിലെ പല സ്ഥലങ്ങളും. താങ്കൾ പറഞ്ഞതു പോലെ ഞങ്ങളുടെ നാടായ കേരളം മനോഹരമാണ്.”

താൻ തന്നെ അധികം കണ്ടിട്ടില്ലാത്ത തന്റെ നാടിനെക്കുറിച്ച് അവൾ അഭിപ്രായം പറഞ്ഞു. ഹോങ്കോങിൽ വളർന്നതിനാൽ നാടു മായുള്ള ബന്ധം കുറവായിരുന്നു. വർഷത്തിലൊരിക്കലോ രണ്ട് വർഷത്തിൽ ഒരിക്കലോ പത്തുപതിനഞ്ച് ദിവസത്തേക്ക് പോയി വരികയാണ് പതിവ്. നാട് അവൾക്ക് വളരെ ഇഷ്ടമാണ്. മാതൃ ഭാഷയായ മലയാളത്തിനോട് താല്പര്യവുമാണ്. ചെറുപ്രായത്തിൽ നാട്ടിൽ പഠിച്ചിരുന്നതിനാൽ നന്നായി സംസാരിക്കാനും തപ്പി ത്തടഞ്ഞാണെങ്കിലും വായിക്കാനും കഴിയും. ഇടയ്ക്ക് അമ്മ വായിച്ചുതരുന്ന ലേഖനങ്ങളോ ചെറിയ കഥകളോ മനസ്സിലാക്കാനും താല്പര്യമാണ്.

“തീർച്ചയായും ഞാനൊരു തെക്കേ ഇന്ത്യൻ ട്രിപ്പ് ചെയ്യാൻ പദ്ധതി ഇടുന്നുണ്ട്. എന്നാലത് കേരളത്തിലേക്കായാലോ എന്ന് ചിന്തിച്ചതാണ്.” അയാൾ ചിരിച്ചു.

“ഞാനെന്നെ വിശദമായി കരുണയ്ക്ക് പരിചയപ്പെടുത്തിയി ല്ലല്ലോ. വിരോധമില്ലെങ്കിൽ കേൾക്കൂ.”

അവൾ താല്പര്യത്തോടെ കേൾക്കാനിരുന്നു.

“ഞാൻ സുഡാനിൽ ജനിച്ചുവളർന്ന ആളാണ്. എന്റെ നാട് ദാരിദ്ര്യം നിറഞ്ഞതായിരുന്നു. പട്ടിണിയിൽ കഴിഞ്ഞ കുടുംബം. എന്നാൽ ദാരിദ്ര്യത്തിലും ഞാൻ പഠിച്ചു. അല്പം മുതിർന്നപ്പോൾ കുടുംബം നൈജീരിയയിലേക്ക് താമസം മാറ്റി. അവിടെ ഞങ്ങൾക്ക് അല്പംകൂടി ഭേദപ്പെട്ട ജീവിതമായിരുന്നു. അവിടെയും ഞാൻ പഠിച്ചു. അവിടുത്തെ ഗവണ്മെന്റ് അഭയാർത്ഥികളെ ക്രമേണ ശ്രദ്ധിക്കാതെ ആയപ്പോൾ ഞങ്ങൾക്ക് സുഡാനിലേക്കുതന്നെ മടങ്ങേണ്ടിവന്നു. അവിടെ ഒന്നും ഭേദപ്പെട്ടിരുന്നില്ല. എന്നാൽ യു.എൻ. സഹായങ്ങളും ലോകരാഷ്ട്രങ്ങളുടെ സഹായങ്ങളും എത്തിക്കൊണ്ടിരുന്നു. സമയം കിട്ടുമ്പോഴൊക്കെ ഞാൻ യു.എൻ. ഓഫീസർമാർക്ക്, സേനാംഗ ങ്ങൾക്ക് ഒക്കെ ഭക്ഷണസാധനങ്ങൾ വിതരണം ചെയ്യുവാനും മറ്റുമായി സഹായിക്കുമായിരുന്നു. ഒപ്പം ഞാൻ നന്നായി പഠിക്കു കയും ചെയ്തിരുന്നു. കുറേനാൾ കഴിഞ്ഞപ്പോൾ യു.എൻ. ഓഫീ സർമാരിൽ ഒരാളാണ് യു.എൻ. ഓഫീസിൽ ജോലി സമ്പാദിക്കു വാൻ എന്നോട് ആവശ്യപ്പെട്ടത്.” ഫ്രാൻസിസ് ജോണിന്റെ ചുണ്ടിൽ ഒരു പുഞ്ചിരി വിരിഞ്ഞു. സന്തോഷം അയാളുടെ വാക്കുകളിൽ

പ്രകടമായിരുന്നു. അതു കണ്ടപ്പോൾ കഥ കേൾക്കാൻ അവൾക്ക് കൂടുതൽ ഉത്സാഹമായി.

“ഞാൻ തുടരട്ടെ? പോകാൻ തിടുക്കമുണ്ടോ?”

അടുത്തയിടെ കണ്ടുമുട്ടിയ തന്നോട് ഈ ഉദ്യോഗസ്ഥൻ തന്റെ കഥ പറയുമെന്ന് അവൾ കരുതിയതേയില്ല.

“ഇല്ല. തിരക്കില്ല. പറയൂ. കഥ കേൾക്കാൻ എനിക്കിഷ്ടമാണ്.” പുഞ്ചിരിതൂകിക്കൊണ്ട് അവൾ പറഞ്ഞു.

“ശരി. നന്ദി. എന്നെ കൂടുതൽ പരിചയപ്പെടുത്താനായാണ് ഞാൻ എന്റെ കഥ കരുണയെ കേൾപ്പിക്കുന്നത്.”

അയാൾ തുടർന്നു.

“അങ്ങനെ എന്റെ പരിശ്രമഫലമായി യു.എൻ. ഓഫീസിൽ ത്തന്നെ ജോലി ലഭിച്ചു. ലോകത്തിന്റെ പലയിടങ്ങളിൽ മാറിമാറി ജോലി ചെയ്തു. കുടുംബത്തിന്റെ പട്ടിണി മാറ്റാൻ കഴിഞ്ഞു. എന്റെ നാട്ടുകാരായ ലക്ഷക്കണക്കിന് സുഡാനികളെ സംരക്ഷിക്കണമെന്നുണ്ട് എനിക്ക്. അതിനൊന്നും കഴിയില്ല എന്നതിനാൽ ഞാൻ എന്റെ ശമ്പളത്തിലെ ഒരു ഭാഗം സുഡാനിലെ നാട്ടുകാർക്കായി നൽകുന്നു. അഭയാർത്ഥികളെ സേവിക്കാനും ഞാൻ തല്പരനാണ്. ഈ ലോകത്തിലെ എല്ലാ പാവങ്ങളുടെയും പട്ടിണി മാറ്റുന്നതാണ് എന്റെ സ്വപ്നം.” അയാൾ പറഞ്ഞുനിർത്തി.

പട്ടിണിയുടെ ലോകത്തുനിന്നും പഠിച്ച് ഉയർന്ന നിലയിലെത്തിയ അയാളുടെ കണ്ണുകൾ സംസാരിക്കുമ്പോൾ വിടർന്നിരുന്നു. ഒപ്പം നേരിയതായി അവ കലങ്ങുകയും ചെയ്തുവോ? ഒരു സുഡാൻ വംശജനെ ജീവിതത്തിൽ കണ്ടുമുട്ടുമെന്ന് ഒരിക്കലും താൻ കരുതിയിട്ടേ ഇല്ലായിരുന്നു. സുഡാൻ എന്ന് കേൾക്കുമ്പോൾത്തന്നെ പട്ടിണിമരണങ്ങൾ ധാരാളമുള്ള, ലോകരാഷ്ട്രങ്ങളുടെ അതീവശ്രദ്ധ പിടിച്ചുപറ്റുന്ന ഒരു നാട് എന്നാണ് മനസ്സിൽ കടന്നുവരിക. ബുദ്ധിമുട്ടേറിയ ബാല്യകൗമാരങ്ങൾ കടന്ന് ഭദ്രമായ ഒരു ഭാവി തനിക്കായി കെട്ടിപ്പടുത്ത ബുദ്ധിമാനായ ആ നീഗ്രോ യുവാവിന്റെ കഥ അവൾക്ക് ഇഷ്ടമായി.

“കഥ കേട്ടു. എനിക്ക് വളരെ ഇഷ്ടമായി. ബുദ്ധിമുട്ടേറിയ ജീവിതത്തിൽനിന്ന് സ്വന്തം പരിശ്രമവും ബുദ്ധിശക്തിയുംകൊണ്ട് താങ്കൾക്ക് നല്ലൊരു ജീവിതം സ്വന്തമായി. താങ്കൾ ജനിച്ചുവളർന്ന ഇടത്തിൽനിന്നും ലോകത്തിന്റെ വിവിധ ഭാഗങ്ങളിൽ ജീവിച്ച പരിചയവും താങ്കൾക്ക് കിട്ടിക്കഴിഞ്ഞു. ഇപ്പോൾ ജീവിതം ഭദ്രമായല്ലോ. താങ്കളുടെ ആത്മാർത്ഥതയും പരിശ്രമവും താങ്കളെ ഉയരങ്ങളിലെത്തിച്ചു എന്നതാണ് ശരി.” തന്റെ അഭിനന്ദനം അവൾ വെളിപ്പെടുത്തി.

"നന്ദി, വളരെ നന്ദി."

"ശരി. എന്നാൽ ഞാനിറങ്ങുന്നു. എന്റെ കഥ പിന്നീടൊരിക്കൽ ആവാം."

അയാൾ കൈ നീട്ടി. അവൾ ഹസ്തദാനം ചെയ്തു.

"സഹീറയുടെ കാര്യം നമുക്ക് ഫോളോ അപ്പ് ചെയ്യാം. ഞാൻ എനിക്ക് എന്തെങ്കിലും ചെയ്യാൻ കഴിയുമെങ്കിൽ അറിയിക്കാം."

അവൾ ഫ്രാൻസിസ് ജോണിന്റെ മുറിയിൽനിന്നും പുറത്തിറങ്ങി. തന്നോട് കഥ പറഞ്ഞ ഫ്രാൻസിസ് ജോണിനോട് അവൾക്ക് പെട്ടെന്ന് ഒരടുപ്പം തോന്നി. അയാളുടെ ജീവിതം തികച്ചും സംഭവ ബഹുലം തന്നെ. ദാരിദ്ര്യത്തിൽനിന്ന് ജീവിതം വെട്ടിപ്പിടിച്ച അയാളോട് അവൾക്ക് ബഹുമാനവും തോന്നി.

പറഞ്ഞതുപോലെ സഹീറയെ രണ്ടാമത്തെ ഇന്റർവ്യൂവിനായി വിളിക്കാൻ ഫ്രാൻസിസ് ജോൺ മുൻകൈയെടുത്തു. ഇന്റർവ്യൂവിനുള്ള തിയ്യതി നിശ്ചയിച്ചശേഷം അയാളുടെ ഫോൺകോൾ വന്നു. അന്ന് കരുണ സന്തോഷിച്ചു. എന്നാൽ ഒപ്പം തന്റെ ഹൃദയമിടിപ്പ് വർദ്ധിക്കുന്നുവോ എന്നവൾ സംശയിച്ചു. യു.എൻ. ഓഫീസ് നിയമങ്ങൾക്കനുസരിച്ചല്ല തങ്ങളിത് ചെയ്യുന്നത്. എന്നാൽ മനുഷ്യത്വപരമായിട്ടുള്ളതാണ്. തൽക്കാലം അതിന് പ്രാധാന്യം നൽകുക. മറ്റൊന്നും ചിന്തിക്കരുത്. കരുണ മനസ്സിൽ അങ്ങനെ ചിന്തിച്ച് ഉറപ്പിച്ചു. ഇന്റർവ്യൂവിനായി യു.എൻ. ഓഫീസിലേക്ക് അവൾ കൃത്യസമയത്ത് എത്തിച്ചേർന്നു.

ഇന്റർവ്യൂ നടക്കുന്ന മുറിയിൽ കരുണയാണ് ആദ്യം എത്തിയത്. ഫ്രാൻസിസ് ജോൺ പതിവിന് വിപരീതമായി അല്പം കഴിഞ്ഞു വരാമെന്നു പറഞ്ഞു. മേശയിലെ ഗ്ലാസ്മറയുടെ അപ്പുറത്ത് സഹീറ ഇരിക്കുന്നുണ്ടായിരുന്നു. വിളറി മെലിഞ്ഞ മുഖം. കുഴിഞ്ഞ കണ്ണുകളിൽ നിർവ്വികാരതയായിരുന്നുവെങ്കിലും എന്തോ ഒരു പ്രതീക്ഷ അതിൽ ഓളംവെട്ടുന്നുണ്ടായിരുന്നു. കരുണ തന്റെ കർത്തവ്യത്തെക്കുറിച്ചോർത്തപ്പോൾ വിയർത്തുപോയി. വിറയ്ക്കുന്ന തന്റെ കൈകൾ അവൾ ചേർത്തുപിടിച്ചു. അല്പസമയം മാത്രമാണ് ഫ്രാൻസിസ് ജോൺ തനിക്ക് നൽകിയിരിക്കുന്നത്.

"സഹീറ, നിങ്ങൾക്ക് സുഖമാണോ എന്ന് ഞാൻ ചോദിക്കുന്നില്ല."

സഹീറ മുഖം കുനിച്ച് ഇരുന്നു. താൻ ചെയ്തുപോയ വിഡ്ഢിത്തം നിറഞ്ഞ പ്രവൃത്തിയിൽ ദുഃഖിക്കുംപോലെയായിരുന്നു ആ ഇരിപ്പ്.

"എനിക്ക് സഹീറയോട് ഒരു കാര്യം പറയാനുണ്ട്."

അവർ മുഖമുയർത്തി.

"സഹീറയ്ക്ക് ഇവിടുത്തെ നിയമങ്ങൾ മുഴുവനായി അറിയില്ലെന്ന് എനിക്കറിയാം. ഞാനൊരു ഗൗരവമേറിയ സംഗതിയാണ് പറയാൻ പോകുന്നത്. ശ്രദ്ധിച്ച് കേൾക്കുക. സഹീറ ഹോങ്കോങ്ങിൽ അഭയാർത്ഥിയാകാനുള്ള അപേക്ഷ നൽകിയിരിക്കുകയാണല്ലോ. അത് ഒട്ടും ശരിയായ പ്രവൃത്തിയായില്ല. കാരണം ഇവിടെ അഭയാർത്ഥിത്വം കിട്ടിയാൽ ഗവണ്മെന്റ് തരുന്ന ഒരു തുച്ഛമായ തുകയിൽ വേണ്ടിവരും ജീവിക്കാൻ. ഇവിടെ നിയമങ്ങൾ കടുകട്ടിയാണ്. അത് അനുസരിച്ച് മാത്രമേ ജീവിക്കാനാവൂ. മാസം ആയിരത്തി അഞ്ഞൂറ് ഡോളറാണ് എനിക്ക് പരിചയമുള്ള ഒരു അഭയാർത്ഥിക്ക് ലഭിക്കുന്ന തുക. അയാൾ പൊലീസിന്റെ കണ്ണിൽപ്പെടാതെ ഒളിച്ചും പാത്തുമൊക്കെ വേറെ ജോലികൾ ചെയ്ത് പണം സമ്പാദിക്കുകയാണ്. അയാൾ ആശാരിയും പെയിന്ററുമൊക്കെയാണ്. സഹീറയ്ക്ക് നാട്ടിലെ ബന്ധുക്കളെ സഹായിക്കണമെങ്കിൽ, എന്തെങ്കിലും ജോലികൾ ചെയ്ത് പണം സമ്പാദിക്കേണ്ടി വരും. സഹീറയ്ക്ക് ഒരിടത്തും വീട്ടുജോലിക്കായി ഇവിടെ പോകാൻ കഴിയില്ല. പൊലീസിന്റെ കണ്ണിൽപ്പെടാതെ വീടുകളിൽ പോയി ജോലി ചെയ്ത് പണമുണ്ടാക്കാൻ സഹീറയ്ക്ക് കഴിയുമോ? ഇല്ല. പൊലീസ് പിടിച്ചാൽ വീണ്ടും ജയിൽജീവിതമായിരിക്കും ശിക്ഷ." കരുണ സഹീറയെ സൂക്ഷിച്ചു നോക്കി. ഉവ്വ്, അവർ നന്നായി ശ്രദ്ധിച്ച് കേട്ടുകൊണ്ടിരിക്കുന്നുണ്ട്.

"ഇപ്പോൾ അഭയാർത്ഥിത്വം വേണ്ടെന്നുവെച്ച് നാട്ടിലേക്ക് പോവുകയോ മറ്റോ ചെയ്താൽ വീണ്ടും ഭാവിയിൽ ചിലപ്പോൾ ഹോങ്കോങ്ങിലേക്കുതന്നെ വീട്ടുവേലയ്ക്കായി വരാൻ കഴിഞ്ഞേക്കും. നിയമത്തിന്റെ നൂലാമാലകൾ തടസ്സമായില്ലെങ്കിൽ. ഇല്ലെങ്കിൽ വീണ്ടും ഗൾഫിലേക്ക് പോകാൻ വഴിതെളിഞ്ഞേക്കും. ആ പ്രതീക്ഷയോടെ സഹീറ മുംബൈയിലേക്കോ അതുവഴി നാട്ടിലേക്കോ മടങ്ങുകയാവും നല്ലത്. സഹീറയുടെ നന്മയ്ക്കുവേണ്ടി മാത്രം ഞാൻ പറയുകയാണ്. പറഞ്ഞതെല്ലാം സഹീറയ്ക്ക് മനസ്സിലായോ?"

സഹീറ തല കുലുക്കി.

"എനിക്ക് എങ്ങനെയെങ്കിലും നാട്ടിലേക്ക് പോയാൽ മതി എന്നാണിപ്പോൾ. നിങ്ങൾ എന്നെ പറഞ്ഞു മനസ്സിലാക്കിയപ്പോൾ ഞാൻ ഉറപ്പിക്കുകയാണ് അത്. ഇവിടെ ജീവിച്ചിട്ട് ഒന്നും സമ്പാദിക്കാനാവില്ലെങ്കിൽ ജയിൽജീവിതംപോലെ ഒരു ജീവിതം ജീവിച്ചിട്ട് എന്ത് കാര്യം? ഞാൻ തീരുമാനിച്ചുകഴിഞ്ഞു."

താഴ്ന്ന സ്വരത്തിലാണെങ്കിലും നിശ്ചയദാർഢ്യം തുളുമ്പിയ വാക്കുകൾ കേട്ടപ്പോൾ കരുണയ്ക്ക് സമാധാനമായി.

“എന്തു ചെയ്യണമെന്നറിയാതെ ഇരിക്കുകയായിരുന്നു. ഇത്രയും ഉപദേശങ്ങൾ തന്നതിന് വലിയ നന്ദിയുണ്ട്.” സഹീറ കൈകൾ കൂപ്പി. കരുണ പുഞ്ചിരിച്ചു.

“നന്ദി വേണമെന്നില്ല. നിങ്ങൾക്ക് തിരിച്ചുപോകണമെന്ന മനസ്സുണ്ടല്ലോ. അതുമതി. ശരി. ഈ വിവരം ഒരാളും അറിയരുത്. എല്ലാം സഹീറയുടെ സ്വന്തം ഇഷ്ടമാണെന്ന് ചോദിക്കുന്നവരോട് പറഞ്ഞാൽ മതി. ഹോങ്കോങ്ങിൽ അഭയാർത്ഥിത്വം വേണ്ടെന്ന് അധികാരികളോട് ഉറപ്പിച്ച് പറയുക.” കരുണ പറഞ്ഞു.

“ശരി. ഞാൻ അതുപോലെ ചെയ്യാം. നിങ്ങളുടെ ഉപദേശമില്ലായിരുന്നെങ്കിൽ ഞാൻ എന്നും ഹോങ്കോങ്ങിലെ ജയിലറയിലും പിന്നീട് അഭയാർത്ഥിയായും ഇരുന്നുപോയേനേ.”

അവർ നന്ദിപൂർവ്വം വീണ്ടും തൊഴുതു.

ഫ്രാൻസിസ് ജോൺ സ്വന്തം മുറിയിലാണ്. കരുണ അങ്ങോട്ട് പോയി അയാളെ കണ്ടു. അയാൾ ഉടൻ ഇന്റർവ്യൂ നടക്കുന്ന മുറിയിലേക്ക് അവളോടൊപ്പം ചെന്നു. താൻ വിവരങ്ങൾ സഹീറയെ അറിയിച്ചു എന്ന് കരുണ പതിഞ്ഞ സ്വരത്തിൽ ഫ്രാൻസിസ് ജോണിനോട് പറഞ്ഞു. അയാൾ തല കുലുക്കി. പിന്നീട് സഹീറയുമായുള്ള പഴയ ഇന്റർവ്യൂ ഒന്നുകൂടി എടുത്തു. കാര്യങ്ങളെല്ലാം സഹീറ ആവർത്തിച്ചു. കരുണ പരിഭാഷപ്പെടുത്തിയപ്പോൾ അയാൾ എല്ലാം വേഡ് ഫയലിലാക്കി.

ഇന്റർവ്യൂ കഴിഞ്ഞു. സഹീറയ്ക്ക് പോകാൻ അനുവാദം നൽകി. അവർ പോയി. കരുണ ഫ്രാൻസിസ് ജോണിനോടൊപ്പം അല്പനേരംകൂടി ആ മുറിയിൽ ഇരുന്നു. അയാൾ ഇന്റർവ്യൂവിന്റെ പ്രസക്തഭാഗങ്ങൾ തിരുത്തി നേരെയാക്കുകയായിരുന്നു. അതു കഴിഞ്ഞപ്പോൾ, അയാൾക്ക് സംശയമൊന്നുമില്ല എന്നായപ്പോൾ കരുണ എഴുന്നേറ്റു.

“താങ്കളോട് എത്ര നന്ദി പറഞ്ഞാലും മതിയാവില്ല, ഫ്രാൻസിസ് ജോൺ. ഞാൻ കാരണം, അല്ല, നമ്മൾ കാരണം ഒരു ജീവിതം രക്ഷപ്പെടുകയാണെങ്കിൽ അതെത്ര നല്ലതാണ്.”

“അതെ, തീർച്ചയായും. എങ്കിലും... നമ്മൾ ചെയ്തത്...” അയാൾ അർദ്ധോക്തിയിൽ വിരമിച്ചപ്പോൾ അവൾ മനസ്സിന് ബലം കൊടുത്തുകൊണ്ടു പറഞ്ഞു.

“ശരിയാണ്. നമ്മൾ തെറ്റാണ് ചെയ്തത്. പക്ഷേ നമ്മൾ ഒരു നല്ല കാര്യത്തിനായാണ് അങ്ങനെ ചെയ്തത് എന്ന് ഉറച്ചു വിശ്വസിക്കുക. താങ്കൾക്ക് കുറ്റബോധം തോന്നേണ്ട കാര്യമില്ല. ഒരു പാവം

സ്ത്രീയുടെ ജീവിതം കരുപ്പിടിപ്പിക്കുവാൻ, അവരെ വീണ്ടും ജീവിതത്തിലേക്ക് മടക്കിക്കൊണ്ടുവരാൻ ഇതൊരു മാർഗ്ഗമേ നമുക്കു മുന്നിലുണ്ടായിരുന്നുള്ളൂ. അങ്ങനെ നല്ല രീതിയിൽ എടുക്കുക."

"ശരി, ശരി. ഞാൻ അല്പം കടന്ന് ചിന്തിച്ചതാണ്. മറ്റു മാർഗ്ഗങ്ങൾ അടഞ്ഞ ഒരു പാവം സ്ത്രീയുടെ ജീവിതമല്ലേ? നമുക്ക് ചെയ്യാവുന്നത് നാം ചെയ്തു. എന്റെ മനസ്സിലെ തെറ്റെന്ന ബോധത്തെ ഞാൻ തിരുത്തിക്കൊള്ളാം." ഫ്രാൻസിസ് ജോൺ പറഞ്ഞുനിർത്തി എഴുന്നേറ്റു. അയാളുടെ മുഖം വിളറുകയും ദേഹം വിറയ്ക്കുകയും ചെയ്തിരുന്നോ എന്ന് അവൾക്ക് തോന്നി. അയാളുടെ പുറകെ അവളും ആ മുറി വിട്ടു.

അന്ന് രാത്രി അവൾക്ക് ഉറങ്ങാൻ കഴിഞ്ഞില്ല. താൻ എന്താണ് ചെയ്തത് എന്ന് അവൾ ചിന്തിച്ചു. ഇങ്ങനെയൊക്കെ ചെയ്യാൻ തനിക്കെവിടുന്ന് ധൈര്യം കിട്ടി എന്നും. സഹീറയുടെ ദുഃഖകഥ തന്റെ മനസ്സിൽ വല്ലാത്ത ചലനമുണ്ടാക്കി. ഒരു വലിയ കുടുംബമാണ് അവരുടെ വരുമാനവും കാത്തു കഴിയുന്നത്. സഹീറ നാട്ടിലെത്തി മറ്റെവിടെയെങ്കിലും ജോലി തേടി വരുമാനമുണ്ടാക്കി കുടുംബത്തെ പോറ്റണമെങ്കിൽ ഇനി എത്രനാൾ കഴിയേണ്ടിവരും എന്നാലോചിച്ചപ്പോൾ കരുണയ്ക്ക് ആകെ അങ്കലാപ്പ് തോന്നി. എന്നാലും ഒരിക്കലും രക്ഷപ്പെടാതിരിക്കുന്നതിലും ഭേദമല്ലെ എപ്പോഴെങ്കിലും രക്ഷപ്പെടുക എന്ന് അവൾ ഉടനെ ചിന്തിച്ചു. ന്യായമായതേ താൻ ചെയ്തുള്ളൂ എന്ന് അവൾക്ക് അപ്പോൾ തോന്നി. താനിത് ചെയ്തില്ലെങ്കിൽ സഹീറയുടെ കുടുംബത്തോട് ചെയ്യുന്ന ഒരു അപരാധം തന്നെയാവില്ലേ എന്നവൾ ചിന്തിച്ചു. താൻ ചെയ്തത് ന്യായീകരിക്കാൻ മാത്രം അവൾ ഇഷ്ടപ്പെട്ടു.

എന്നാൽ അവൾ ഒന്നുമാത്രം ആലോചിച്ചു. ഇനി തനിക്ക് യു.എൻ. ഓഫീസിൽ ദ്വിഭാഷിയായി പോകാനുള്ള അർഹതയുണ്ടോ? ആ ജോലിയോട് താൻ നീതികേട് കാണിച്ചശേഷം വീണ്ടും ആ ജോലിയിൽ, അത് ചെറിയ ഒന്നായിരുന്നു എങ്കിലും വീണ്ടും തുടരുകയെന്നത് ശരിയാണോ? അത് ഉപേക്ഷിക്കണോ? എന്തു വേണം? അവൾ തല പുകച്ചു. പിന്നീട് തീരുമാനിക്കാമെന്ന് അവൾ ഓർത്തു. സഹീറയ്ക്ക് ഇനിയും ഇന്റർവ്യൂ ഉണ്ടാകുമോ? പക്ഷേ അഭയാർത്ഥിത്വം വേണ്ടെങ്കിൽ പിന്നെ എന്തിനാണ് ഇനിയൊരു ഇന്റർവ്യൂ. അവൾ ഉടനെ ചിന്തിച്ചു. ദിവസങ്ങൾ കഴിഞ്ഞു. പിന്നീട് സഹീറയ്ക്ക് ഇന്റർവ്യൂ ഉണ്ടായില്ല.

ആറ്

അന്ന് രാത്രിയുടെ അന്ത്യയാമംവരെ അവൾക്ക് ഉറങ്ങാൻ കഴിഞ്ഞില്ല. താൻ ചെയ്തതു ശരിതന്നെയോ? ആ ചിന്തതന്നെ അവളെ ആശങ്കയിലാഴ്ത്തി. ശരിയാണെന്നും അതേസമയം തെറ്റാണെന്നും ഒരേസമയം തോന്നി. എങ്കിലും അവൾ ഉറച്ചു, താൻ ചെയ്തത് നൂറു ശതമാനവും ശരിയാണ്. ഒരു ജീവിതമാണ് താൻ രക്ഷപ്പെടുത്തിയത്. സഹീറയുടെ കാര്യത്തെക്കുറിച്ച് എന്തെങ്കിലും അറിയണമെങ്കിൽ ഫ്രാൻസിസ് ജോണിനെത്തന്നെ വിളിച്ചേ പറ്റൂ. അയാൾക്കും ശരിക്കും അറിയണമെന്നില്ല. എന്നാൽ കരുണയുടെ മനസ്സിൽ സഹീറ അഭയാർത്ഥിയായി ഇനി ഹോങ്കോങ്ങിൽ ഉണ്ടാവില്ല എന്നൊരു തോന്നൽ വേരൂന്നി. അത് അവളെ വളരെ സന്തോഷിപ്പിച്ചു.

അവളോർത്തു, ഒരു പരിഭാഷക എന്ന നിലയിൽ താൻ മലയാളികളായ ആർക്കുവേണ്ടിയും ഒന്നും ആഗ്രഹിച്ചിട്ടില്ല. നിയമം നിയമത്തിന്റെ വഴിക്കു പോകട്ടെ എന്നേ ചിന്തിച്ചിട്ടുള്ളൂ. താൻ ആദ്യമായി പരിഭാഷകയുടെ റോൾ എടുത്തത് അരുൺകുമാറിനു വേണ്ടിയായിരുന്നു എന്നവൾ ഓർത്തു. അയാളെ നിരത്തിൽവെച്ചും ബ്രാൻഡോയിൽവെച്ചും കണ്ടതും അയാൾ തന്നോട് കൈകൂപ്പി യാചിച്ചതും ഓർത്തു. പിന്നീട് ലോപ്പസ് എന്ന മത്സ്യത്തൊഴിലാളിയും രാധാകൃഷ്ണൻ എന്ന ആശാരിയും. ലോപ്പസിന്റെ ദുഃഖഭാരം സ്ഫുരിക്കുന്ന മുഖം അവളോർത്തു. ജയിലിൽ തീരെ നിസ്സഹായാവസ്ഥയിലാണ് അയാളെ കണ്ടത്. എല്ലാവരോടും നിയമപരമായി മാത്രമേ ഇടപെട്ടിട്ടുള്ളൂ. അല്ലെങ്കിലും താൻ വിചാരിച്ചാൽ എന്താവാനാണ്? ഒന്നും അവർക്കൊന്നും വേണ്ടി ചെയ്യാൻ താൻ ആഗ്രഹിച്ചിട്ടില്ല. തനിക്കതിന് കഴിയുകയും ചെയ്യില്ലായിരുന്നു.

സഹീറ പക്ഷേ, മനസ്സിനെ വല്ലാതെ പിടിച്ചു കുലുക്കി. ഒരു സ്ത്രീയുടെ തോളിൽ ഇത്രയും ജീവിതഭാരമോ? അവരെ ആശ്രയിച്ച് വലിയൊരു കുടുംബംതന്നെ ഉണ്ട്. പാവങ്ങളുടെ കഥകൾ

താൻ നേരിട്ട് അങ്ങനെ കേട്ടിട്ടില്ല. പത്രങ്ങളിലൂടെയും മറ്റും വായിച്ച അറിവുകളേയുള്ളൂ. എന്നാൽ ഹോങ്കോങിൽ പാവപ്പെട്ട ആളുകളെ താൻ കണ്ടിട്ടുണ്ട്. നിത്യവൃത്തിക്കായി കാർഡ്ബോർഡ് ബോക്സുകൾ പെറുക്കി വിറ്റു ജീവിക്കുന്ന വൃദ്ധകളെയും വൃദ്ധന്മാരെയുമൊക്കെ കാണുമ്പോൾ സങ്കടമാകും. എന്നാലും സഹീറയെപ്പോലെ വലിയ ഒരു കുടുംബത്തിന്റെ ആശ്രയമായി ഒരു സ്ത്രീയെ സങ്കല്പിക്കാൻതന്നെ ബുദ്ധിമുട്ടു തോന്നി. അവർക്ക് ജീവിതത്തിൽ ദുഃഖം മാത്രം കിട്ടിയപ്പോൾ, അവരുടെ കഥ കേട്ടപ്പോൾ തന്നെ അതു വല്ലാതെ സ്പർശിച്ചു. മറ്റൊന്നും ആലോചിക്കാൻ അപ്പോൾ മനസ്സ് വന്നില്ല. സഹീറയെ നാട്ടിലെത്തിച്ച് പിന്നീട് അവർ പുറം നാടുകളിൽ പോയി ജോലി ചെയ്യുന്നതോർത്ത് സമാധാനിക്കാൻ തനിക്ക് വലിയ താല്പര്യമാണ്. അമ്മയോടാണ് അവൾ മനസ്സ് തുറന്നത്. ഹോങ്കോങിലേക്ക് അവരെ തിരികെ കൊണ്ടുവരുന്നതിനെക്കുറിച്ച് ചർച്ച ചെയ്യുകയും ചെയ്തു.

കരുണ തിരിഞ്ഞുകിടന്നു. കിടക്കയ്ക്കരികിലെ ജനൽ കർട്ടൻ മാറ്റി അവൾ ഇരുണ്ട രാത്രിയിലേക്ക് നോക്കി. ആകാശത്ത് പൂർണ്ണ ചന്ദ്രൻ തിളങ്ങുന്നു. ഇന്ന് പൗർണ്ണമിയാണോ? അവളോർത്തു. കൂടെ ഒരുപാട് നക്ഷത്രങ്ങളുമുണ്ട്. എന്നാൽ പാലൊളി തൂകുന്ന ചന്ദ്രനു മുന്നിൽ മറ്റൊന്നിനും ഒരു പ്രഭയുമില്ല. അതെല്ലാം നോക്കിക്കിടന്നപ്പോൾ അവളുടെ അസ്വസ്ഥത നിറഞ്ഞ മനസ്സിനൊരു ശാന്തി തോന്നി. എന്നാൽ അല്പനേരം കഴിഞ്ഞപ്പോൾ സഹീറയുടെ മുഖം തന്നെ ഇരച്ചെത്തിയപ്പോൾ അവൾ കർട്ടൻ നേരെയിട്ട് പൗർണ്ണമിയെ മറച്ചുകളഞ്ഞു.

വീണ്ടും ചിന്ത തുടങ്ങി. നൂറു ശതമാനം ശരിയെന്ന് താൻ കരുതുന്ന തന്റെ പ്രവൃത്തി ശരിതന്നെയായിരുന്നോ? താൻ ചെയ്തുവന്ന ആ ചെറിയ ജോലിയോടുള്ള കൂറ് താൻ പുലർത്തിയോ? തീർച്ചയായും ഇല്ല. പടിക്കലിട്ട് കലം ഉടയ്ക്കുംപോലെ ആയില്ലേ? തനിക്ക് ഇത്ര ധൈര്യം ഉണ്ടാകുമെന്ന് ഒരിക്കലും പ്രതീക്ഷിച്ചതല്ല. വീണ്ടും ആ ദിവസം അവളുടെ ഓർമ്മയിൽ ഓടിയെത്തി. അവൾ മനസ്സിൽ ഫ്രാൻസിസ് ജോണിന് നന്ദി പറഞ്ഞു. അയാളുടെ പൂർണ്ണ പിന്തുണ ഇല്ലായിരുന്നെങ്കിൽ, അന്ന് മറ്റാരെങ്കിലും സഹീറയും താനുംകൂടി ഇരുന്ന മുറിയിലേക്ക് കടന്നുവന്നിരുന്നെങ്കിൽ എല്ലാം തകിടംമറിയുമായിരുന്നു.

അവളോർത്തു, തന്റെ ഈ ചെറിയ ജോലിയിലും നേരും നെറിയുമുണ്ട്. താനത് കളഞ്ഞുകുളിച്ചില്ലേ? ഫ്രാൻസിസ് ജോണിന്റെ തൊഴിലിനോടുള്ള കൂറും താൻ കാരണം നഷ്ടപ്പെട്ടു. എന്നാൽ അയാൾക്ക് അന്ന് ഒരു ഭാവവ്യത്യാസവും ഉണ്ടായിരുന്നില്ല. എന്നാൽ

ഉണ്ടായിരുന്നു എന്നും തോന്നി. താൻ മുൻപൊരിക്കലും ചെയ്യാത്ത ഒരു കാര്യമാണ് ഇന്നു ചെയ്തത് എന്ന് അയാൾ പറഞ്ഞു. സഹീറ യുടെ കാര്യങ്ങൾ ശരിയാക്കാനുള്ള വ്യഗ്രതയിൽ താൻ മറ്റൊന്നും ശ്രദ്ധിച്ചില്ല എന്നതാണ് സത്യം. ഫ്രാൻസിസ് ജോൺ യു.എൻ. ഓഫീ സിലെ ഉയർന്ന ഉദ്യോഗസ്ഥനാണ്. താനാണെങ്കിൽ അവിടുത്തെ താൽക്കാലിക ജോലിക്കായി ഇടയ്ക്കെപ്പോഴെങ്കിലും ആ ഓഫീ സിൽ എത്തുന്ന ഉദ്യോഗസ്ഥയും. തനിക്ക് ഒന്നും നഷ്ടപ്പെടാനില്ല. എന്നാൽ അയാൾക്കോ? അയാളുടെ ഒത്താശയോടെ ഇങ്ങനെ യൊക്കെ സംഭവിച്ചു എന്ന് മറ്റാരെങ്കിലും അറിഞ്ഞാലുള്ള അവസ്ഥ എന്തായിരിക്കും? അയാളുടെ ജോലി അയാൾക്ക് എപ്പോൾ നഷ്ട മായി എന്നു ചോദിച്ചാൽ മതി. എന്താണ് താൻ ചെയ്തത്? എന്നാൽ അതിന് കൃത്യമായ ഉത്തരം മനസ്സിലേക്കെത്തുമ്പോഴേക്കും അവൾക്കു തോന്നി, താൻ അവരെ രക്ഷപ്പെടുത്തിയതിന് എന്തി നിത്ര കുറ്റബോധം? താൻ ചെയ്തത് തീർച്ചയായും നല്ല കാര്യം തന്നെയാണ്. ഹോങ്കോങ്ങിലെ അഭയാർത്ഥിത്വംകൊണ്ട് സഹീറയ്ക്ക് ഒന്നും സമ്പാദിക്കാൻ കഴിയില്ല. ചെറിയൊരു തുകയിൽ ഹോങ്കോ ങ്ങിൽ ജീവിതകാലം മുഴുവൻ തള്ളിനീക്കേണ്ടിവരും. കുടുംബത്തി നായി ഒന്നും ചെയ്യാൻ അവർക്ക് കഴിയില്ല. ഇന്റർവ്യൂ തുടങ്ങു ന്നതിന് മുൻപ് അവരോട് സംസാരിക്കാൻ തനിക്ക് എന്തൊരു തിടു ക്കമായിരുന്നു! സഹീറ അന്ന് തന്നെ മാത്രമായി കണ്ടപ്പോഴും, മല യാളത്തിൽ മാത്രം സംസാരിച്ചപ്പോഴും വല്ലാതെ ഒന്ന് ഞെട്ടിയ തായി തോന്നിയിരുന്നു. ഹോങ്കോങ്ങിൽനിന്ന് രക്ഷപ്പെടുകയാണ് നല്ലത് എന്നൊരു ചിന്തയുണ്ടായിരുന്നു എന്ന് അവരന്ന് പറഞ്ഞു. അതിന് താൻമൂലം വഴിയൊരുങ്ങുമെന്ന് ഒട്ടും അവർ നിനച്ചിരു ന്നില്ല. എന്നാൽ അവർക്ക് വിശദമായി ഒന്നും അറിയില്ലായിരുന്നു.

സഹീറ അഭയാർത്ഥിത്വം വേണ്ടെന്ന് എഴുതിക്കൊടുത്തു കാണണം. അവരുടെ അപേക്ഷയും അധികൃതർ തന്നെ പിന്നീട് പിൻവലിച്ചുകാണും. അതിന്റെ തുടർച്ചയായ കാര്യങ്ങൾക്കൊക്കെ കുറച്ചു സമയം എടുക്കുമായിരിക്കും. തനിക്ക് നാട്ടിലേക്ക് തിരികെ പോയാൽ മതിയെന്ന അവരുടെ അപേക്ഷ അധികൃതർ മാനിക്കാ തിരിക്കുമോ? മുംബെയിൽനിന്ന് വന്നതിനാൽ മുംബൈയിലേക്കു തന്നെ തിരിച്ചുവിടാനാണ് സാധ്യത എന്ന് അവളോർത്തു. ഫ്രാൻസിസ് ജോണിനെ വിളിച്ച് കാര്യങ്ങളൊക്കെ എന്തായി എന്ന് ചോദിക്കണമെന്ന് അവൾ തീരുമാനിച്ചു. സഹീറയ്ക്ക് നാട്ടിലേക്ക് മടങ്ങുന്നതിൽ വിഷമമുണ്ടാകും. കൈയിൽ ഒന്നുമില്ലാതെ തിരികെ മടങ്ങുകയാണല്ലോ. വീണ്ടും ഗൾഫിലേക്കു മടങ്ങുന്നതിനെപ്പറ്റി ചിന്തിക്കാൻതന്നെ ഭയമുണ്ടായേക്കും. ഗൾഫിലെ ഓർമ്മകൾക്ക്

മങ്ങലേറ്റിരിക്കില്ലല്ലോ. എന്നാലും അവർക്ക് രക്ഷപ്പെടാൻ വഴിയൊരുങ്ങുകതന്നെയാണ്. അതോർത്തപ്പോൾ കരുണയ്ക്ക് സന്തോഷവും സമാധാനവുമുണ്ടായി.

എന്നാൽ വീണ്ടും തുലാസിന്റെ ഒരു തട്ട് താണു. തന്റെ ചെറുതെങ്കിലും നല്ല ആ ജോലിയോടുള്ള ആത്മാർത്ഥതയ്ക്ക് അടിയേറ്റിരിക്കുകയല്ലേ? സത്യത്തിൽനിന്ന് ചരിച്ച് നേടുന്നതൊന്നും നേട്ടമല്ല എന്ന് എത്രയോ മഹാന്മാർ പറഞ്ഞിരിക്കുന്നു. സത്യം വദ, ധർമ്മം ചര എന്നൊരു സൂക്തം തന്റെ അച്ഛൻ പറഞ്ഞുതന്നത് പെട്ടെന്ന് അവളുടെ മനസ്സിലേക്ക് ഓടിയെത്തി. സത്യവും ധർമ്മവും പരിപാലിക്കപ്പെടുന്നിടത്തേ മനുഷ്യന് ജീവിതവിജയം കൈവരൂ എന്നതാണ് അതിന്റെ അർത്ഥം. തന്നെ വിശ്വസിച്ച് ഏൽപ്പിച്ച ജോലിയുടെ നിയമങ്ങളിൽ പ്രധാനമായതുതന്നെ താൻ തെറ്റിച്ചു. എന്നാൽ അത് ഒരു പാവപ്പെട്ട മനുഷ്യജീവന്റെ രക്ഷപ്പെടലിനുവേണ്ടിയായിരുന്നു എന്നു മാത്രം. അന്ന് അതേ ഒരു മാർഗ്ഗം ഉണ്ടായിരുന്നുള്ളൂ. അതിൽ ഒരു ആദർശവും നോക്കാൻ കഴിഞ്ഞില്ല എന്നതാണ് സത്യം.

അവളോർത്തു, താൻ ഇനിയും ദ്വിഭാഷിയായി തുടരുന്നതു ശരിയാണോ? ആ ജോലിയോടുള്ള കൂറ് പുലർത്താൻ തനിക്ക് കഴിഞ്ഞില്ല. താൻ തെറ്റുകാരിതന്നെയല്ലേ? ഇനി യു.എൻ. ഓഫീസിൽനിന്ന് വിളിക്കുമ്പോൾ ദ്വിഭാഷിയായി തുടരുന്നില്ല എന്നു പറഞ്ഞാലോ? പുതിയ പഠനകോഴ്സിനു ചേർന്നു, യൂണിവേഴ്സിറ്റിയിലേക്ക് പോകണമെന്നു പറഞ്ഞാലോ?

കരുണ തിരിഞ്ഞും മറിഞ്ഞും കിടന്ന് നേരം വെളുപ്പിച്ചു. പിറ്റേന്ന് അസ്വസ്ഥതയോടെ ഇരുന്നപ്പോൾ കോസ്‌വേബേയിലുള്ള വലിയ ലൈബ്രറിയിലേക്ക് പോയാലോ എന്നവൾ ചിന്തിച്ചു. വൈകാതെ അവൾ ഇറങ്ങി. ബസ്സിൽ കയറി ലൈബ്രറിയിലെത്തി. ഇംഗ്ലീഷ് സെക്ഷനിൽ പുതിയ നോവലിനായി തപ്പി. കിട്ടിയ ഒരു പുസ്തകമെടുത്ത് വായനക്കാർക്കായുള്ള കസേരകളിൽ ഒന്നിലിരുന്നു. കൈയിലെ പുസ്തകം വായിക്കാൻ തുടങ്ങി. എത്ര നേരം ഇരുന്നുകാണും എന്ന് അവൾക്ക് മനസ്സിലായില്ല. അത്രയധികം വായനയിൽ മുഴുകി പകുതി പുസ്തകത്തോളം അവൾ വായിച്ചു തീർത്തു. ഉച്ചകഴിഞ്ഞപ്പോൾ അവൾ വീട്ടിലേക്ക് തിരിച്ചു. ആഹാരം കഴിഞ്ഞപ്പോൾ അവൾക്ക് അമ്മയോട് കഴിഞ്ഞ കാര്യങ്ങളെപ്പറ്റി സംസാരിക്കണമെന്നു തോന്നി. തന്നെ അലട്ടുന്ന സഹീറയുടെ കാര്യങ്ങൾ അമ്മയോട് പറഞ്ഞാൽ ആശ്വാസമാകുമെന്ന് കരുതി. എന്നാൽ അമ്മയുടെ അടുത്ത് സംസാരിക്കുവാൻ ഇരുന്നപ്പോൾ മറ്റെന്തൊക്കെയോ ആണ് സംസാരിച്ചത്. യു.എൻ. ഓഫീസ് ഒരു വിഷയമായതേയില്ല.

അവൾക്ക് മനസ്സിലായി താൻ അത് ആരോടും പറയാൻ പോകുന്നില്ല എന്ന്. തന്റെ മനസ്സിൽത്തന്നെ അത് ഒതുങ്ങി ഒടുവിൽ ആ സംഭവംതന്നെ വിസ്മരിക്കപ്പെടും എന്നവൾക്ക് മനസ്സിലായി. അതെ, അതുതന്നെയാവും സംഭവിക്കുക.

ദിവസങ്ങൾ കടന്നുപോയി. അവൾ പല പ്രാവശ്യവും ഫ്രാൻസിസ് ജോണിനെ വിളിച്ചുനോക്കി. അയാൾ ഫോണെടുക്കുന്നില്ല. തിരക്കിലാവും എന്ന് അവൾ കരുതി. താൻ ഒരു വർഷം പഠനത്തിൽനിന്നും അവധി എടുത്തിരിക്കുകയാണ്. ഡിഗ്രി കഴിഞ്ഞ ശേഷം എം.ബി.എയ്ക്ക് ചേരാൻ അച്ഛൻ പറഞ്ഞതാണ്. പഠനത്തിൽ നിന്നും ഒരു വർഷം അവധിയെടുത്ത് ജോലിക്ക് ശ്രമിക്കാമെന്ന് കരുതി ശ്രമം തുടരുകയാണ്. തന്റെ താൽക്കാലിക ജോലിയായ ക്യുമോൺ ക്ലാസുകളെ ഇഷ്ടപ്പെട്ടിരുന്നുവെങ്കിലും സ്ഥിരമായി നല്ലൊരു ജോലി തന്നെയാണ് ലക്ഷ്യം. ആറുമാസത്തെ ഡിസ്റ്റന്റ് ലേണിംഗ് കോഴ്സിന് ചേർന്നു. കമ്പ്യൂട്ടർ വഴി സമയം കിട്ടുമ്പോൾ പഠിച്ചാൽ മതിയാകും. ജോലി കിട്ടുന്നതുവരെ സമയം പോകണമല്ലോ. തന്റെ സുഹൃത്തുക്കളെയൊക്കെ ഇടയ്ക്കിടെ വിളിച്ചുനോക്കി. എല്ലാവരും തിരക്കിലാണ്. അതിനാൽ അവരെയൊക്കെ പോയി കണ്ടു. കഫേകളിലും മറ്റും അവൾ അവരോടൊപ്പം അവധിദിവസങ്ങളിൽ സമയം പങ്കിട്ടു. മനസ്സിൽനിന്ന് തൽക്കാലം സഹീറ വിട വാങ്ങി. ഫ്രാൻസിസ് ജോൺ ഇപ്പോൾ വിളിക്കാറില്ല. അവൾ തിരിച്ചും. എന്തോ ഒരു വലിയ ഭാരം മനസ്സിൽനിന്ന് ഒന്ന് ഇറങ്ങിയ പോലെ അവൾക്കു തോന്നി. എങ്കിലും സഹീറയുടെ കാര്യം എന്തായി എന്നറിയാനുള്ള ഉൽക്കണ്ഠ ഇടയ്ക്കെങ്കിലും തല പൊക്കി. പക്ഷേ അവളതിനെ കുടഞ്ഞ് കളയാൻ ശ്രമിച്ചു. എല്ലാം വിധിപോലെ വരട്ടെ.

അവൾ ഒരു ദിവസം തന്റെ സുഹൃത്തായിരുന്ന ആ അമ്മൂമ്മയെ ഓർത്തു. താൻ വൃദ്ധസദനത്തിൽ പോയിട്ട് കുറച്ചേറെ നാളുകളായിരിക്കുന്നു. പോകാം എന്നുതന്നെ അവൾ കരുതി. ആ അമ്മൂമ്മയെ ഒന്നു കാണാൻ സാധിച്ചെങ്കിൽ എന്ന് അവിടെ ചെല്ലുമ്പോഴൊക്കെ ചിന്തിക്കാറുണ്ടായിരുന്നു. അന്നും അങ്ങനെ ചിന്തിച്ചിട്ടാണ് ആ വൃദ്ധസദനത്തിന്റെ പടികടന്നത്. 'ലേ ഹൗ' അവളെ അവിടുത്തെ റിസപ്ഷനിസ്റ്റ് എതിരേറ്റു. അവളും പ്രത്യഭിവാദ്യം ചെയ്തു. പിന്നീട് പതിവുപോലെ വൃദ്ധജനങ്ങളെ പരിചരിക്കാൻ തുടങ്ങി. ഇംഗ്ലീഷ് നന്നായി സംസാരിക്കുന്ന ഒരു അമ്മൂമ്മ തന്റെ അടുത്ത് വന്നപ്പോൾ ഉള്ളിലെ വിചാരം പുറത്തെടുത്തു.

"ഇവിടെ താമസിക്കുന്ന ഒരു മിസ് യു വിനെ താങ്കൾക്കറിയാമോ? അവർ ഏതു മുറിയിലാണ്?"

"മിസ് യു..." അവർ അതും പറഞ്ഞ് കുറച്ചു നേരം ആലോചനയിൽ മുഴുകി. പിന്നീട് പറഞ്ഞു.

“അവർ മരിച്ചുപോയല്ലോ. ഉറക്കത്തിൽ മരിക്കുകയായിരുന്നു. ഇവിടെ അവരുടെ മുറിയിൽത്തന്നെ കിടന്നാണ് മരിച്ചത്. മകൻ വന്ന് മരണാനന്തരക്രിയകളെല്ലാം ചെയ്തു. മെമ്മോറിയൽ ഉണ്ടായിരുന്നു പിന്നീട്. ഞാനും പോയിരുന്നു.” അമ്മൂമ്മ പറഞ്ഞുനിർത്തി.

കരുണ ഞെട്ടിപ്പോയി. താൻ കാണാനാഗ്രഹിച്ച വ്യക്തി ഇതാ ഈ ലോകത്തുനിന്നുതന്നെ കടന്നുപോയിരിക്കുന്നു. തന്റെ മുന്നിലിരുന്ന് സംസാരിച്ച ഈ അമ്മൂമ്മയ്ക്ക് മിസ് യുവിനേക്കാൾ, തന്റെ പ്രിയപ്പെട്ട അമ്മൂമ്മയേക്കാൾ പ്രായമുണ്ടെന്ന് തീർച്ച. എന്നാൽ അവരാണ് ആദ്യം വിട പറഞ്ഞത്. ഓ... എന്നാലും ആ അമ്മൂമ്മ മരിച്ചു എന്ന് അവൾക്ക് വിശ്വസിക്കാനായില്ല. അവൾക്ക് വല്ലാത്ത വേദന തോന്നി. പിന്നീട് അവൾ യാന്ത്രികമായി എന്തൊക്കെയോ ചെയ്തു. തിരികെ വരവേ ഒടുവിൽ ഒരു സമാധാനത്തോടെ ചിന്തിച്ചു. അമ്മൂമ്മ രക്ഷപ്പെട്ടതല്ലേ? ഈ ജീവിതദുഃഖങ്ങളിൽനിന്നും അവർക്ക് മോചനം ലഭിച്ചുവല്ലോ. പിന്നീട് അമ്മൂമ്മയെ എപ്പോഴെങ്കിലും കാണാൻ കഴിയും എന്ന പ്രതീക്ഷയൊന്നുമില്ലാതെ ആ വൃദ്ധസദനത്തിൽനിന്ന് ഒഴിഞ്ഞ മനസ്സോടെ അവൾ പോയി.

* * *

ഒരു ദിവസം ഫ്രാൻസിസ് ജോൺ കരുണയെ വിളിച്ചു. അവൾ അപ്പോൾ വൃദ്ധസദനത്തിൽ ഒരമ്മൂമ്മയുടെ മുടി മുറിക്കുകയായിരുന്നു. ഫോൺ ബെല്ലടിച്ചപ്പോൾ അവൾ കൈ തുടച്ച് അത് എടുത്ത് സംസാരിച്ചു.

“യെസ് ഫ്രാൻസിസ്, ഇത് അതിശയമായിരിക്കുന്നല്ലോ, ഇങ്ങനെ ഒരു വിളി. കുറേ നാളായല്ലോ നമ്മൾ തമ്മിൽ സംസാരിച്ചിട്ട്.”

“ഒരു നല്ല വർത്തമാനം പറയാനാണ് വിളിച്ചത്. ഹോങ്കോങ്ങിലെ യു.എൻ. ഓഫീസിൽ അതായത് ഇവിടെ ഒരു ഓഫീസർക്കായുള്ള ഒഴിവ് വന്നിട്ടുണ്ട്. കരുണയ്ക്ക് അവർ ആവശ്യപ്പെടുന്ന യോഗ്യത ഉണ്ടെങ്കിൽ അപേക്ഷിക്കാമല്ലോ. ഇന്നത്തെ ക്ലാസിഫൈഡ് പോസ്റ്റിൽ പരസ്യം കാണാം.”

അവൾക്ക് അതിശയവും സന്തോഷവും തോന്നി. പഠിപ്പിൽനിന്ന് ഒരു വർഷത്തെ അവധിയെടുത്ത് ജോലി കിട്ടുമോ എന്നു നോക്കാനാണ്. തനിക്ക് തന്റെ പഠിപ്പിനനുസരിച്ചുള്ള ജോലിയോടായിരുന്നു താല്പര്യം. എന്നാൽ ഇപ്പോൾ തന്റെ മനസ്സിന് ഇണങ്ങുന്ന എന്നുകൂടി അതോടൊപ്പം ചേർത്തു വായിക്കാം. ഈ തസ്തിക ഫ്രാൻസിസ് ജോണിന്റേതുപോലെ ഒരു ഓഫീസർ പോസ്റ്റാണ്. ദ്വിഭാഷിയായുള്ള തന്റെ അനുഭവം ഈ ജോലി ലഭിക്കാൻ ഉപകാരമാവുമോ? അവൾ അന്ന് കുറച്ചുനേരം കൂടി അയാളോട് സംസാരിച്ചശേഷം വൃദ്ധസദനത്തിൽനിന്ന് ഇറങ്ങി.

പിറ്റേദിവസംതന്നെ അവൾ യു.എൻ. ഓഫീസിലേക്ക് അപേക്ഷ അയച്ചു. തന്റെ പരിമിതമെങ്കിലും ദ്വിഭാഷിയായുള്ള അനുഭവ സമ്പത്ത് ഈ ജോലി കിട്ടാൻ ഉപകരിക്കുമോ ആവോ? ഇത് ഓഫീസർ പോസ്റ്റാണ്. പക്ഷേ അകാരണമായി അവളുടെ മനസ്സ് അവളോട് മന്ത്രിച്ചുകൊണ്ടിരുന്നു, നീയതിന് അർഹയാണ്. എന്നാൽ പെട്ടെന്നാണ് ആ ചിന്ത അവളുടെ ഉള്ളിൽ വീണ്ടും ഉണർന്നത്. യു.എൻ. ഓഫീസിലെ ജോലിക്ക് താൻ അർഹയാണോ ആ ചിന്ത അവളെ വല്ലാതെ ഒന്നുലച്ചു. ദിവസങ്ങളോളം അവൾ അതിന്റെ പിന്നാലെ നടന്നു. ഒടുവിൽ അവൾ നിശ്ചയിച്ചു. അതെ, താൻ അർഹയാണ്. മനുഷ്യത്വത്തിന് പ്രാമുഖ്യം കൽപ്പിക്കുന്ന മനുഷ്യാവകാശ കമ്മീഷന്റെ ഭാഗമായ യുണൈറ്റഡ് നേഷൻസിന്റെ പ്രാധാന്യത്തിന് നിരക്കാത്ത ഒന്നും താൻ ചെയ്തിട്ടില്ല എന്നവൾ അന്ന് മനസ്സിലുറപ്പിച്ചു. ഇനി അതേപ്പറ്റി താൻ വേവലാതിപ്പെടുകയില്ല എന്നും അവൾ ചിന്തിച്ചു. അവളുടെ മനസ്സ് ഉത്സാഹഭരിതമായി.

ഒരാഴ്ച കഴിഞ്ഞ് ഫ്രാൻസിസ് ജോൺ അവളെ വീണ്ടും വിളിച്ചു.

“ഞാനെന്റെ കുറേ പേഴ്സണൽ കാര്യങ്ങളുടെ തിരക്കിലാണ്. എന്താണെന്ന് ഞാൻ കരുണയോട് പിന്നീട് പറയാം. ഇന്ന് ഇപ്പോൾ വിളിക്കാൻ കാര്യമുണ്ട്. സഹീറയെ അധികൃതർ മുംബൈയിലേക്ക് വിമാനം കയറ്റി അയച്ചുവത്രെ. ഞാൻ ഇന്നലെ ഒന്ന് രഹസ്യമായി അന്വേഷിച്ചു. കരുണയ്ക്ക് അറിയാമല്ലോ നമ്മൾ ഇതിലൊന്നും ഇടപെട്ടുകൂടാ എന്ന്. ഈ കാര്യത്തിൽ എനിക്കും വലിയ ഒരു പങ്കുണ്ടായിരുന്നതിനാൽ ഞാനൊന്ന് അന്വേഷിച്ചതാണ്. ആകാംക്ഷ ഉണ്ടായിരുന്നു. നിന്റെ ആഗ്രഹംപോലെ സഹീറ ഇന്ത്യയിൽ എത്തിക്കഴിഞ്ഞു. അവരുടെ കേരളത്തിലെ വിലാസം കൈയിലുണ്ടാവുമല്ലോ. സാവധാനം അവരെ ബന്ധപ്പെട്ട് വിവരങ്ങളൊക്കെ അന്വേഷിക്കാം.”

“ഹോ, ശരിക്കും ആശ്വാസമായി. ഇനി അവർ രക്ഷപ്പെട്ടുകൊള്ളും എന്ന് എന്റെ മനസ്സ് പറയുന്നു. ഞാൻ അവരെ വിളിച്ചു നോക്കിക്കൊള്ളാം.”

“ഞാൻ മറ്റൊരു കാര്യംകൂടി പറയാനാണ് വിളിച്ചത്. ഞാൻ എന്റെ ഇവിടുത്തെ യു.എൻ. ഓഫീസിലെ ജോലി രാജിവെച്ച് കാനഡയിലേക്ക് കുടിയേറിപ്പാർക്കാൻ പോവുകയാണ്. എനിക്ക് അവിടുത്തെ പൗരത്വം കിട്ടി. എങ്കിലും ഞാൻ അവിടെ ഒരു അഭയാർത്ഥിയെപ്പോലെ ആയിരിക്കും, കുറച്ചുകാലത്തെങ്കിലും. അവിടെ എത്തിയിട്ടേ ജോലിക്ക് ശ്രമിക്കൂ. കാനഡ എനിക്ക് ഇഷ്ടപ്പെട്ട ഒരു രാജ്യമാണ്. അവിടുത്തെ യു.എൻ. ഓഫീസിൽ പിന്നീട് ജോലിക്ക്

ശ്രമിക്കാമെന്ന് കരുതുന്നു. അങ്ങനെ ഞാൻ ഹോങ്കോങ് വിടുകയാണ്. ഇക്കഴിഞ്ഞ കുറച്ചു മാസങ്ങളായിട്ട് അങ്ങോട്ടേയ്ക്ക് ചേക്കേറാനുള്ള എന്റെ വിസയുടെയും മറ്റും പേപ്പർ വർക്സ് നടക്കുകയായിരുന്നു. എന്ന് ശരിയാകുമെന്നറിയില്ലായിരുന്നു. ഒടുവിൽ എനിക്ക് കാനഡ പൗരത്വം ലഭിച്ചു. വിവരം നിന്നെ അറിയിക്കാമെന്ന് കരുതി." ഫ്രാൻസിസ് പറഞ്ഞു നിർത്തിയപ്പോൾ കരുണ അത്ഭുതസ്തബ്ധയായി.

"കൺഗ്രാചുലേഷൻസ് ഫ്രാൻസിസ്. കാനഡയിൽ താങ്കൾക്ക് നല്ല ഒരു ജീവിതം ഉണ്ടാവട്ടെ."

അയാൾ ചിരിച്ചു. നന്ദി പറഞ്ഞു.

"സഹീറയുടെ കാര്യത്തിലും ഞാൻ താങ്കളെ അഭിനന്ദിക്കുന്നു. താങ്കളുടെ പിന്തുണ ഇല്ലായിരുന്നെങ്കിൽ ആ സ്ത്രീ ഹോങ്കോങിൽ കിടന്ന് കഷ്ടപ്പെട്ടേനേ. താങ്കൾക്ക് അഭിമാനിക്കാം. നല്ലൊരു പ്രവൃത്തി ചെയ്ത ശേഷമാണല്ലോ താങ്കൾ ഇവിടെനിന്ന് പോകുന്നത്. കാനഡയിലേക്കുള്ള യാത്ര എന്നാവും?"

"തിയ്യതി തീരുമാനിക്കുന്നതേയുള്ളൂ. എന്നാൽ വേഗംതന്നെ തീരുമാനിക്കാതെ പറ്റില്ല. അതിനാൽ അടുത്ത മാസം പകുതിയോടെ യാത്ര തിരിക്കാമെന്ന് കരുതുകയാണ്. ഞാൻ രാജിക്കത്ത് ഓഫീസിൽ കൊടുത്തുകഴിഞ്ഞു. രണ്ടു ദിവസത്തിനകം തിയ്യതിയും മറ്റും തീരുമാനിക്കും."

കരുണയ്ക്ക് അസ്വസ്ഥത തോന്നി. അയാൾ പോകുന്നു എന്നു പറഞ്ഞപ്പോൾ ഉള്ളിലൊരു വേദനയും ഉണ്ട്. ഒടുവിൽ അതവൾ അമ്മയോട് പറഞ്ഞു.

"അയാൾ നല്ലതിനാവും പോകുന്നുണ്ടാവുക. ഇതിൽ മറ്റൊന്നും ചിന്തിക്കാനില്ലല്ലോ." ലളിതാമുകുന്ദൻ കരുണയോട് പറഞ്ഞു. പിന്നീടവൾക്കും തോന്നി, അതെ, എല്ലാം അയാളുടെ നല്ലതിനാവും.

താൻ കാനഡയിലേക്ക് ചേക്കേറിയാലോ? അവൾ ഓർത്തു. ശ്രമിച്ചാൽ തനിക്കും കനേഡിയൻ പൗരത്വം കിട്ടിയേക്കും. ഫ്രാൻസിസ് ജോണിന് പൗരത്വം കിട്ടി എന്നറിഞ്ഞപ്പോൾ തുടങ്ങിയ തന്റെ താല്പര്യമാണ്. ഹോങ്കോങിലേക്കാൾ ജോലിസാധ്യത അവിടെ ഉണ്ടാകുമെന്ന് ഉറപ്പാണ്. അവൾ അപ്രകാരമൊക്കെ ചിന്തിച്ചുവെങ്കിലും ഒന്നും ഉറപ്പിച്ച് ചിന്തിക്കാനവൾക്ക് കഴിഞ്ഞില്ല. കാനഡയിലെത്തി അവിടുത്തെ കുടിയേറ്റക്കാരുടെ പ്രശ്നങ്ങളിലിടപെട്ട് ജീവിക്കുന്ന തരത്തിൽ ഒരു ജോലി തനിക്കവിടെ ലഭിക്കുമോ? യു. എൻ. ഓഫീസിലെ ജോലി? അവൾ അതും ചിന്തിച്ച് വളരെ നേരം ഇരുന്നു. താൻ എന്തിനാണ് ഫ്രാൻസിസ് ജോണിനെ അനുകരിക്കുന്നത് എന്ന് അവൾക്ക് മനസ്സിലായില്ല. അവളാകെ വിഷമത്തിലായി.

ഒരു ദിവസം കരുണ അമ്മയോട് ചോദിച്ചു,

“അമ്മേ, ഞാൻ മറ്റൊരു വിദേശരാജ്യത്തേക്കു പോകുന്നതിനെപ്പറ്റി അമ്മയുടെ അഭിപ്രായം എന്താണ്?”

“മറ്റൊരു വിദേശരാജ്യമോ? ഇനി എങ്ങോട്ടേക്കാണ്?”

“അമ്മയ്ക്കറിയുമോ, കാനഡയിൽ ജീവിതം കൂടുതൽ സുഖകരമാണ്. ഭാഷ ഒരു പ്രശ്നമല്ല. എന്റെ പഠിപ്പിനനുസരിച്ചുള്ള ജോലി തന്നെ കിട്ടിയേക്കും. നല്ല ശമ്പളവും കിട്ടും. അമ്മയുടെ അഭിപ്രായം എന്താണ്?”

മകളെ കാനഡയിലേക്ക് പറഞ്ഞുവിടുന്നതിനോട് തീരെ യോജിക്കാൻ കഴിഞ്ഞില്ല. അവർ ഭർത്താവിനോട് ഇക്കാര്യം പറഞ്ഞു. അയാളാകട്ടെ, തന്റെ മകൾ മുതിർന്നുവെന്നും അവൾ ഉചിതമായ കാര്യങ്ങളാവും പറയുക എന്നും വിശ്വസിച്ചിരുന്നു.

“അവൾക്ക് കാനഡയിലേക്ക് പോകാൻ ആഗ്രഹമുണ്ടോ? അങ്ങനെ ഉണ്ടെങ്കിൽ അവളെ പിൻതിരിപ്പിക്കരുതെന്നാണ് എന്റെ അഭിപ്രായം.”

“അപ്പോൾ അവൾ പൊയ്ക്കൊള്ളട്ടെ എന്നാണോ?”

“അതെ, അവൾ പോകട്ടെ. അവിടുത്തെ പൗരത്വം കിട്ടിയാൽ നല്ല ജോലിയും അവിടെത്തന്നെ കിട്ടും. അവളെ എന്നും നമ്മുടെ കൂടെ നിർത്താനാവില്ലല്ലോ. നല്ല പഠിപ്പുള്ള കുട്ടിയല്ലേ. സ്വന്തം കാലിൽ നിൽക്കട്ടെ.”

അന്നു രാത്രി മുകുന്ദൻ മേനോൻ കരുണയുമായി സംസാരിച്ചു.

“നിനക്ക് കാനഡയിൽ പോയി സ്ഥിരതാമസമാക്കാൻ താല്പര്യമുണ്ട് അല്ലേ?”

“എനിക്ക്...” അവൾ ഒന്നു വിക്കി. “ഞാൻ ആലോചിക്കുമ്പോൾ... അത് നല്ലതാണെന്ന ഒരു അഭിപ്രായമുണ്ട്.”

“വളരെ നല്ലത്. ഞാൻ നിന്നെ അനുകൂലിക്കുന്നു. നിനക്ക് താല്പര്യമാണെങ്കിൽ പോകണം. അവിടെ കൂട്ടുകാർ ആരെങ്കിലുമുണ്ടോ?”

“ഇല്ല. വളരെ അടുത്ത കൂട്ടുകാർ ആരുമില്ല. എന്നാൽ ഇവിടെ യു.എൻ. ഓഫീസിൽ ഞാൻ ദ്വിഭാഷിയായി പോകുമ്പോൾ എന്റെ ഓഫീസറായിരുന്ന ഫ്രാൻസിസ് ജോൺ അടുത്ത മാസം കാനഡയിലേക്ക് പോകുന്നുണ്ട്. പൗരത്വം കിട്ടിയിട്ട് പോവുകയാണ്. അയാൾ സഹായിക്കാനുണ്ടാകും.”

“ഓഹോ, എന്നാൽ ശ്രമിക്കാൻ തുടങ്ങാം.”

അച്ഛൻ അങ്ങനെ പറഞ്ഞപ്പോൾ കരുണയുടെ മനസ്സിൽ താൻ സംശയിച്ചിരുന്ന കാര്യങ്ങൾക്ക് വ്യക്തമായ ഒരു ഉത്തരം ലഭിച്ചു.

എന്തെല്ലാം ചെയ്യണം? എവിടം മുതൽ തുടങ്ങണം? ഒന്നും അറിയില്ല. എല്ലാം ഫ്രാൻസിസ് ജോണിനോട് ചോദിക്കുകതന്നെ.

പിറ്റേന്ന് അവൾ ഒന്നു സംശയിച്ചുവെങ്കിലും ഇനി കാനഡ തന്നെയാണ് തന്റെ ഭൂമി എന്നും നിനച്ചുകൊണ്ട് അവൾ ഫ്രാൻസിസ് ജോണിനെ വിളിച്ചു.

"ഹലോ, എന്തൊക്കെയുണ്ട് വിശേഷങ്ങൾ?"

"ഹലോ കരുണ, നല്ല വിശേഷങ്ങളാണ്. ഞാൻ അങ്ങോട്ട് വിളിക്കാൻ ഇരിക്കുകയായിരുന്നു. എനിക്ക് കാനഡയിലേക്ക് പോകാനുള്ള തിയ്യതി അടുത്തു വരികയാണ്. പോകുന്നതിനു മുൻപ് എനിക്ക് കരുണയെ ഒന്നുകൂടി കാണണമെന്നുണ്ട്. നമ്മുടെ കൂടിക്കാഴ്ചയ്ക്ക് ഒരു തിയ്യതി നിശ്ചയിക്കാമോ?"

"തീർച്ചയായും. ഞാനും ഒന്നു കാണണമെന്ന് കരുതുകയാണ്. നമുക്ക് ഈ ആഴ്ചതന്നെ ഒരു ദിവസം കണ്ടാലോ?"

"തീർച്ചയായും കാണാം. ഞാൻ ഇതാ തയ്യാറായിക്കഴിഞ്ഞു."

ആ ആഴ്ചയിലൊരു ദിവസം 'പസഫിക് കോഫി'യിൽ വെച്ച് കരുണ ഫ്രാൻസിസ് ജോണിനെ കണ്ടു. അവളെ കണ്ടതും അയാൾ എഴുന്നേറ്റ് ഹസ്തദാനം നൽകി അവളെ സ്വീകരിച്ചു. ജീൻസും തൂവെള്ള ഷർട്ടുമായിരുന്നു അയാളുടെ വേഷം. പസഫിക് കോഫിയിൽ ജോലി ചെയ്യുന്ന പലരും അയാളെ കൗതുകത്തോടെ നോക്കുന്നത് കരുണ കണ്ടു. ഒരു കറുത്ത വർഗ്ഗക്കാരൻ ഈ നഗരത്തിൽ പതിവു കാഴ്ചയല്ലല്ലോ.

"വീണ്ടും കാണാൻ കഴിഞ്ഞതിൽ വളരെ സന്തോഷം കരുണ."

"അതെ. തീർച്ചയായും എനിക്കും അതെ. പോകുന്ന കാര്യമെല്ലാം എന്തായി?"

"അങ്ങനെ നടക്കുന്നു. ദിവസവും വിചാരിക്കും ഇന്ന് സാധനങ്ങളെല്ലാം പാക്ക് ചെയ്യണം എന്ന്. എന്നാൽ മടി കയറിക്കൂടിയിരിക്കയാണ്. ഏതായാലും പോകുന്നതിന് തലേന്നുവരെ സമയമുണ്ടല്ലോ."

"ഓഹോ... അതു ശരി. ആട്ടെ, എന്റെ സഹായം വല്ലതും വേണോ?"

"ഓ... വേണ്ട, നന്ദി. എന്നാൽ എനിക്ക് കരുണയോട് ഒരുപാട് കാര്യങ്ങൾ സംസാരിക്കാനുണ്ട്. അതൊക്കെ ഒന്നു കേൾക്കണം." അയാൾ അങ്ങനെ പറഞ്ഞപ്പോൾ അവൾ സംശയിച്ചു. എന്താണിത്ര സംസാരിക്കാൻ ആവോ?

"ഓഹോ.. പറഞ്ഞോളൂ. ഞാൻ കേൾക്കാൻ തയ്യാറാണ്."

അയാൾ തനിക്കുചുറ്റും ഒന്ന് വീക്ഷിച്ചു. പിന്നീട് മേശമേൽ

നോക്കി ഇരുന്നു. അയാളുടെ തടിച്ച ചുണ്ടുകൾ വിറകൊള്ളും പോലെ അവൾക്കു തോന്നി.

അവളും മേശമേൽതന്നെ നോക്കിക്കൊണ്ടിരുന്നു. തനിക്കും അയാളോട് ഒരുപാട് കാര്യങ്ങൾ ചോദിച്ചറിയുവാനുണ്ട്. ആദ്യം അയാൾതന്നെ തുടങ്ങട്ടെ എന്ന് അവൾ കരുതി. ഒരു അഞ്ചുമിനിറ്റിനുള്ളിൽ കോഫിയെത്തി. നല്ല ചൂട്. അവൾ പേപ്പർകപ്പിന്റെ മൂടി തുറന്നു. ആവി മേലോട്ടു പൊന്തി. അയാൾ ആ ചൂടോടെ ഒരു കവിൾ കുടിച്ചപ്പോൾ അവൾ അത്ഭുതപ്പെട്ടു. ഈ ചൂടിൽ കുടിക്കാനാവുമോ? ഫ്രാൻസിസ് ജോൺ മുരടനക്കി അവളെ നോക്കി. അവളും കോഫിയിൽ നിന്നും മുഖമുയർത്തി അയാളെ നോക്കി. കറുത്തു തിളങ്ങുന്ന നെറ്റിയിൽ വിയർപ്പുമണികൾ ഉരുണ്ടുകൂടിയിട്ടുണ്ട്. കോഫിയുടെ ചൂട് കാരണമാണോ അതോ ഇവിടം വിട്ടുപോകാനുള്ള വിഷമംകൊണ്ടാണോ എന്നവൾ ഒരുമാത്ര ചിന്തിച്ചു.

“കരുണ എന്ന പേരിന്റെ അർത്ഥം നീ എനിക്ക് പറഞ്ഞുതന്നിട്ടുണ്ടല്ലോ. കരുണയ്ക്ക് എന്നോട് കരുണയുണ്ടോ?” അയാൾ പെട്ടെന്ന് അവളോട് ചോദിച്ചു. അയാളുടെ മുഖത്തിന് ഒരു ഭാവപ്പകർച്ച തോന്നി അവൾക്ക്. ഇതെന്ത് ചോദ്യം?

“എനിക്ക് എല്ലാവരോടും കരുണയുണ്ട് ഫ്രാൻസിസ്. നിങ്ങളോട് മാത്രമല്ല.”

“അതെനിക്കറിയാം. കരുണ വൃദ്ധസദനത്തിൽ പോകുന്ന വിവരമൊക്കെ അന്നു കണ്ടപ്പോൾ പറഞ്ഞിരുന്നല്ലോ. ഞാനതിനെ നന്നായി കാണുന്നു കരുണ. നിന്നെ അഭിനന്ദിക്കുകയും ചെയ്യുന്നു.”

“അതെ. അവിടെ അപ്പൂപ്പന്മാരോടും അമ്മൂമ്മമാരോടും ഒപ്പമിരിക്കാൻ, അവരെ പരിചരിക്കാൻ ഒക്കെ എനിക്ക് ഇഷ്ടമാണ്.”

“അത് വളരെ നല്ല കാര്യംതന്നെ. സ്വന്തം അപ്പൂപ്പനോ അമ്മൂമ്മയോ ഒന്നും അടുത്തില്ലാത്ത സ്ഥിതിക്ക് പ്രത്യേകിച്ചും. ഏതായാലും കരുണയെപ്പോലെ ഒരു പെൺകുട്ടി അവരെ പരിചരിക്കാൻ നിൽക്കുന്നത് അവർ ഭാഗ്യവാന്മാരും ഭാഗ്യവതികളുമായതിനാലാണ്.”

“എന്തോ, എനിക്കറിയില്ല. എന്നാൽ ഞാൻ പരിചയപ്പെട്ടിരുന്ന അമ്മൂമ്മയെ ആ വൃദ്ധസദനത്തിൽവെച്ച് എനിക്ക് കാണുവാനേ കഴിഞ്ഞിട്ടില്ല. ദുഃഖകരമായ ഒരു കാര്യം നടന്നു, ആ അമ്മൂമ്മ ഉറക്കത്തിൽ മരിച്ചുപോയി. എന്നാൽ മറ്റു വൃദ്ധജനങ്ങളെ എനിക്ക് പോയി കാണാം. പരിചരിക്കാം.”

“ഏതായാലും കാരുണ്യത്തിന്റെ ഉറവ വറ്റാതിരിക്കട്ടെ.”

“അതെ. ആ ഒരു വികാരം കെടാതെ ജീവിതകാലം മുഴുവൻ കാക്കാനാണ് എനിക്കിഷ്ടം.”

അല്പനേരത്തെ മൗനത്തിനുശേഷം ഫ്രാൻസിസ് ജോൺ പറഞ്ഞു.

"എനിക്ക് ഒരു പ്രധാന കാര്യം കരുണയോട് പറയാനുണ്ട്. അതിലേക്ക് കടക്കട്ടെ."

അയാൾ അങ്ങനെ പറഞ്ഞപ്പോൾ അവൾ കൗതുകത്തോടെ അയാളുടെ മുഖത്തേക്ക് നോക്കി.

"തീർച്ചയായും. പറഞ്ഞോളൂ." അവൾ പറഞ്ഞെങ്കിലും പെട്ടെന്ന് അവളുടെ വായ വരണ്ടു. എന്താവും എന്ന ആകാംക്ഷയിൽ. അയാൾ ഒന്ന് മുരടനക്കി. എന്നിട്ട് പറഞ്ഞു.

"കരുണ എനിക്ക് ചേർന്ന പങ്കാളിയാണെന്ന് ഞാൻ കരുതുന്നു. കരുണയെ ഞാൻ പ്രേമിക്കുന്നു. അതൊന്ന് തുറന്നു പറയാനാണ് ഞാൻ ഇന്ന് കാണാൻ കഴിയുമോ എന്ന് ചോദിച്ചത്."

അയാൾ പെട്ടെന്ന് നിർത്തി. അയാളുടെ മുഖം വല്ലാതെ വിയർത്തു. ശബ്ദം ഇടറി. അയാൾ നന്നായി ബുദ്ധിമുട്ടുന്നത് അവൾ കണ്ടു. തന്റെ ഞെട്ടൽ മറയ്ക്കാൻ അവൾക്കായില്ല. അവളുടെ കൈകാലുകൾ വിയർത്തു. അവൾക്കും സംസാരിക്കാൻ ബുദ്ധിമുട്ടായി.

വിയർക്കുന്ന കൈപ്പത്തികൾ ടിഷ്യു വെച്ച് തുടച്ചിട്ടും വിയർപ്പാറിയില്ല. തന്റെ മുഖവും ശരീരവുമൊക്കെ വിയർത്ത് വല്ലാതായിട്ടുണ്ടെന്ന് അവൾക്ക് മനസ്സിലായി. ഫ്രാൻസിസ് ജോണിനെ ഒരിക്കലും താൻ അത്തരത്തിലൊന്നും ചിന്തിച്ചിട്ടില്ല. തങ്ങളുടെ രൂപങ്ങൾ തമ്മിലോ, ജീവിക്കുന്ന സംസ്കാരങ്ങൾ തമ്മിലോ യാതൊരു ചേർച്ചയുമില്ല. എന്നിട്ടും അയാൾ എന്താവും അങ്ങനെ ചിന്തിച്ചത്? തനിക്ക് ഒട്ടുംതന്നെ സമ്മതം മൂളാൻ പറ്റിയ ഒരു ബന്ധമല്ല ഇത്. ഒരു നീഗ്രോ വംശജനും ഒരു ഇന്ത്യക്കാരിയും കാമുകീകാമുകന്മാരോ ഭാര്യാഭർത്താക്കന്മാരോ ആയി കഴിയുന്നത് ചിന്തിക്കാനേ അവൾക്കു കഴിഞ്ഞില്ല.

"കരുണ തെറ്റിദ്ധരിക്കരുത്. ആദ്യമായാണ് ഞാനൊരു പെൺകുട്ടിയോട് പ്രണയാഭ്യർത്ഥന നടത്തുന്നത്. കരുണയെ എനിക്ക് വളരെ ഇഷ്ടമാണ്. ഞാൻ നിന്നെ അഗാധമായി പ്രേമിക്കുന്നു." അയാൾ വീണ്ടും പറഞ്ഞപ്പോൾ അവൾക്ക് വല്ലാതെ ശ്വാസംമുട്ടും പോലെ തോന്നി.

അനങ്ങാതെ, കോഫിയിൽത്തന്നെ നോക്കി അവൾ ഇരുന്നു. പ്രതീക്ഷയോടെ തന്നെ നോക്കുകയാണ് അയാൾ. ആ മുഖത്ത് നോക്കി തനിക്കയാളോട് അത്തരമൊരു വികാരമൊന്നും ഇല്ലെന്ന് എങ്ങനെ പറയും? പറയാതിരുന്നാലും ശരിയാവില്ല. അത് പ്രതീക്ഷ കൊടുക്കലാവും.

"കരുണ..." അയാൾ വിളിച്ചു. "എനിക്ക് പതുക്കെ ഉത്തരം കിട്ടിയാൽ മതി. എന്നെപ്പോലെ ഒരാൾ കരുണയ്ക്ക് ചേരുമോ എന്ന സംശയം ന്യായമായും തോന്നാം. എന്നാൽ ഹൃദയങ്ങൾ തമ്മിൽ ചേർന്നാൽപ്പോരേ? വെറുതെ പ്രേമിച്ചു നടക്കാനല്ല. വിവാഹം കഴിക്കാൻതന്നെ ഞാൻ തയ്യാറാണ്."

അയാൾ അങ്ങനെ പറഞ്ഞപ്പോൾ കരുണ ഞെട്ടുകതന്നെയായിരുന്നു. താൻ ഒരു വിദൂരസ്വപ്നത്തിൽപോലും പ്രതീക്ഷിക്കാതിരുന്നത്. ഇതിന് എന്താണ് ഉത്തരം പറയുക? ആലോചിച്ച് കുഴങ്ങി അവളിരുന്നു.

"എന്തെങ്കിലും ഒരു ഉത്തരം പറയൂ." ഫ്രാൻസിസ് ജോൺ അവളോട് അഭ്യർത്ഥിച്ചു.

"ഞാൻ... ഞാൻ എന്തു പറയാനാണ്? ഒരിക്കലും ഞാൻ ചിന്തിക്കാത്ത ഒരു കാര്യമാണ്. എന്തു പറയണമെന്ന് എനിക്കറിയുന്നില്ല ഇപ്പോൾ. ഞാൻ... ഞാനൊന്ന് ആലോചിക്കട്ടെ."

"ശരി. ആലോചിച്ചിട്ട് പറഞ്ഞാൽ മതി. സ്വന്തം പങ്കാളിയെ തിരഞ്ഞെടുക്കുന്നത് ശ്രദ്ധയോടെ വേണമല്ലോ. എനിക്ക് നല്ല പ്രതീക്ഷയുണ്ട്." അയാൾ ചിരിച്ചു. കറുത്ത കവിളുകളും തടിച്ച ചുണ്ടുകളും വിടർന്നു. അവളും ചിരിച്ചു. പിരിമുറുക്കം ഒന്ന് അയഞ്ഞു. അവൾക്ക് തോന്നി, ഉത്തരം സാവകാശം കൊടുത്താൽ മതി. അങ്ങനെ ആലോചിച്ചപ്പോൾ അവൾക്ക് സമാധാനവും അല്പം സന്തോഷവും തോന്നി. എങ്കിലും അപ്പോൾ അയാളുടെ മുന്നിൽ ഇരിക്കുമ്പോൾ എങ്ങുനിന്നോ ഒരു നേർത്ത ലജ്ജ തന്നെ വന്നു പൊതിയുന്നതായി അവളറിഞ്ഞു.

"ഉത്തരം പതുക്കെ മതി എന്നു പറഞ്ഞുവല്ലോ. ദയവായി അതിന് അധികസമയം എടുക്കരുതേ." അയാൾ ഭവ്യതയോടെ പറഞ്ഞു.

"ഞാൻ... എനിക്ക്... ഒന്നും പറയാൻ പറ്റുന്നില്ല ഇപ്പോൾ."

"ശരി. ഞാൻ കാത്തിരിക്കാം. ഒരപേക്ഷയുണ്ട്. ഞാൻ കാനഡയിലേക്ക് യാത്രതിരിക്കുംമുമ്പ് എന്നെ വിളിച്ച് ഉത്തരമൊന്ന് പറയുമോ?" അയാൾ ഒരു അപേക്ഷാഭാവത്തിൽ ചോദിച്ചു.

അവൾ ശരി എന്ന് പറഞ്ഞു. പെട്ടെന്നാണ് തനിക്ക് കാനഡയിലേക്ക് ചേക്കേറാൻ എന്തെല്ലാം ചെയ്യണമെന്ന് ചോദിക്കാൻ കൂടിയാണ് താൻ ഇവിടെ എത്തിയത് എന്ന് മനസ്സിൽ ചിന്ത ഉദിച്ചത്. ഇനി എന്ത് ചോദിക്കാൻ? എല്ലാം തകിടം മറിഞ്ഞു. ഇനി താൻ കാനഡയിലേക്ക് പോകുന്നതിനെപ്പറ്റി ചിന്തിക്കുന്നത് പോകട്ടെ, ഫ്രാൻസിസ് ജോണുമായി എന്തായാലും പഴയ ആ കൂട്ടുകെട്ട് തുടരില്ലല്ലോ എന്നോർത്തപ്പോൾ വല്ലാത്ത ഒരു വിഷാദം അവളിൽ നിറഞ്ഞു. താൻ അവിടെത്തന്നെ ഇരിക്കണോ അതോ പോകണമോ എന്നറിയാതെ അവൾ കുഴങ്ങി.

തൽക്കാലം അവിടെത്തന്നെ ഇരിക്കുകതന്നെ എന്ന് അവൾക്കു തോന്നി. തനിക്ക് എന്താണ് സംഭവിക്കുന്നത് എന്ന് അവൾക്ക് മനസ്സിലായില്ല. ശരീരമാകെ ചൂടുപിടിച്ച് കൈപ്പത്തികൾ തണുത്ത് അവൾ ഇരുന്നു. തീരെ അപ്രതീക്ഷിതമായത്. ഫ്രാൻസിസ് ജോണിനോട് ഇനി എന്ത് സംസാരിക്കണമെന്നറിയാതെ അവൾ ഇരുന്നു. തന്റെ മുഖം വിളറിയിരിക്കാമെന്ന് അവൾക്കു തോന്നി. ഒരു പ്രതിമപോലെ മുന്നിലെ മേശമേൽ എന്തോ കോറിവരച്ച് അവൾ ഇരുന്നു.

എന്താണിനി ചെയ്യേണ്ടത്?

"ഞാൻ വിഷമകരമായി എന്തെങ്കിലും പറഞ്ഞുവെങ്കിൽ ക്ഷമിക്കുക. എനിക്ക് പറയാതിരിക്കാൻ കഴിഞ്ഞില്ല. ഞാൻ കണ്ടുമുട്ടിയിട്ടുള്ള പെൺകുട്ടികളിൽനിന്ന് കരുണ തികച്ചും വ്യത്യസ്തയാണ്. എന്തുകൊണ്ടോ പ്രേമമെന്ന വികാരം എന്നിൽ പൊട്ടിമുളച്ചു. ഞാൻ ഇന്നിത് പറഞ്ഞില്ലെങ്കിൽ എനിക്ക് സമാധാനമായി ഇതൊന്ന് കരുണയെ അറിയിക്കാൻ കഴിയില്ല. അതുകൊണ്ടാണ് ഞാൻ കരുണയെ വിളിച്ച് വരുത്തിയത്."

അവൾ വല്ലാത്ത വീർപ്പുമുട്ടലിലായി. എന്നാൽ തനിക്ക് ഒന്നും സംഭവിച്ചില്ലെന്ന് വരുത്തിത്തീർക്കാൻ അവൾ ശ്രമിച്ചു. ശബ്ദം ഒന്ന് പുറത്തുവരാനായി മുരടനക്കിക്കൊണ്ട് അവൾ ചിരിച്ചുവെന്ന് വരുത്തി പറഞ്ഞു,

"എനിക്ക്... ഇപ്പോഴും എന്തു പറയണമെന്ന് അറിയുന്നില്ല. ക്ഷമിക്കുക."

"പതുക്കെ മതി. എങ്കിലും ഞാൻ വേഗംതന്നെ കരുണയുടെ മറുപടി കേൾക്കാൻ ഇഷ്ടപ്പെടുന്നു. എന്നെയൊന്ന് നാളെ വിളിച്ചിട്ട് മറുപടി പറയുമോ?"

അയ്യോ എന്നൊരു ആന്തൽ അവളുടെ ഉള്ളിൽനിന്നും ഉയർന്നു. നാളെ... നാളെ പറയാൻ കഴിയുമോ? ഇതിനുള്ള മറുപടി ഒരിക്കലും തന്നിൽനിന്നും അയാൾക്ക് കിട്ടില്ലെന്ന് അപ്പോൾത്തന്നെ അവളുടെ മനസ്സ് മന്ത്രിച്ചു. എന്നാൽ ഉത്തരം തനിക്കുതന്നെ അറിയാമായിരുന്നതിനാൽ മാന്യമായി താൻ എങ്ങനെയത് അവതരിപ്പിക്കും എന്നു മാത്രമേ ഇനി ചിന്തിക്കാനുള്ളൂ. ഫ്രാൻസിസ് ജോണിനെ തനിക്ക് അവഗണിക്കാൻ കഴിഞ്ഞാൽ, അയാളെ ഒരിക്കലും വിളിക്കാതിരുന്നാൽ അതാവും നല്ലത് എന്ന് അവൾക്ക് തോന്നി. എന്നാൽ അത് എങ്ങനെ സാധിക്കും? അത് മാന്യമാണോ? താൻ എങ്ങനെ അയാളുടെ മനസ്സിൽ കയറിക്കൂടി എന്നവൾ ചിന്തിച്ചു. എന്നാൽ ഫ്രാൻസിസ് ജോൺ പറഞ്ഞു.

"കരുണയുടെ സൗമ്യവും അന്തസ്സുറ്റതുമായ പെരുമാറ്റവും ആ കാരുണ്യശീലവുമൊക്കെയാണ് എന്നെ കരുണയോട് അടുപ്പിച്ചത്. കരുണയുടെ മനസ്സിൽ എനിക്ക് വല്ല സ്ഥാനവും ഉണ്ടോ എന്ന് എനിക്കറിയില്ല. എന്നാൽ കരുണയ്ക്ക് എന്നെക്കുറിച്ചുള്ള അഭിപ്രായം മോശമാകാൻ വഴിയില്ലെന്ന് തോന്നുന്നു."

അയാളുടെ കറുകറുത്ത മുഖത്ത് വെളുത്ത പല്ലുകൾ തിളങ്ങി. അല്പം വിടർന്ന മൂക്കൊന്ന് ചലിച്ചു. മലർന്ന ചുണ്ടുകൾ വിറച്ചു. അവൾക്ക് അയാളെ നോക്കിയപ്പോൾ വല്ലാത്ത സങ്കോചം തോന്നി. ആധുനിക യുവതിയായ താൻ സങ്കോചിക്കുകയോ? അവളോർത്തു. അത് അവളിൽ ഒരു ചിരി പടർത്തി. ഫ്രാൻസിസ് ജോണിനെ കണ്ടുകൊണ്ടിരിക്കവേ അവളോർത്തു. പ്രണയത്തിനു മുന്നിൽ സ്ത്രീയും പുരുഷനും എന്നും പരാജിതർ തന്നെ. കാലമെത്ര മാറിയാലും ഈ ഒരു വികാരത്തിനു മുന്നിൽ പതറാത്ത സ്ത്രീ പുരുഷന്മാരില്ല. എന്നാൽ, തൽക്കാലം താൻ ആ വികാരത്തിന് അടിമപ്പെട്ടുകൂടാ എന്ന് അവൾക്കു മനസ്സിലായി. അവൾ പോകാനായി ഒരുങ്ങി.

"നമുക്ക് എന്നാൽ ഇറങ്ങിയാലോ?" അവൾ അയാളോട് ചോദിച്ചു.

അവൾക്ക് ധൃതി തോന്നി വേഗം വീട്ടിലെത്തി സ്വന്തം മുറിയിൽ വാതിലും അടച്ചിരിക്കാൻ.

"ശരി. പോകാം. എനിക്ക് മറ്റൊരു കാര്യംകൂടി പറയാനുണ്ട്." അയാൾ പറഞ്ഞു. എന്നിട്ട് തുടർന്നു, "എന്റെ മാതാപിതാക്കൾ എനിക്കിഷ്ടമുള്ള പെൺകുട്ടിയെ എന്റെ പങ്കാളിയായി തിരഞ്ഞെടുക്കാനുള്ള അനുവാദം തന്നിട്ടുണ്ട്. കരുണയ്ക്ക് അത്തരത്തിലുള്ള സ്വാതന്ത്ര്യം ഉണ്ടോ? ഇന്ത്യയിൽ വിവാഹം മാതാപിതാക്കൾ തീരുമാനിക്കുന്നതിനനുസരിച്ചാണെന്ന് കേട്ടിട്ടുണ്ട്. ഇഷ്ടപ്പെട്ടയാളെ തിരഞ്ഞെടുക്കാൻ, പങ്കാളിയാക്കാൻ കരുണയ്ക്ക് അനുവാദമുണ്ടോ?"

കരുണ വല്ലാതെ അമ്പരന്നു. ഇത്തരമൊരു ചോദ്യം ഒട്ടും പ്രതീക്ഷിച്ചതല്ല. എന്തു പറയണം? ഇന്ത്യൻ പാരമ്പര്യം പിന്തുടരാനായിരിക്കും തന്റെ മാതാപിതാക്കൾക്കും ഇഷ്ടം. വീട്ടുകാർക്കിഷ്ടപ്പെട്ട പങ്കാളി മാത്രമേ തനിക്ക് ഉണ്ടാകാവൂ എന്ന നിർബന്ധമൊന്നും തനിക്കില്ലെങ്കിൽകൂടി അതാവില്ല തന്റെ ഭാരതീയ സംസ്കാരത്തിന് ഒരു ചേർച്ച എന്ന് ആ നിമിഷത്തിൽ അവൾക്കു തോന്നി.

ഫ്രാൻസിസ് ജോൺ തന്റെ ഒരു സുഹൃത്ത് മാത്രമായിരിക്കാൻ താൻ ഇഷ്ടപ്പെടുന്നു. അയാളുടെ മാന്യമായ പെരുമാറ്റം അയാളോട് ആദരവ് കലർന്ന ഒരു സ്നേഹം മാത്രമാണ് തനിക്ക് സമ്മാനിച്ചത് എന്ന് അവളോർത്തു. ഇപ്പോൾ ഈ നിമിഷം തന്റെ മനസ്സിലുള്ളത് അയാളോട് പറഞ്ഞാൽ അത് അയാളുടെ ചോദ്യത്തിനുള്ള

വ്യക്തമായ ഒരു ഉത്തരമാകുമോ? അവൾ ഒന്നു നടുങ്ങി. അതോടെ തങ്ങളുടെ സുഹൃദ്ബന്ധംകൂടി നഷ്ടമായേക്കുമെന്ന് അവൾക്കു തോന്നി. എന്നാലും സാരമില്ല. ഇപ്പോൾത്തന്നെ അയാളുടെ ചോദ്യത്തിനുള്ള ഉത്തരം നൽകിക്കഴിഞ്ഞാൽ തന്റെ മനസ്സും ഭാരരഹിതമാകും. അവൾ അതു പറയാൻ ചുണ്ടനക്കിയ നേരം,

"കരുണ, പോകാൻ നേരമായി അല്ലേ? കരുണയുടെ ഉത്തരം ലഭിക്കുന്നതുവരെ നമ്മുടെ കണ്ടുമുട്ടലുകളുടെ പ്രത്യേകിച്ചും ഇന്നത്തെ ഈ കൂടിക്കാഴ്ചയുടെ സുഖദമായ ഓർമ്മയിൽ മുങ്ങി ഞാൻ നടക്കും. നിന്റെ ഫോൺവിളിയും പ്രതീക്ഷിച്ചുകൊണ്ട്."

അയാൾ പോകാനായി എഴുന്നേറ്റു. കരുണയുടെ ചുണ്ടുകൾ അനങ്ങിയില്ല. അവളും എഴുന്നേറ്റു. അയാൾ ഹസ്തദാനം ചെയ്തു. മുമ്പില്ലാത്ത ഒരു ചൂളൽ അവൾക്കനുഭവപ്പെട്ടു. അയാളുടെ കൈകൾക്ക് തീവ്രമായ ഒരു സ്നേഹത്തിന്റെ ചൂട് ഉണ്ടായിരുന്നുവോ എന്ന് അവൾക്കു തോന്നി.

ഫ്രാൻസിസ് ജോണുമായി പിരിഞ്ഞശേഷം കരുണ കൂടുതൽ ചിന്താകുലയായി. ഒരു നല്ല സുഹൃത്തിന്റെ അഭാവം അന്ന് അവൾ അറിഞ്ഞു. താൻ യൂണിവേഴ്സിറ്റിയിൽ പഠിക്കുമ്പോൾ തനിക്ക് നിറയെ കൂട്ടുകാർ ഉണ്ടായിരുന്നു. ആത്മസുഹൃത്തുക്കളായിരുന്നു പലരും. പഠിത്തം കഴിഞ്ഞതോടെ പലരും പല സ്ഥലങ്ങളിലേക്കും ചേക്കേറിക്കഴിഞ്ഞു. പല ജോലികളുമായി തിരക്കിലുമാണ്. പഴയ, ദൃഢമായ സ്നേഹബന്ധത്തിന്റെ ആഴം ഒന്ന് കുറഞ്ഞിരിക്കുകയാണ്. മനസ്സ് തുറക്കാൻ കഴിയുന്ന ഒരാളെ അവൾ ഫോണിലൂടെയും ഫേസ്ബുക്കിൽ ചാറ്റ് റൂമിലൂടെയും മറ്റും കണ്ടെത്താൻ ആ രാത്രി മുഴുവൻ ശ്രമിച്ചു. എല്ലാവരും ഒരു ഹായ് പറഞ്ഞ് തിരക്കാണെന്ന് പറഞ്ഞപ്പോൾ അവൾ തനിക്കു പറയാനുള്ളത് മനസ്സിൽത്തന്നെ ഒളിപ്പിച്ചു. കരുണയ്ക്ക് പിന്നീട് എന്തു ചെയ്യണമെന്നറിഞ്ഞില്ല. തന്നെ ഒരാൾ വല്ലാതെ പ്രണയിക്കുകയാണെന്ന് അമ്മയോട് പറഞ്ഞാലോ? അവൾക്ക് തൽക്കാലം അതേപ്പറ്റി ഓർക്കാൻകൂടി കഴിഞ്ഞില്ല.

ഇനി എന്താണ് ചെയ്യുക? അവൾ ആ രാത്രി മുഴുവൻ ആലോചിച്ചു കിടന്നു. ഒടുവിൽ പുലരാറായപ്പോൾ, ഉറക്കത്തിലേക്ക് വഴുതി വീഴുമ്പോൾ ഒന്നു മാത്രം ഉറപ്പോടെ അവളുടെ മനസ്സിലേക്ക് കടന്നു വന്നു. താൻ അയാളെ അടുത്ത സുഹൃത്തായി മാത്രം കാണുന്നു. അത് പറയാനായി നാളെത്തന്നെ ഫ്രാൻസിസ് ജോണിനെ വിളിച്ച് മറുപടി നൽകുന്നു. അതല്ലാതെ തനിക്കിനി സ്വസ്ഥതയുണ്ടാവില്ല. നീഗ്രോ സംസ്കാരവും മാന്യതയുടേതാണ്. അയാൾ തന്നെ മനസ്സിലാക്കാതിരിക്കില്ല. അവൾ സ്വയം പറഞ്ഞു.

ഏഴ്

ഉറക്കത്തിൽനിന്ന് അവൾ ഉണർന്നു. കണ്ണുകൾ നീറുന്നു. ഹൃദയത്തിൽനിന്നും ഭാരം ഒഴിഞ്ഞിട്ടില്ലാത്തതിനാൽ അവൾ വളരെ അസ്വസ്ഥയായിരുന്നു. പ്രഭാതകൃത്യങ്ങൾക്കുശേഷം അവൾ ഇരുന്ന് ഒന്നുകൂടി ആലോചിച്ചു. ഫ്രാൻസിസ് ജോണിനോട് തനിക്ക് ഒരു മൃദുവായ വികാരമുണ്ട്. എന്നാൽ തീർച്ചയായും അത് പ്രേമത്തിന്റേതല്ല. നല്ലൊരു സുഹൃത്ത്. അത്രമാത്രം. താനും അയാളും ചേർന്ന് യു.എൻ. ഓഫീസിൽ നടത്തിയ അഭിമുഖങ്ങളും മറ്റും അവളോർത്തു. എപ്പോഴെങ്കിലും പ്രകോപനപരമായി അയാൾ തന്നോട് പെരുമാറിയിട്ടില്ല. പിന്നെ എങ്ങനെ ഇപ്പോൾ ഇത്തരത്തിലൊരു പെരുമാറ്റം ഉണ്ടായി? എന്തായാലും ഇത് മുന്നോട്ടു പോകാൻ അനുവദിക്കരുത് എന്ന് അവളുടെ മനസ്സ് മന്ത്രിച്ചു. അവൾ മുറിയിലെത്തി. അവൾ ഫ്രാൻസിസ് ജോണിനെ ഫോണിൽ വിളിച്ചു.

"എന്തൊക്കെയുണ്ട് വിശേഷം കരുണാ?" അയാൾ ആർദ്രമായ സ്വരത്തിൽ അന്വേഷിച്ചു.

"എനിക്ക്... എനിക്ക് കുറച്ച് സംസാരിക്കാനുണ്ട്." അവൾ നേർത്ത ഇടറിയ സ്വരത്തിൽ പറഞ്ഞു.

"പറയൂ, ഞാൻ ഈ വിളി പ്രതീക്ഷിച്ചുതന്നെ ഇരിക്കുകയാണ്." ആഹ്ലാദത്തോടെയുള്ള ആ ശബ്ദം അവളെ ഒന്ന് തളർത്തി.

"ഇന്നലെ താങ്കൾ എന്നോട് ഒരു കാര്യം ചോദിച്ചുവല്ലോ. എനിക്ക്.... ഞാൻ കുറേ ആലോചിച്ചു, എന്ത് പറയണമെന്ന്. സമ്മതം മൂളാനുള്ള ഒരു മനസ്സ് എനിക്കുണ്ടാവുന്നില്ല ഫ്രാൻസിസ്. എന്നോട് ക്ഷമിക്കൂ." അവൾ വിവശതയോടെ പറഞ്ഞൊപ്പിച്ചു.

മറുതലയ്ക്കൽ മൂകത. അത് അവളെ ശരിക്കും വിഷമിപ്പിച്ചു.

"ഫ്രാൻസിസ്..." അവൾ രണ്ടുപ്രാവശ്യം വിളിച്ചു.

"യെസ്." വിഷാദം നിറഞ്ഞിരുന്നുവോ ആ സ്വരത്തിൽ.

"ഇനി എനിക്കാണ് മറുപടി വേണ്ടത്." കരുണ അയാളോട് പറഞ്ഞു.

"ഞാൻ ഒട്ടും പ്രതീക്ഷിച്ചില്ല. ഈ മറുപടി. കരുണയെ ഞാൻ വല്ലാതെ മിസ് ചെയ്യും. തീർച്ച." അയാളുടെ തൊണ്ടയിൽ കണ്ണു നീരുണ്ടോ?

"കരുണയുടെ ഇത്തരമൊരു മറുപടി ഞാൻ ഒട്ടും പ്രതീക്ഷിച്ച തല്ല. അനുകൂലമായ ഒരു മറുപടിയാണ് ഞാൻ എന്റെ മനസ്സിൽ ഉറ പ്പിച്ചുവെച്ചിരുന്നത്." ഫ്രാൻസിസ് ജോണിന്റെ തൊണ്ടയിടറി.

"താങ്കൾക്കറിയുമോ ഞങ്ങളുടെ ഇന്ത്യൻ സംസ്കാരത്തിൽ ഒരു പെൺകുട്ടിയുടെ അച്ഛനമ്മമാർ തിരഞ്ഞെടുക്കുന്ന, അവർ കണ്ടു പിടിക്കുന്ന, അല്ലെങ്കിൽ അവർ അംഗീകരിക്കുന്നവരെ മാത്രമേ സമൂഹം അംഗീകരിക്കുകയുള്ളൂ. താങ്കൾ തികച്ചും വ്യത്യസ്തമായ ഒരു സംസ്കാരത്തിൽനിന്നും സാഹചര്യത്തിൽനിന്നുമൊക്കെ വരുന്ന ആളാണല്ലോ. എന്റെ മാതാപിതാക്കളോ സഹോദരനോ ഒന്നും താങ്കളെ അംഗീകരിക്കുകയില്ല എന്ന് ഞാൻ ഭയപ്പെടുന്നു. നമ്മൾ എന്നും നല്ല സുഹൃത്തുക്കൾ ആയിരിക്കാനാണ് ഞാൻ ആഗ്രഹിക്കുന്നത്." കരുണയ്ക്ക് പറയുന്നതിനിടയിൽ വാക്കുകൾ പല പ്രാവശ്യം തൊണ്ടയിൽ കുരുങ്ങി.

മറുതലയ്ക്കൽനിന്നും ദീർഘമായ ഒരു നിശ്വാസം കേട്ടു.

"നിറവ്യത്യാസമോ, കാഴ്ചയിലുള്ള അഭംഗിയോ മറ്റോ ആണോ എന്നെ ഒഴിവാക്കാൻ ഉള്ള കാരണം?" അയാൾ ചോദിച്ചു.

"അയ്യോ, അതൊന്നുമല്ല. തീർച്ചയായും അത് നമ്മുടെ സംസ്കാ രങ്ങൾ തമ്മിലുള്ള അന്തരംകൊണ്ടാണ്." കരുണ പറഞ്ഞൊപ്പിച്ചു.

മറുതലയ്ക്കൽ വീണ്ടും ദീർഘനിശ്വാസം. അവൾക്ക് തന്റെ മുഖവും ശരീരവുമൊക്കെ പൊള്ളുന്നതായി തോന്നി. ഒരാളെയും അല്പംപോലും വേദനിപ്പിക്കാൻ ഇഷ്ടമല്ല. ഇത്... ഇതിന് മറ്റൊരു നിവൃത്തിയുമില്ലല്ലോ."

"കരുണ ഒന്നുകൂടി ഒന്ന് ആലോചിക്കുമോ?" അയാളുടെ സ്വര മാകെ വിറയാർന്നതായി അവൾക്കു തോന്നി.

ഇനി എന്താണ് ആലോചിക്കാൻ? ഒന്നുമില്ല. അവൾ ഓർത്തു.

"ഫ്രാൻസിസ്, ഞാൻ താങ്കൾക്ക് ചേരുന്ന ഒരു ഇണയാണെന്ന് എനിക്ക് തോന്നുന്നില്ല. അതുകൊണ്ട്... താങ്കൾ എന്നെ അത്തര ത്തിൽ ചിന്തിക്കരുത്. ഇത് എന്റെ ഒരു അഭ്യർത്ഥനയായി കണക്കാ ക്കണം."

മറുപടിക്ക് അവൾ ക്ഷമയോടെ കാത്തു. ഒടുവിൽ അയാൾ അവ ളോട് പറഞ്ഞു.

“ശരി. കരുണ പറഞ്ഞതുപോലെ നിനക്ക് പറ്റിയ ഒരു ഇണയുമാവില്ല ഞാൻ. ഞാൻ പറഞ്ഞതൊക്കെ നമുക്ക് രണ്ടുപേർക്കും മറക്കാം അല്ലേ?”

അവസാനവരികൾ പറഞ്ഞപ്പോൾ അയാളുടെ സ്വരത്തിൽ ശാന്തത കൈവന്നപോലെ. നെഞ്ചിലെ ഭാരം ഇറങ്ങിപ്പോയിരിക്കും.

“ഞാൻ ഒരു കാര്യം അഭ്യർത്ഥിക്കുകയാണ്. ഞാൻ കാനഡയ്ക്ക് പോകുന്ന ദിവസം കരുണ എന്നെ എയർപോർട്ടിൽ യാത്രയയയ്ക്കാൻ വരുമോ?”

അത്തരമൊരു അഭ്യർത്ഥന അവൾ പ്രതീക്ഷിച്ചതല്ല. അങ്ങനെ ഒരു ചിന്തയേ പോയിരുന്നില്ല. ഒന്ന് ആലോചിച്ചശേഷം അവൾ പറഞ്ഞു.

“ഞാൻ വരാം. നമുക്ക് വീണ്ടും ഒന്നുകൂടി കാണാൻ കഴിയുമല്ലോ.”

“വളരെ സന്തോഷം. എന്നാൽ എയർപോർട്ടിൽ എത്തേണ്ട തിയ്യതിയും സമയവുമൊക്കെ ഞാൻ അറിയിക്കാം.”

“സമ്മതം. കാണാം.” അവൾ ഫോൺ ഓഫാക്കി. ഹൃദയഭാരം ഒഴിഞ്ഞ സന്തോഷത്തോടെ അവൾ ദീർഘമായി ശ്വസിച്ചു. പാവം ഫ്രാൻസിസ് ജോൺ, അവൾ ഓർത്തു.

അയാൾ പറഞ്ഞ തിയ്യതി അടുക്കുംതോറും അവൾക്ക് എന്തോ ഒരു വിവശത തന്നിൽ ആവേശിക്കുംപോലെ തോന്നി. ഒരു വയ്യായ്കയോ വിഷമമോ അവളെ പൊതിഞ്ഞു. എങ്കിലും മിടിക്കുന്ന ഹൃദയത്തിന്റെ താളഭംഗങ്ങളെക്കുറിച്ചോർക്കാതെ അന്ന് അവൾ എയർപോർട്ടിലേക്ക് പോകാൻ ഒരുങ്ങി. തുഞ്ചുങ്ങിൽ നിന്ന് നേരെ എയർപോർട്ടിലേക്കുള്ള ബസ്സിൽ കയറി അവൾ അവിടെയെത്തി. അകത്തേക്ക് കടക്കാനുള്ള വഴിയിൽ ഫ്രാൻസിസ് ജോൺ അവളെ കാത്തു നിന്നിരുന്നു. അയാൾ തന്റെ കറുത്തു ചുരുണ്ട മുടി ഭംഗിയായി ചീകിവെച്ചിരുന്നു. ഇളംനീല ഷർട്ടും ജീൻസും ധരിച്ച് നിൽക്കുന്ന അയാളെ കണ്ടപ്പോൾ തന്റെ ഹൃദയതാളത്തിന് വീണ്ടും ഭംഗം വന്നുവോ എന്നവൾ ഭയന്നു. അയാൾ തന്റെ വെളുത്ത പല്ലുകൾ കാണിച്ച് ചിരിച്ചുവെങ്കിലും അതിൽ ഒളിഞ്ഞിരുന്ന പരിഭവം അവൾ കണ്ടു. അത് കണ്ടില്ലന്നു നടിച്ച് ധൈര്യം സംഭരിച്ച് അവൾ അയാളോടൊപ്പം അകത്തു കയറി. ഫ്രാൻസിസ് ജോൺ നേരത്തേ തന്നെ ചെക് ഇൻ ചെയ്തിരുന്നു. അതിനാൽത്തന്നെ ഇമിഗ്രേഷൻ സ്ഥലത്തേക്ക് പതുക്കെ പോകാമെന്ന് അയാൾ കരുതി.

ആവശ്യമുള്ളതിലും ഒരു മണിക്കൂർ മുൻപാണ് അയാൾ അവിടെ എത്തിയിരുന്നത്. കരുണയോടും അയാൾ അപ്പോൾത്തന്നെ വരാൻ

പറയുകയായിരുന്നു. അവർ എയർപോർട്ടിലുള്ള സ്റ്റാർബക്സി ലേക്ക് കയറി. കോഫി കുടിച്ചുകൊണ്ടിരുന്നപ്പോൾ എന്താണ് തങ്ങൾക്ക് പറയാനുള്ളത് എന്നവൾ ചിന്തിച്ചു. ഒന്നും അറിയുന്നില്ല.

"കരുണ എപ്പോഴാണ് ഇനി വൃദ്ധസദനത്തിൽ പോകുന്നത്?" അപ്രതീക്ഷിതമായ ആ ചോദ്യം അവളെ ഒന്ന് അമ്പരപ്പിച്ചു. ആ സമയത്ത് അത്തരമൊരു ചോദ്യം അവൾ പ്രതീക്ഷിച്ചിരുന്നില്ല.

"ഞാൻ പോകുന്നുണ്ട്, അടുത്തുതന്നെ വീണ്ടും. കുറച്ചു നാളായി അപ്പൂപ്പന്മാരെയും അമ്മൂമ്മമാരെയുമൊക്കെ കണ്ടിട്ട്."

"അത് നന്നായി. സ്വന്തം അപ്പൂപ്പനോ അമ്മൂമ്മയോ ഒന്നും അടു ത്തില്ല. കരുണയ്ക്ക് വൃദ്ധസദനത്തിൽ പോയി അവരെയൊക്കെ കാണാമല്ലോ. ഏതായാലും ഇത്തരമൊരു പെൺകുട്ടിയെ തങ്ങ ളുടെ പരിചരണത്തിന് കിട്ടിയ അവരൊക്കെ ഭാഗ്യമുള്ളവരാണ്."

അവൾ പുഞ്ചിരിച്ചു, അയാളും.

"കാനഡയിൽ താമസസൗകര്യം ശരിയായിക്കഴിഞ്ഞു. അവിടെ ഒരു അഭയാർത്ഥിയായല്ലെങ്കിലും ഏകദേശം അത്തരത്തിൽത്തന്നെ ഞാൻ എത്തുകയാണ്. ജോലിക്കും മറ്റും അവിടെ എത്തിയശേഷം ശ്രമിക്കുന്നതാണ്. യു.എൻ. ഓഫീസിലേക്ക് ഞാൻ ഒരു മെസ്സേജ് അയച്ചിട്ടുണ്ട്, ഈമെയിൽ വഴി. എനിക്കതിന് മറുപടി വന്നുകഴിഞ്ഞു. എന്റെ വിശദവിവരങ്ങൾ അവിടെയെത്തിയശേഷം വിശദമായി എഴുതാം. അത് അവരോട് പറഞ്ഞുംകഴിഞ്ഞു. എന്ത് ആവുമെന്ന് അറിയില്ല. ആട്ടെ, കരുണയുടെ പരിപാടികൾ എന്തൊക്കെയാണ്? ഭാവിപരിപാടികൾ?" അയാൾ കൗതുകത്തോടെ അവളെ നോക്കി ക്കൊണ്ട് ചോദിച്ചു.

"ഭാവി പരിപാടികൾ?" അവളൊന്ന് ആലോചിക്കാൻ തുടങ്ങി. താൻ ബി.ബി.എ. കഴിഞ്ഞ് ഒരു വർഷത്തെ അവധിയെടുത്ത് ജോലി കൾക്കായി ശ്രമിച്ചുകൊണ്ടിരിക്കുകയാണ്.

"ജോലി കിട്ടുംവരെ സാമൂഹ്യസേവനം തുടരണം. ക്യുമോൺ ക്ലാസുകൾ ഉണ്ട്. എന്റെ പഠിപ്പിനനുസരിച്ച ജോലി കിട്ടണം. അല്ലെങ്കിൽ എന്റെ അഭിരുചിക്കനുസരിച്ച്. താങ്കൾ പറഞ്ഞശേഷം ഞാൻ യു.എൻ. ഓഫീസിലും ജോലിക്ക് അപേക്ഷിച്ചിരിക്കയാണ്."

"വിവാഹം?" അയാൾ അത്ര പെട്ടെന്ന് അതു ചോദിക്കുമെന്ന് അവൾ കരുതിയില്ലായിരുന്നു.

വിവാഹം...? അവൾ അതേപ്പറ്റി ചിന്തിച്ചു. കേരളത്തിൽനിന്ന് ഒരു വരനെ തീർച്ചയായും അച്ഛനും അമ്മയും ചേർന്ന് കണ്ടുപിടി ച്ചേക്കും.

"ഭാവിവരനെക്കുറിച്ച് കരുണയുടെ ചിന്താഗതി എന്താണ്?"

"എന്റെ മാതാപിതാക്കൾ തിരഞ്ഞെടുക്കുന്ന ഒരാൾ എന്റെ ജീവിതത്തിൽ കടന്നുവരും."

"ഓ... അതുശരി. അപ്പോൾ അവർ ചിന്തിച്ചുറപ്പിക്കുന്ന വിവാഹത്തിനേ കരുണ സമ്മതം മൂളൂ അല്ലേ? ഈ ആധുനികയുഗത്തിലും ഇത്തരമൊരു പെൺകുട്ടിയാണ് കരുണ എന്നത് എന്നെ അതിശയിപ്പിക്കുന്നു." അയാൾ നേർത്ത അതിശയത്തോടെ അവളെ നോക്കി. പിന്നീട് തുടർന്നു.

"ഇന്ത്യയിലെ വിവാഹങ്ങളെക്കുറിച്ച് ഞാൻ ഇന്റർനെറ്റിൽ ഒന്ന് പരതി നോക്കിയിരുന്നു. പല ലേഖനങ്ങളും വായിച്ചു. ആട്ടെ, കരുണയ്ക്ക് തോന്നുന്നുണ്ടോ മാതാപിതാക്കൾ ഉറപ്പിക്കുന്ന വിവാഹമാണ് നല്ലത് എന്ന്?"

"തീർച്ചയായും ഫ്രാൻസിസ്. അതിന് അതിന്റേതായ സുരക്ഷിതത്വം ഉണ്ടാവും. ഞാൻ ഒരു പുരോഗമനവാദിയായ പെൺകുട്ടി തന്നെയാണ്. എന്നാൽ വിവാഹത്തെക്കുറിച്ചുള്ള എന്റെ ചിന്താഗതി അല്പം പഴഞ്ചൻതന്നെയാണ്. എനിക്ക് അതാണ് ഇഷ്ടം ഫ്രാൻസിസ്."

"ശരി ശരി. കരുണയുടെ ഇഷ്ടം അതാണെങ്കിൽ പിന്നെ ഇനി ചിന്തിച്ചിട്ട് കാര്യമില്ല." നിരാശ സ്ഫുരിക്കുന്ന സ്വരത്തിൽ അയാൾ പറഞ്ഞു. പിന്നീട് അങ്ങോട്ടുമിങ്ങോട്ടും നടന്നുകൊണ്ടിരിക്കുന്ന, വന്നുംപോയുമിരിക്കുന്ന യാത്രക്കാരിലേക്ക് കണ്ണുംനട്ട് അയാൾ ഇരുന്നു. അവളും. നിമിഷങ്ങൾ കടന്നുപോകവേ, ഒരു വലിയ കടമ്പ കടന്നുകിട്ടിയതായി അവൾക്കു മനസ്സിലായി. ഇവിടെനിന്നും വിമാനം കയറുമ്പോഴേക്കും താൻ അയാളുടെ മനസ്സിൽനിന്ന് പോകണേ എന്നവൾ ആത്മാർത്ഥമായി ആഗ്രഹിച്ചു.

വിഷയം മാറ്റാനായി അവർ മറ്റു പലതിനെക്കുറിച്ചും സംസാരിച്ചു. ഇന്ത്യൻ പഠനരീതിയിലേക്കും ഹോങ്കോങ്ങിലെ പഠനരീതിയിലേക്കുമൊക്കെ.

"കരുണ ഇവിടെ പഠിച്ചു വളർന്നതല്ലേ? ഇന്ത്യൻ പഠനരീതിയും ഹോങ്കോങ്ങിലെ പഠനരീതിയും തമ്മിലുള്ള വ്യത്യാസങ്ങൾ എന്തൊക്കെയാണ്?"

അവൾ വിഷയം മാറ്റാനായി ചോദിക്കപ്പെട്ട ആ ചോദ്യത്തിന്റെ ഉത്തരത്തിനായി ഒന്ന് പരതി. പിന്നീടവൾ പറഞ്ഞു,

"ഇന്ത്യൻ പഠനരീതി പ്രധാനമായും പാഠപുസ്തകങ്ങളെ മാത്രം അധികരിച്ചുള്ളതാണ്. പുതിയ പാഠ്യപദ്ധതികൾ, പ്രായോഗികമായി നടന്നുവരുന്നതേയുള്ളൂ. മനപ്പാഠമാക്കുന്ന ഇന്ത്യൻ പഠനരീതിയാണ് മിക്ക വിദ്യാലയങ്ങളിലും. അതിന് അതിന്റേതായ ഗുണങ്ങൾ

ഒരുപാടുണ്ട്. പ്രായോഗിക വിദ്യാഭ്യാസത്തിന്റെ കുറവുകൾ പരിഹരിക്കപ്പെട്ടുവരികയാണ്. ഹോങ്കോങ്ങിലാകട്ടെ, പ്രായോഗികബുദ്ധി ഉപയോഗിച്ചുകൊണ്ടുള്ള പഠനരീതിക്കാണ് കൂടുതൽ പ്രാമുഖ്യം. പാഠപുസ്തകങ്ങളുമായി ബന്ധപ്പെട്ട മറ്റു പുസ്തകങ്ങൾ വായിച്ച് പഠിച്ചേ മതിയാകൂ. പരീക്ഷകൾ മിക്കതും പാഠ്യപുസ്തകങ്ങളെ മാത്രം അധികരിച്ചാവില്ല. അതുകൊണ്ട് അറിവിന്റെ ലോകം വിശാലമാക്കിയാലേ നല്ല ഫലം ഉറപ്പാക്കാനാവൂ. രണ്ട് രാജ്യങ്ങളിലെയും പാഠ്യപദ്ധതികൾക്ക് അതിന്റേതായ ഗുണങ്ങളുണ്ട്." അവൾ പറഞ്ഞു നിർത്തി.

"ശരിയാണ്. ഇന്ത്യൻ പഠനരീതി ബുദ്ധിവികാസത്തിന് നല്ലതാണ് അല്ലേ? നൂറ്റാണ്ടുകൾക്കു മുമ്പ് അഭ്യസിക്കപ്പെട്ട വേദങ്ങളും മറ്റും മനപ്പാഠമാക്കിയല്ലേ അന്നത്തെ വിദ്യാർത്ഥികൾ വിദ്യ അഭ്യസിച്ചിരുന്നത്. ശരിയാണ്, ഹോങ്കോങ് പഠനരീതിക്കും ഉന്നതനിലവാരം തന്നെയാണ്." ഫ്രാൻസിസ് ജോൺ പറഞ്ഞുനിർത്തിയപ്പോൾ കരുണ അമ്പരന്നുപോയി. അയാൾ ഇന്ത്യയെക്കുറിച്ച് അഗാധമായി അറിവു നേടിയതായി അവൾക്കു തോന്നി.

"ഇനി നമുക്കല്പം നടക്കാം." അയാൾ അവളോട് ചോദിച്ചു. അവർ അല്പനേരം എയർപോർട്ടിനുള്ളിലൂടെ നടന്നു.

"ഇനി ഇമിഗ്രേഷൻ കഴിഞ്ഞാകട്ടെ." അയാൾ പറഞ്ഞു. അവൾ അയാളെയും കാത്ത് അവിടെ കണ്ട ഒരു ബെഞ്ചിൽ ഇരുന്നു. എയർപോർട്ടിൽ നല്ല തിരക്കുണ്ട്. അവൾ ബെഞ്ചിലിരിക്കുന്ന യാത്രക്കാരെ നോക്കി. തന്നെപ്പോലെ യാത്രയയയ്ക്കാൻ വന്നവരാണോ അതോ യാത്രക്കാരാണോ? പലരുടെ കൈയിലും വലിയ യാത്രാ ബാഗുകൾ കണ്ടു. ഇമിഗ്രേഷൻ കഴിഞ്ഞ് ഫ്രാൻസിസ് ജോൺ വരുന്നതുവരെയും അവൾ യാത്രക്കാരെയും നോക്കി ഇരുന്നു. അവർ അവളുടെ മുന്നിലൂടെ വന്നുംപോയുമിരുന്നു. ഒടുവിൽ അയാൾ എത്തി.

അവൾ അയാളോടൊപ്പം വീണ്ടും അല്പനേരം യാത്രക്കാർക്കുള്ള വഴികളിലൂടെ നടന്നു. അവസാനം യാത്ര പറഞ്ഞ് പിരിയാനുള്ള സമയമായി. അവൾക്ക് വിഷാദം തോന്നി. തന്റെ നല്ലൊരു സുഹൃത്ത് വിടപറയുകയാണ്. ഇനി അയാളെ കണ്ടില്ലെന്ന് വരും. തന്നെക്കാണാൻ മാത്രമായി അയാൾ ഹോങ്കോങ്ങിലേക്ക് വരുമോ? വരരുതേ എന്നവൾ പ്രാർത്ഥിച്ചു.

"ഞാൻ പോകട്ടെ. അവിടെ എത്തിയിട്ട് ഫോണിലൂടെ ബന്ധപ്പെട്ടുകൊള്ളാം. കുറേ നല്ല മുഹൂർത്തങ്ങൾ നല്കിയതിന് നന്ദി. ഇനിയും എന്നാണ് ഹോങ്കോങ്ങിലേക്ക് എന്ന് അറിയില്ല. വരാൻ ശ്രമിക്കും."

അയാൾ കൈനീട്ടി. ഹസ്തദാനത്തിനായി നീട്ടിയ കൈയിൽ അവൾ സ്വന്തം കരം ചേർത്തു. പെട്ടെന്ന് അയാൾ അവളെ വാരിപ്പുണർന്നു. അയാളുടെ നെഞ്ചിൽ അവളുടെ മുഖം അമർന്ന് ഞെരുങ്ങി. ഞെട്ടിപ്പോയ കരുണയ്ക്ക് മുഖമുയർത്താൻപോലും കഴിഞ്ഞില്ല. അയാൾ അവളെ നെഞ്ചോട് അടുക്കിപ്പിടിച്ചിരിക്കുകയായിരുന്നു. നിമിഷങ്ങൾ നിശ്ചലമായി കുറേ കടന്നുപോയി. ഒടുവിൽ അയാൾ അവളെ പതുക്കെ അടർത്തിമാറ്റി. വരിഞ്ഞുമുറുകിയിരുന്ന കൈകളയഞ്ഞു. അയാളിൽനിന്ന് അകന്ന അവൾ ദീർഘമായി നിശ്വസിച്ചു.

"കരുണാ, യാത്ര പറയുന്നു, ബൈ." അയാൾ വീണ്ടും അവളുടെ കൈകൾ കൂട്ടിപ്പിടിച്ച് യാത്ര ചോദിച്ചു.

"ബൈ." അവളും പറഞ്ഞു. അയാൾ വാച്ചിൽ നോക്കി.

"സമയമായി." അയാൾ മന്ത്രിച്ചു. അയാൾ അവളോട് ഒരിക്കൽകൂടി യാത്ര പറഞ്ഞു. പിന്നീട് തിരിഞ്ഞുനോക്കി തിരിഞ്ഞു നോക്കി അകത്തേക്ക് കയറിപ്പോയി.

കരുണ തിരിച്ചു നടന്നു. അപ്പോഴും അവളുടെ ഉള്ള് കിടുങ്ങുന്നുണ്ടായിരുന്നു. ഒരു കാര്യത്തിൽ തനിക്ക് ആശ്വസിക്കാം എന്നവൾക്ക് തോന്നി. അയാൾ വീണ്ടും തന്നോട് നേരിട്ട് തന്റെ പ്രേമം പറയുമോ എന്നവൾ ഭയന്നിരുന്നു. അത് ഉണ്ടായില്ല. പകരം തന്നെ കെട്ടിപ്പിടിച്ച് സ്നേഹം അറിയിച്ച് അയാൾ പോയി. തന്റെ ഉള്ള് വിറച്ചിരുന്നു അപ്പോൾ. അവൾ വീണ്ടും ദീർഘമായി നിശ്വസിച്ചു. ഏതായാലും തന്റെ ജീവിതത്തിലെ വിഷമകരമായ ഒരദ്ധ്യായം ഇതാ, ഇവിടെ അവസാനിച്ചിരിക്കുന്നു.

അവൾ ബസ്സ്റ്റോപ്പിലെത്തി. ബസ് കയറി. വീട്ടിലെത്തിയപ്പോൾ തനിക്കെന്തോ നഷ്ടമായതായി തോന്നി. തീർച്ചയായും ഫ്രാൻസിസ് ജോൺ തന്റെ നല്ലൊരു സുഹൃത്തായിരുന്നു. പരസ്പരം അടുത്ത രണ്ടു സുഹൃത്തുക്കൾ തന്നെയായിരുന്നു അയാളും താനും. അതിനി ഉണ്ടാവില്ല. എന്നാൽ സൗഹൃദം ഫോണിലൂടെയും ആകാമല്ലോ. ഫേസ്ബുക്കിലൂടെയും ആവാം. അവൾക്ക് അതാലോചിച്ചപ്പോൾ സമാധാനമായി.

പെട്ടെന്ന് താൻ പോസ്റ്റ്ബോക്സ് നോക്കാൻ മറന്നതായി അവൾക്കു മനസ്സിലായി. അവൾ വേഗം ലോബിയിലെത്തി തന്റെ പോസ്റ്റ് ബോക്സ് തുറന്നു. അതിൽ മൂന്നു കത്തുകൾ ഉണ്ടായിരുന്നു. അതിൽ ഒന്ന് അവൾക്കായിരുന്നു. അവൾക്ക് തീർത്തും അവിശ്വസനീയമായി തോന്നി, അതിലെ ഫ്രം അഡ്രസ് കണ്ടപ്പോൾ. അത് യു.എൻ. ഓഫീസിൽ നിന്നായിരുന്നു. അത് താനയച്ച അപേക്ഷയ്ക്കുള്ള മറുപടിയാണെന്നവൾക്കു മനസ്സിലായി. എന്താവും?

ലിഫ്റ്റിൽ നിന്നിറങ്ങി വീട്ടിലെത്തി അവൾ ആ കത്ത് തുറന്നു. അതവൾക്കുള്ള ഇന്റർവ്യൂ കാർഡായിരുന്നു. പരിഭാഷകയായിരുന്ന താൻ അവിടുത്തെ ഒരു ഓഫീസർ പോസ്റ്റിലേക്ക് അപേക്ഷിച്ചതിനുള്ള മറുപടി. ഫ്രാൻസിസ് ജോൺ തന്നോട് യു.എൻ. ഓഫീസിൽ ഓഫീസർ പോസ്റ്റിന് അപേക്ഷിക്കാൻ പറഞ്ഞപ്പോൾ സന്തോഷം തോന്നി. പിന്നീട് തോന്നി, അത്തരമൊരു ജോലിക്ക് തനിക്ക് അർഹതയുണ്ടോ എന്ന്. എന്നാൽ ഉണ്ട് എന്നുതന്നെ തന്റെ മനസ്സാക്ഷി തന്നോട് പറഞ്ഞു. അങ്ങനെയാണ് അപേക്ഷിച്ചത്.

എന്നാൽ പെട്ടെന്ന് അപ്പോൾ എന്തോ ഒരുതരം ഭയം അവളെ വന്നുമൂടി. സഹീറയുടെ മുഖം മനസ്സിലേക്ക് ഓടിയെത്തി. താൻ ഈ തസ്തികയിലിരിക്കാൻ അർഹയാണോ? താൻ ആഗ്രഹിച്ചുപോയ ഒരു ജോലി തന്നെയാണ് ഇത്. അഭയാർത്ഥികളുമായുള്ള നിരന്തരസമ്പർക്കം വേണ്ടിവരുന്ന, അവർക്കുവേണ്ടി എന്തെങ്കിലും ചെയ്യാൻ കഴിയുന്ന ജോലി തന്നെയാണ്. എന്നാൽ അഭിമുഖത്തിനുള്ള കത്ത് കൈയിൽ കിട്ടിയപ്പോൾ അവൾക്കാകെ ഒരുൾഭയം തോന്നി. അവൾ ആ കത്തും കൈയിൽ പിടിച്ച് ഒരുപാട് നേരം അങ്ങനെത്തന്നെ ഇരുന്നു.

“എന്താണ് ഇങ്ങനെ ഇരിക്കുന്നത്? കുറേ നേരമായല്ലോ പുറത്തേക്ക് കണ്ടിട്ട്?” അമ്മ വന്ന് ചോദിച്ചപ്പോഴാണ് അവൾ ഉണർന്നത്.

“എന്താണ് നീ ചിന്തിച്ചിരിക്കുന്നത്?

പറയണോ? താൻ ഈ അഭിമുഖത്തിൽ പങ്കെടുക്കുമോ? അവൾക്ക് ആലോചിച്ചിട്ട് ഉത്തരം കിട്ടിയില്ല. എന്നാൽ അമ്മയോട് കാര്യം പറഞ്ഞേ പറ്റൂ.

“അമ്മേ, എനിക്ക് യു.എൻ. ഓഫീസിൽനിന്ന് ഇന്റർവ്യൂവിന് പങ്കെടുക്കാൻ അവസരം കിട്ടിയിരിക്കുന്നു. പരിഭാഷ നടത്തുന്ന വിഭാഗത്തിൽ ഓഫീസറായിട്ടാണ്.”

“നല്ലൊരു കാര്യമാണല്ലോ. നീ ആഗ്രഹിച്ചതുതന്നെ അല്ലേ?”

“അതെ. എനിക്ക് ആഗ്രഹമുള്ള ഒരു ജോലിയാണിത്. പക്ഷേ...”

“എന്താ നിനക്ക് ഒരു വിഷമംപോലെ? സഹീറയുടെ കാര്യം ചിന്തിച്ചിട്ടാണോ? അതേക്കുറിച്ച് ആലോചിച്ച് ടെൻഷനടിക്കണ്ട. നീ ചെയ്ത ഒരു നല്ല കാര്യമായി അതിനെ കണ്ടാൽ മതി.”

അമ്മ അങ്ങനെ പറഞ്ഞപ്പോൾ അവളും ഒരു നിമിഷം ആഗ്രഹിച്ചു. തന്റെ മനസ്സിനും അങ്ങനെ മാത്രം തോന്നണേ എന്ന്. ഫ്രാൻസിസ് ജോൺ പോയ ഒഴിവിലേക്കാകാം തനിക്ക് ഈ അഭിമുഖത്തിന് ക്ഷണം വന്നിരിക്കുന്നത്. ഒരു കാര്യമേ തന്നെ കുഴയ്ക്കുന്നുള്ളൂ. അഭിമുഖത്തിന് പോകണോ വേണ്ടയോ?

“അഭിമുഖത്തിന് പോകേണ്ടെന്ന് കരുതരുത്. നിന്റെ ഭാവി കരുപ്പിടിപ്പിക്കാൻ പോന്ന ഏറ്റവും നല്ല അവസരമാണ്. അതിനാൽ പോയി പങ്കെടുത്ത് വരൂ.”

അവൾ അമ്മയെ നോക്കി തലകുലുക്കി.

അമ്മ മുറി വിട്ട് പോയപ്പോൾ മുതൽ അവൾ വീണ്ടും ചിന്തയിലാണ്ടു. സഹീറ തന്നെ അസ്വാസ്ഥ്യപ്പെടുത്തുമെന്ന് കരുതിയതേയില്ല. എന്നാൽ അത് താൻ വേണമെന്ന് വെച്ചുതന്നെ ഉണ്ടാക്കിയെടുത്തതാണെന്നാലോചിച്ചപ്പോൾ അവൾക്ക് നേരിയ അസ്വാസ്ഥ്യം തോന്നി.

വീണ്ടും ചില ഉറക്കമില്ലാത്ത രാത്രികൾ അവൾ കഴിച്ചുകൂട്ടി. അന്നൊരു ബുധനാഴ്ചയായിരുന്നു. അവൾ ഓർത്തു, വരുന്ന തിങ്കളാഴ്ചയാണ് അഭിമുഖം. പങ്കെടുക്കണമോ, വേണ്ടയോ എന്ന് ചിന്തിച്ച് തല പുകച്ചിരുന്നപ്പോൾ, അവളുടെ അസ്വസ്ഥത കണ്ടിട്ടാവണം ലളിതാമുകുന്ദൻ, മുകുന്ദൻ മേനോനോട് ഇതേക്കുറിച്ച് സംസാരിച്ചു. അച്ഛൻ കരുണയെ വിളിച്ച് അടുത്തിരിക്കാൻ പറഞ്ഞു.

“നീ എന്തിനാണ് അസ്വസ്ഥയാകുന്നത്? അമ്മ പറഞ്ഞു, നീ എന്തോ മനസ്സിനുള്ളിലിട്ട് വിഷമിക്കുന്നുവെന്ന്. എന്താണത്? എന്തിനാണ്? തുറന്നു പറയ്. പോംവഴിയുണ്ടാകും.”

അവൾക്ക് അപ്പോൾ അമ്മയോട് അല്പം നീരസം തോന്നാതിരുന്നില്ല. തന്റെ മനസ്സിലുള്ളത് അമ്മ അച്ഛനോട് പറഞ്ഞുകൊടുത്തിരിക്കും. അച്ഛനോട് എന്തിനാണ് ഇതൊക്കെ പറയുന്നത്? പക്ഷേ അവളോർത്തു, അച്ഛനും തന്റെ ഉള്ള് അറിയുന്നത് നല്ലതുതന്നെ.

അവൾ തന്റെ മനസ്സ് തുറന്നു. പറയാനുള്ളതു പറഞ്ഞുകഴിഞ്ഞപ്പോൾ അച്ഛൻ ചോദിച്ചു,

“ഇത് അന്ന് കഴിഞ്ഞതല്ലേ? അതോർത്ത് നിനക്ക് ഇപ്പോൾ എന്തിനാണ് ഈ വേവലാതി? ഇനി മേലിൽ നീ ഒരിക്കലും അത്തരത്തിൽ ഒരു പ്രവൃത്തി ചെയ്യാനേ പോകുന്നില്ല എന്ന് എനിക്ക് നല്ല ഉറപ്പുണ്ട്. ആദ്യം നന്നായി ഇന്റർവ്യൂവിന് പങ്കെടുക്കുക. അതിനുമുമ്പ് മനസ്സിൽ ഉറപ്പിക്കുക, ഉത്തരവാദിത്തപ്പെട്ട ഈ ജോലിയിൽ അതിന്റെ നിയമങ്ങൾ വിട്ട് ഒന്നും ചെയ്യില്ലെന്ന്. നീ നിയമം തെറ്റിച്ച് ചെറിയ ഒരു കാര്യമേ ചെയ്തിട്ടുള്ളൂ. അതും ഒരു സ്ത്രീയുടെ നന്മയ്ക്കായിട്ട്. നിനക്കായി ഒന്നും നേടാനല്ലല്ലോ അത് ചെയ്തത്. പിന്നെ എന്തിന് അസ്വസ്ഥയാവണം? മുകുന്ദൻ മേനോൻ പറഞ്ഞു നിർത്തി.

“ശരിയാണ്. അച്ഛൻ പറയുന്നതുപോലെ ചിന്തിക്കാൻ എനിക്ക് കഴിയണേ എന്നാണെന്റെ ആഗ്രഹം.”

“അങ്ങനെത്തന്നെ ചിന്തിക്കണം. പാവപ്പെട്ട ഒരു സ്ത്രീയെ നീ ഒരു ലാഭേച്ഛയുമില്ലാതെ സഹായിച്ചു. അത് ശരിതന്നെയാണ്. ഒരു തെറ്റും അതിൽ ഞാൻ കാണുന്നില്ല. അതുകൊണ്ട് നീ ഒന്നു കൊണ്ടും വിഷമിക്കരുത്. സഹീറയുടെ കാര്യം തൽക്കാലം മറന്നേക്ക്.” അച്ഛൻ അപ്രകാരം ഉപദേശിച്ചപ്പോൾ അവൾക്ക് സമാധാനമായി. മനുഷ്യനന്മതന്നെയാണ് തന്റെ ലക്ഷ്യം. നേരായ മാർഗ്ഗത്തിലൂടെ താനത് നേടും. താൻ ഈ അഭിമുഖത്തിൽ പങ്കെടുക്കാൻ പോകുന്നു, അവൾ ചിന്തിച്ചു.

വലിയ ഈശ്വരഭക്തയല്ലെങ്കിലും താനും ഒരു ഭക്ത തന്നെയാണ്. അതിനാൽ ദൈവത്തെ ഭജിച്ചുകൊണ്ടാവട്ടെ താൻ ശരിയും തെറ്റും വേർതിരിക്കുന്നത് എന്നവൾ കരുതി. പിന്നീടവൾ ദിവസവും ദൈവത്തോട് പ്രാർത്ഥിച്ചു, ദൈവമേ എപ്പോഴും നേർവഴി കാണിക്കണേ!

തന്റെ മനസ്സിന്റെ അങ്കലാപ്പ് അല്പം കുറഞ്ഞപ്പോൾ അവൾ ഉത്സാഹവതിയായി. അഭിമുഖത്തിനായി തയ്യാറെടുക്കുവാൻ അവൾ ഒരുങ്ങി. അവൾ ഗൂഗിൾ ക്രോമിൽ പല കാര്യങ്ങളും യു.എൻ. എന്ന സംഘടനയുടെ പ്രവർത്തനങ്ങളെല്ലാംതന്നെ പഠിച്ചു. ലോകത്ത് അഭയാർത്ഥികളുടെ പ്രസക്തി എന്ത്? അഭയാർത്ഥികൾ പെരുകുന്ന ഈ ലോകത്തിന്റെ അവസ്ഥ എന്തായിരിക്കും? ഇതിനെല്ലാം ഉത്തരങ്ങൾ കണ്ടുപിടിക്കാൻ അവൾ ശ്രമിച്ചു. തന്റേതായ ന്യായീകരണങ്ങൾ അവയ്ക്കൊക്കെ അവളുണ്ടാക്കി.

സഹീറയെക്കുറിച്ച് ഇടയ്ക്കൊക്കെ അവളോർത്തു. എവിടെയെങ്കിലും ജോലി ചെയ്ത് അവർ കുടുംബം പോറ്റുന്നുണ്ടാകും എന്നോർത്ത് അവൾ സമാധാനിച്ചു. അവർക്ക് സ്വന്തമായി ഫോൺ ഉണ്ടായിരുന്നില്ല എന്നത് അതിശയകരമായി അന്ന് തോന്നിയിരുന്നു. അതിനാൽ അവരുടെ വീടിനടുത്ത ഒരു കടയിലെ ഫോൺ നമ്പറാണ് തനിക്ക് തന്നിരുന്നത്. അതിൽ വിളിച്ച് സഹീറയെക്കുറിച്ചറിയാൻ കരുണ ശ്രമിച്ചില്ല. നാട്ടിലോ വിദേശത്തോ അവർ നന്നായി ഇരിക്കുന്നുണ്ടാവുമെന്ന് വിചാരിക്കാൻ അവൾ ഇഷ്ടപ്പെട്ടു. എന്നാൽ പിന്നീട് മനസ്സനുവദിക്കാതെ ഒരു ദിവസം കേരളത്തിലേക്ക്, സഹീറയുടെ വീടിനടുത്തുള്ള കടയിലേക്ക് ഫോൺ ചെയ്തു.

“ഹലോ, നിങ്ങളുടെ അടുത്ത വീട്ടിൽ താമസിക്കുന്ന സഹീറയെ ഒന്നു വിളിക്കാമോ? ഞാൻ ഹോങ്കോങിൽ താമസിക്കുന്ന അവരുടെ ഒരു പരിചയക്കാരിയാണ്.” കരുണ കടയുടമയോട് ചോദിച്ചു.

“അവർ അവിടെ ഉണ്ടോന്ന് അറിയില്ല. നോക്കീട്ട് പറയാം.” അയാൾ ഫോൺ കട്ട് ചെയ്യാതെ സഹീറയെ നോക്കാൻ പോയി. അവൾ കാത്തു. ഒടുവിൽ സഹീറതന്നെ വന്നു.

"ഹലോ, ആരാ?"

"ഹലോ സഹീറ, ഞാൻ കരുണ. ഹോങ്കോങ്ങിൽ വെച്ച് നിങ്ങളെന്നെ കണ്ടിട്ടുണ്ട്. യു.എൻ. ഓഫീസിൽ വെച്ച് നിങ്ങളെ അഭിമുഖം ചെയ്തപ്പോൾ ഓഫീസറുടെ കൂടെ ഉണ്ടായിരുന്ന കുട്ടിയാണ്. നിങ്ങൾ പറഞ്ഞതൊക്കെ തർജ്ജമ ചെയ്യാനുള്ള പരിഭാഷകയായിട്ട്. എന്നെ ഓർക്കുന്നില്ലേ?" കരുണ ആകാംക്ഷയോടെ ചോദിച്ചു.

"ഓ... ആ കുട്ടി! ഒട്ടുംതന്നെ മറന്നിട്ടില്ല. എങ്ങനെ മറക്കാനാണ്? കുട്ടി കാരണം എന്റെ ജീവിതംതന്നെ മാറി. ഞാൻ വീണ്ടും ഗൾഫിലേക്ക് പോകാനിരിക്കുകയാണ്. ഇന്റർവ്യൂ കഴിഞ്ഞു. ഇപ്രാവശ്യം നല്ലൊരു മലയാളി കുടുംബത്തിലേക്ക് ജോലിക്കാരിയായിട്ടാണ് പോകുന്നത്. ശമ്പളം മുമ്പത്തേതിലും കൂടുതലാവും കിട്ടുക. ഞാൻ രണ്ടാഴ്ചയ്ക്കുള്ളിൽ ഗൾഫിലെത്തും. അബുദാബിയിലേക്കാണ് പോകുന്നത്. അവിടെയാണ് ആ കുടുംബം." സഹീറയുടെ വാക്കുകളിൽ സന്തോഷം.

"വളരെ നന്നായി സഹീറ. ഞാൻ വളരെ സന്തോഷിക്കുന്നു. എല്ലാം നന്നാവട്ടെ. ആട്ടെ, സഹീറയുടെ അച്ഛന് ഇപ്പോൾ എങ്ങനെയുണ്ട്?"

"അച്ഛന് സുഖമില്ല. എങ്കിലും മരുന്നുകൾ കഴിച്ച് അല്പം ഭേദമുണ്ട്. എന്നാൽ അച്ഛന്റെ ഓപ്പറേഷൻ അധികം വൈകാതെ ഉണ്ടാകും. രണ്ടാഴ്ചയ്ക്കുള്ളിൽ ഞാൻ ഗൾഫിൽ എത്തുമല്ലോ. എന്റെ ആദ്യശമ്പളം നാട്ടിലേക്കയച്ചശേഷം അതുകൊണ്ടാവും അച്ഛന്റെ ഓപ്പറേഷൻ." സഹീറയുടെ വാക്കുകളിൽ സമാധാനത്തിന്റെ അലയൊലികൾ.

"ഓ, വളരെ നന്നായി. അതിനുശേഷം അച്ഛൻ വേഗം സുഖം പ്രാപിക്കട്ടെ. അങ്ങനെ ആശംസിക്കുന്നു."

"കുട്ടി വിളിച്ചതിൽ വളരെ സന്തോഷം." സഹീറ സന്തോഷസ്വരത്തിൽത്തന്നെ പറഞ്ഞു.

"എന്നാൽ ഫോൺ വെക്കട്ടെ. സഹീറയ്ക്കും കുടുംബത്തിനും നല്ലതുവരട്ടെ."

കരുണ നന്നായൊന്ന് നിശ്വസിച്ചു. അങ്ങനെ സഹീറ രക്ഷപ്പെട്ടിരിക്കുകയാണ്. താനന്ന് അങ്ങനെ ചെയ്തത് അവർക്ക് എത്ര സഹായമായി. അവൾ അരൂപിയായ സർവ്വേശ്വരന് നന്ദി പറഞ്ഞു.

അമ്മയോട് താൻ സഹീറയെ വിളിച്ച കാര്യം കരുണ പറഞ്ഞു.

"ഓ, നന്നായി. അവർ രക്ഷപ്പെട്ടു. അല്ലേ?" അമ്മയ്ക്കും സന്തോഷമായി.

ഏതോ ഒരു തരം നിർവൃതിയുടെ നിറവിലായി അവളുടെ മനസ്സ് അപ്പോൾ. പ്രതീക്ഷിക്കാതെ ജീവിതത്തിൽ എന്തെല്ലാം

സംഭവിക്കുന്നു! എങ്കിലും സഹീറയുടെ ജീവിതം താൻ ആഗ്രഹിച്ച വഴിയിലൂടെതന്നെ പോകുന്നതിൽ വല്ലാതെ സംതൃപ്തി തോന്നി. പിന്നീട് അഭിമുഖത്തിനായി മുഴുവനായി തയ്യാറെടുത്തു. അന്നത്തെ ദിവസം അല്പനേരം മുന്നേ തന്നെ യു.എൻ. ഓഫീസിൽ എത്തി. താൻ ഇനി കയറുമോ എന്ന് സംശയിച്ചിരുന്ന പടികൾ അവൾ കയറി. എല്ലാം വിധിതന്നെയാണ്. ഇനി വിധി എന്താവും തനിക്കായി കരുതിവെച്ചിരിക്കുന്നത് എന്ന് അറിയാനവൾക്ക് ആകാംക്ഷയായി. ആ ഓഫീസിലെ സോഫയിൽ ഇരുന്ന് ടീപ്പോയിൽ വെച്ചിരിക്കുന്ന 'സൗത്ത് ചൈന മോണിംഗ് പോസ്റ്റ്' അവൾ എടുത്ത് പതുക്കെ വായിക്കാൻ തുടങ്ങി. വലിയ തലക്കെട്ടുകളിൽ അധികവും വൻകിടരാജ്യങ്ങൾ തമ്മിലുള്ള സ്പർദ്ധകളും യുദ്ധവെറികളും മതസ്പർദ്ധയും സാമ്പത്തിക അകൽച്ചകളും പിന്നെ ജീവിതയാതനകളുമൊക്കെയായിരുന്നു. അശാന്തി നിറഞ്ഞ ലോകമാവുകയോ ഈ ഭൂമി എന്നു തോന്നും ചിലപ്പോൾ. പത്രത്തിലെ കൗതുകവാർത്തകളും സ്പോർട്സുമൊക്കെ ഓടിച്ചുനോക്കി.

"മിസ് കരുണ." ഒരു ഉദ്യോഗസ്ഥ തന്റെ പേര് വിളിച്ചു മുന്നിൽ വന്നു നിന്നു. അവൾ മുഖമുയർത്തി പത്രം ടീപ്പോയിൽ വെച്ച് വേഗം എഴുന്നേറ്റു.

"പ്ലീസ് ഗോ ടു ദാറ്റ് റൂം." അവൾ ഒരു മുറി ചൂണ്ടി അറിയിച്ചു. കരുണ എഴുന്നേറ്റ് ആ മുറിയിലേക്ക് നടന്നു.

അകത്തേക്ക് കടക്കുവാൻ അനുവാദം ചോദിച്ചു.

"യെസ്, കമിൻ." മുറിക്കുള്ളിൽ ഒരു മേശയ്ക്കു മറുപുറത്തിരുന്ന മൂന്നുപേരിൽ ഒരാൾ അവൾക്ക് അനുവാദം നൽകി. കരുണ അകത്തേക്ക് കയറി.

അവർക്കെതിരായി ഒരു കസേരയിൽ കരുണ ഇരുന്നു. ഹൃദയമിടിപ്പിന്റെ സ്വരം കേട്ടു. എങ്കിലും ആത്മവിശ്വാസത്തോടെ അവൾ ഇരുന്നു.

"ഇവിടെ ഈ ഓഫീസുമായി പരിചയമുണ്ടല്ലോ ഇല്ലേ?" ഉപചാരവാക്കുകൾക്കുശേഷം കാതറീൻ എന്ന ആംഗലേയ വനിത അവളോട് ചോദിച്ചു.

"ഉവ്വ്. എന്റെ ജോലിയിൽ എനിക്കുള്ള മുൻകാല പരിചയം ഇവിടുത്തെ എന്റെ അനുഭവങ്ങളാണ്."

പല ചോദ്യങ്ങളും പിന്നീട് ഒന്നിനു പുറകെ ഒന്നായി വന്നു. യു.എൻ. സംഘടനയുടെ പ്രവർത്തനങ്ങളെക്കുറിച്ചുള്ള ചോദ്യങ്ങൾക്കുള്ള ഉത്തരങ്ങൾ പറഞ്ഞപ്പോൾ താൻ അല്പം വാചാലയായോ എന്ന് തോന്നി. അഭയാർത്ഥികൾ ലോകരാജ്യങ്ങൾക്ക് ഏതു

തരം അനുഭവങ്ങളാണ് നൽകുന്നത് എന്നും അഭയാർത്ഥിപ്രശ്ന ങ്ങൾ എന്നെങ്കിലും പരിഹൃതമാകുമോ എന്നുമൊക്കെ ചർച്ച ചെയ്യ പ്പെട്ടു. കരുണ തന്റെ അഭിപ്രായങ്ങളും കാഴ്ചപ്പാടുകളുമൊക്കെ അവർക്കു മുന്നിൽ നിരത്തി. ഒടുവിൽ ആ ചോദ്യമെത്തി.

“നിങ്ങൾ ഒരാളെ അഭിമുഖം ചെയ്യുകയാണെന്നു കരുതുക. നിങ്ങളുടെ നാട്ടുകാരനോ നാട്ടുകാരിയോ ആണ് ആ വ്യക്തി എന്നും കരുതുക. അവർക്ക് ഹോങ്കോങ്ങിൽ അഭയാർത്ഥിത്വം കിട്ടുവാനായി നിങ്ങൾ അവരെ അഭിമുഖം ചെയ്യുകവഴി സഹായിക്കുമോ ഇല്ലയോ? ഉണ്ടെങ്കിലും ഇല്ലെങ്കിലും അതിനുള്ള കാരണം എന്തായിരിക്കും?”

“ഞാൻ... നിയമം വഴിയല്ലാത്ത ഒന്നും ചെയ്യുകയില്ല. അഭ യാർത്ഥിത്വം ലഭിക്കേണ്ടത് യഥാർത്ഥ കാരണങ്ങൾകൊണ്ടാകു മല്ലോ. ഒന്നിനെയും സ്വാധീനിക്കാൻ ഞാൻ ശ്രമിക്കില്ല.” ആദ്യം ഒന്ന് വിക്കിയെങ്കിലും നല്ല ആത്മവിശ്വാസത്തോടെ പിന്നീടവൾ പറഞ്ഞ് മുഴുമിപ്പിച്ചു.

“ശരി. വളരെ നല്ല കാര്യം. ഇനി ഞങ്ങൾക്ക് ഒന്നും ചോദിക്കാ നില്ല. നിങ്ങൾക്ക് ദയവായി പോകാം.” മൂന്നുപേരിൽ ഒരാൾ പറഞ്ഞു. കരുണ നന്ദി അറിയിച്ച് എഴുന്നേറ്റു.

പുറത്തേക്കു കടന്നപ്പോൾ ഒരു ചാരിതാർത്ഥ്യം തന്നെ വന്നു പൊതിയുന്നത് അവൾ അറിഞ്ഞു. അഭിമുഖം നന്നായി കഴിഞ്ഞതല്ല അവളെ സന്തുഷ്ടയാക്കിയത്. മറിച്ച് അതുവരെ തന്റെ മനസ്സിൽ ശരിയോ തെറ്റോ എന്ന ആശങ്കയുണർത്തി നിന്നിരുന്ന തന്റെ പ്രവൃത്തി ആദ്യമായി മുഴുവൻ ശരി എന്ന ഉത്തരത്തിലെത്തിയ തിന്റെ സന്തോഷം അവളിൽ വല്ലാത്ത ഉന്മേഷം നിറച്ചു.

എം.ടി.ആറിൽ യാത്ര ചെയ്യുമ്പോഴും ആ പ്രത്യേക സന്തുഷ്ടാ വസ്ഥയിലായിരുന്നു അവൾ. തനിക്ക് ഫോണിൽ ഒരു സന്ദേശം വന്നതായി അവൾക്കു തോന്നി. അവൾ ഫോണെടുത്തു നോക്കി. പെട്ടെന്ന് അവൾക്ക് വിശ്വസിക്കുവാൻ പ്രയാസം തോന്നി. അത് ഫ്രാൻസിസ് ജോണിന്റെ സന്ദേശമായിരുന്നു. അയാൾ പുതിയ ഫോൺ നമ്പർ തന്നിരിക്കുന്നു.

“ഹായ് കരുണ, ഞാൻ ഇവിടെ കാലുറപ്പിക്കാനുള്ള ശ്രമത്തി ലാണ്. നിനക്ക് സുഖമെന്നു കരുതട്ടെ.”

“എനിക്കിവിടെ സുഖമാണ്. ഞാൻ ഇപ്പോൾ യു.എൻ. ഓഫീ സിൽ അഭിമുഖം കഴിഞ്ഞ് വരികയാണ്. അഭിമുഖം നന്നായി കഴിഞ്ഞു. എനിക്കൊരു സന്തോഷവാർത്ത അറിയിക്കാനുണ്ട്. ഞാൻ എന്റെ മനസ്സിന്റെ അടിമത്തത്തിൽനിന്നും മോചിതയായിരിക്കുക യാണ്. ഞാൻ എന്നെ വീണ്ടെടുത്തു. എനിക്ക് ഇനി മറ്റെന്തിനെയും

കുറിച്ച് ചിന്തിക്കാം. മാനസികസ്വാതന്ത്ര്യത്തിന്റെ കാറ്റ് ശ്വസിക്കുകയാണ് ഞാൻ."

അയാളുടെ മറുപടി വന്നേക്കും. അവൾ കരുതി.

പിറ്റേദിവസം മറുപടി വന്നു.

"ഓ, ഗംഭീരം. കഴിഞ്ഞ കാലത്തിന്റെ നല്ലതുകളെ മാത്രം ഓർക്കുക. എല്ലാം നല്ലതിനെന്നും കരുതുക. പിന്നെ, എന്റെ ജോലി അപേക്ഷകൾക്ക് മറുപടികൾ വന്നുതുടങ്ങി. കനേഡിയൻ യു.എൻ. ഓഫീസിൽ ഇന്റർവ്യൂവിന് ക്ഷണിച്ചിട്ടുണ്ട്. അത് അടുത്ത ആഴ്ച ആദ്യദിവസമാണ്. എന്റെ അഭയാർത്ഥിത്വം അടുത്തുതന്നെ അവസാനിച്ചേക്കും."

കരുണയ്ക്ക് അത് വായിച്ച് സന്തോഷമായി. പിറ്റേ ദിവസം മറ്റൊരു സന്ദേശം അവൾക്ക് ലഭിച്ചു.

"ഞാൻ വീണ്ടും ഒന്നുകൂടി കരുണയോട് ചോദിക്കുകയാണ്, എന്നെ പ്രേമിക്കുവാൻ കരുണയ്ക്ക് കഴിയുമോ? എന്റെ പങ്കാളിയാവാൻ വീണ്ടും ക്ഷണിക്കുന്നു."

അവൾ ഞെട്ടിപ്പോയി. അടഞ്ഞ അദ്ധ്യായമായി കരുതി താനത് മൂടിയതാണ്. ഇതാ വീണ്ടും! എന്ത് മറുപടിയാണ് എഴുതേണ്ടത്? പഴയ മറുപടി ആവർത്തിക്കുകയല്ലാതെ എന്തു ചെയ്യാൻ? അവളുടെ മനസ്സിനെ പൊതിഞ്ഞിരുന്ന ഉത്സാഹം പതിയെ കെട്ടടങ്ങി. മനസ്സിനെ വല്ലാത്ത ഒരു ഭാരം വന്നുമൂടി. തന്റെ നിരന്തരമായ മാനസിക അസ്വസ്ഥതയുടെ ഉത്തരം കണ്ടെത്തി താനിപ്പോൾ സന്തോഷിച്ചതേയുള്ളൂ. മനസ്സിന്റെ സ്വസ്ഥത നശിപ്പിക്കാൻ ഇതാ, വീണ്ടും അയാൾ. തന്റെ ആ നല്ല സുഹൃത്തിനെ താനിനി വീണ്ടും വേദനിപ്പിച്ചേ പറ്റൂ എന്നതുതന്നെയാണ് തന്റെ വിധി. താനത് ചെയ്തേ പറ്റൂ. അവൾ ഫോണിൽ തുറിച്ചുനോക്കി കുറേ നേരം ഇരുന്നു. മറുപടി അയച്ചില്ല. ഫ്രാൻസിസ് ജോണിന്റെ സന്ദേശം ലഭിച്ചിട്ട് നാലഞ്ചു ദിവസം കഴിഞ്ഞു. മറുപടി അയയ്ക്കാൻ അവൾ തുനിഞ്ഞില്ല.

അവൾ തന്റെ ഹോട്ട്മെയിലിൽ ദിവസവും പല പ്രാവശ്യം തിരഞ്ഞു. അവൾ യു.എൻ. ഓഫീസിൽനിന്നും മറുപടി പ്രതീക്ഷിക്കുകയാണ്. ഒരാഴ്ച കഴിഞ്ഞപ്പോൾ അവൾക്ക് മറുപടി ലഭിച്ചു.

"നിങ്ങൾ തിരഞ്ഞെടുക്കപ്പെട്ടതിൽ ഞങ്ങളുടെ സന്തോഷം അറിയിക്കുന്നു."

ജോലിക്ക് ചേരേണ്ടുന്ന ദിവസവും തിയ്യതിയുമൊക്കെ അതിൽ കുറിച്ചിരുന്നു. കരുണ സന്തോഷംകൊണ്ട് വീർപ്പുമുട്ടി. അവൾ സന്തോഷം മറച്ചുവെക്കാതെ അമ്മയുടെ അടുത്തെത്തി.

"അമ്മേ, അമ്മയുടെ മകൾ ഇതാ ജോലിക്കാരിയായിരിക്കുന്നു. എനിക്ക് യു.എൻ. ഓഫീസിൽ ഓഫീസറായി ജോലി ലഭിച്ചിരിക്കുന്നു." അവൾ അമ്മയെ ചുറ്റിപ്പിടിച്ചുകൊണ്ട് പറഞ്ഞു.

അന്ന് അവളുടെ വീട്ടിൽ സന്തോഷത്തിന്റെ പൂത്തിരി കത്തി. അമ്മയും അച്ഛനും ചേട്ടനും അവളെ അഭിനന്ദനങ്ങൾകൊണ്ട് മൂടി.

"നിനക്ക് ഏറ്റവും നന്നായി ചേരുന്ന ജോലി." അവർ പറഞ്ഞു.

തന്റെ മനസ്സിലെ സന്തോഷം ഫ്രാൻസിസ് ജോണിനെ അറിയിക്കാൻ അവൾ ശ്രമിച്ചില്ല. ആദ്യം അയാളുടെ സന്ദേശത്തിനുള്ള മറുപടി അയച്ചിട്ടാവാം. എന്നിട്ട് അറിയിക്കാം ഇത്. അന്നു രാത്രി അയാൾക്കുള്ള മറുപടി കുറിക്കാൻ അവൾ ശ്രമിച്ചു. പുറത്ത് കടൽ നേർത്ത അലകളിളക്കി ചിരിച്ചു. അവൾക്ക് ഒന്നും എഴുതാൻ തോന്നിയില്ല.

എഴുതുകയാണെങ്കിൽത്തന്നെ എന്ത് എഴുതണം? തനിക്ക് അയാളോട് പ്രണയമില്ലെന്നും തന്നെ മറക്കണമെന്നും പറയാൻ അവൾ ആഗ്രഹിച്ചു. ഒരു നല്ല സുഹൃദ്ബന്ധം അങ്ങനെ കൊഴിഞ്ഞുപോകുമെന്നോർക്കുമ്പോൾ വിഷമം തോന്നുകയാണ്. പക്ഷേ ആ മറുപടി ആവർത്തിക്കുകതന്നെ വേണം.

ഫ്രാൻസിസ് ജോണിന്റെ അഭിമുഖം നടക്കുന്ന ദിവസമാണ് തനിക്ക് ജോലി ലഭിച്ചു എന്ന അറിയിപ്പ് കിട്ടിയത് എന്നവൾക്കു മനസ്സിലായി. അതെല്ലാം കഴിയട്ടെ. അവൾ പിന്നീട് അടുത്ത ദിവസത്തിനായി കാത്തു.

അയാളുടെ സന്ദേശം വീണ്ടും വന്നു.

"അഭിമുഖം നന്നായി കഴിഞ്ഞു. കിട്ടുമെന്ന പ്രതീക്ഷയുണ്ട്. ആട്ടെ, എന്റെ ചോദ്യത്തിന് ഒരു മറുപടി തരുമോ? എനിക്ക് അതിലും പ്രതീക്ഷയുണ്ട്."

"പ്രിയപ്പെട്ട ഫ്രാൻസിസ്..." ഒടുവിൽ അവൾ എഴുതാൻ തുടങ്ങി. "താങ്കളോട് അത് എങ്ങനെ ആവർത്തിക്കണമെന്നറിയുന്നില്ല. ഞാൻ... എനിക്ക്..." അവൾ അവിടെ അവസാനിപ്പിച്ചു. തന്റെ ഉത്തരം ആ സന്ദേശത്തിലുണ്ട് എന്നവൾ കണ്ടു.

പുറത്ത് വെയിലും കാറ്റും തമ്മിലൊരു മത്സരമാണ്. നല്ല വെയിലും നല്ല കാറ്റും. ഒടുവിൽ വെയിൽ കാറ്റിന്റെ ശക്തിക്ക് കീഴടങ്ങി. ആ കാറ്റിൽ അവളുടെ ചിന്തകൾ പാറിപ്പറന്നു. അവ ഏതോ ഒരു ബിന്ദുവിൽ വെച്ച് കൂട്ടിമുട്ടി. അവ ഒന്നായി അവളെ മൂടി. അതിൽ ലയിച്ചുപോയ അവളുടെ മനസ്സ് സന്തുഷ്ടമായി! ഒരു ശാന്തത അവളെ വന്നുമൂടി.

■

www.ingramcontent.com/pod-product-compliance
Lightning Source LLC
LaVergne TN
LVHW090419051026
849518LV00006B/2384
* 9 7 8 8 1 9 7 3 3 4 2 2 1 *